'एक आकर्षक, बुद्धीची अकाली वाढ झालेल्या पॉमेरियन कुत्र्याची वृत्ती, त्याच्या खोड्या ह्यांची ही कथा! ती नक्की तुम्हाला भावेल आणि गुंतवून ठेवेल.'

– मायकेल नायिलिस, लंडनमधील अमेरिकन लेखक

मी एरिक

माणसांसाठी अनभिज्ञ अशा कुत्र्यांच्या वैचारिकतेचं भावचित्र

मूळ लेखिका

रेई किमुरा

अनुवाद

स्नेहल जोशी

मेहता पब्लिशिंग हाऊस

✆ +91 020-24476924 / 24460313

Email : info@mehtapublishinghouse.com
production@mehtapublishinghouse.com
sales@mehtapublishinghouse.com

Website : www.mehtapublishinghouse.com

- *या पुस्तकातील लेखकाची मते, घटना, वर्णने ही त्या लेखकाची असून त्याच्याशी प्रकाशक सहमत असतीलच असे नाही.*

MY NAME IS ERIC by REI KIMURA

Translated into Marathi Language by Snehal Joshi

मी एरिक / अनुवादित कादंबरी

अनुवाद : स्नेहल जोशी
इ, १२ श्रीराम ज्योती, पहिला मजला, मेहेंदळे गॅरेज रोड,
सी.डी.एस.एस.समोर, एरंडवणे, पुणे - ४११००४.
फोन नं. ०२०-२५४५४२४१

प्रकाशक : सुनील अनिल मेहता, मेहता पब्लिशिंग हाऊस,
१९४१, सदाशिव पेठ, माडीवाले कॉलनी, पुणे - ४११०३०.

मुद्रक : स्पेक्ट्रम ऑफसेट, डी२/४ सत्यम इस्टेट, सीडीएसएसच्या मागे, एरंडवणे, पुणे - ४११००४.

मुखपृष्ठ : फाल्गुन ग्राफिक्स

प्रथमावृत्ती : सप्टेंबर, २०१४

किंमत : ₹ २००/-

ISBN 978-81-8498-562-7

एक

माझे नाव 'एरिक' आहे. सोनेरी चौकट असलेला महत्त्वाचा असा एक कागद सांगतो की, मी एक 'पॉमेरॅनियन कुत्रा' आहे. 'डॉग शो'मध्ये ज्यांनी अनेक बक्षिसे पटकावली आहेत, अशा पूर्वजांचा मी वारसदार आहे. माझे जन्मठिकाण म्हणजे दूरवरचे – ऑस्ट्रेलियातील न्यू साउथ वेल्स खेड्यातील कुत्र्यांची पैदास करणारे फार्म. माझा जन्म १६ डिसेंबर, १९९७ रोजी झाला.

मला वाटले होते की, मी त्या शेकडो एकर जागेत आणि त्या टेकड्या असलेल्या वातावरणात मोठा होत, एक दिवस म्हातारा होईन. मग मी या कॉँक्रीटच्या जंगलात आणि सिंगापूर नावाच्या राज्यात, माझ्या मूळ जागेपासून हजारो मैल दूर कसा आलो?

ती माझी ही कथा आहे....

माझ्या आईच्या – इवल्याशा आणि धापा टाकणाऱ्या – शरीराची जराही पर्वा न करता मी व आणखी दोन वळवळणारी, केकाटणारी भावंडे या जगात आलो. आमच्या बिचाऱ्या आईला आम्ही ज्या यातना दिल्या त्याचा सूड म्हणूनच की काय, निसर्गाने आम्हाला अचानक तळपत्या पांढऱ्या उजेडाच्या झोतात फेकले. आमच्या अर्धवट मिटलेल्या डोळ्यांना या अशा उजेडाची सवय नव्हती. विलक्षण सुरक्षित असलेल्या आईच्या गर्भाशयातून आम्हाला अचानक बाहेर फेकले गेले, त्यामुळे घाबरून आमचे केकाटणे वाढलेच. जणू आम्ही व्यक्त केलेला हा निषेध होता! अचानक पुढे काय असेल, त्याबद्दलची कोणतीही सूचना न मिळता आम्हाला त्या सुरक्षित जागेतून या नव्या भीतिदायक जगात

टाकण्यात आले होते.

चेहऱ्यांचा एक अंधूक समुद्र आमच्याभोवती गोळा झाला आणि मग 'ओहो, पाहा! ती किती छान आहेत, विशेषतः हे एक!' अशा आरोळ्या आमच्या कानावर आदळू लागल्या.

'अरे देवा, या मानवी राक्षसांना इतके मोठ्याने बोलावे लागते का?' माझ्या नवजात, कोवळ्या कानांनी त्याचा निषेध केला. माझ्या शांत जगात अचानक केलेल्या घुसखोरीने चिडून, मी माझ्या फुप्फुसांत जेवढी मला शक्य होती, तेवढी हवा भरली आणि मोठ्याने किंचाळलो. मग एक घामेजलेला हात अगदी हळुवारपणे माझे कान थोपटण्यासाठी पोहोचला. त्याला चॉकलेटचा आणि कॅण्डी फ्लॉसचा वास येत होता. या साध्याशा कृतीने शरीरभर एक समाधानाचा प्रवाह पसरला.

जणू एक चुंबकीयशक्ती आमच्या दोघांतून वाहात होती आणि माझ्यावर कुणीतरी प्रेम करतोय याची जाणीव होऊन मला आश्वस्त, सुरक्षित वाटू लागले. मला हे त्या वेळी माहीत नव्हते की, आयुष्यभराच्या मानवी प्रेमाचा हा माझा पहिला संपर्क होता. त्यामुळे मला या वाढत्या, गोंधळवून टाकणाऱ्या जगात काहीसे सुरक्षित आणि आरामदायी वाटत होते. मग मी ओळखले की, हे बेढब मोठ्याने बोलणारे राक्षस मला आवडणार आहेत.

माझ्या जीवनातील सुरुवातीचे काहीसे उत्तेजित दिवस जगाची ओळख करून घेण्यात गेले. हे जग तऱ्हेवाईक आवाज, वास आणि दृश्य यांनी गजबजलेले होते. शेतातील माणसे व प्राणी यांचे अनोखे मिश्रण त्यात होते. पहिल्या आठवड्यानंतर मी असे ठरवले की, मनुष्यप्राणी हा जास्त बरा आहे. इतर प्राण्यांचा वेळ स्वतःचे संरक्षण करणे आणि स्वतःची काळजी घेणे यातच इतका जायचा की, त्यांना इतर प्राण्यांची काळजी घेण्याइतकी फुरसद नसायची. याच्या उलट मनुष्यप्राणी हे आमची काळजी घेताना दिसायचे! जणू त्यांच्या जीवनातील कामाचाच तो एक भाग होता.

अर्थात मग मला कळले की, घेतली जाणारी काळजी तशी फुकाफुकी नव्हती, त्यातही काही हेतू होता...! जेव्हा माझे वय फक्त एक आठवडा – इतके होते, तेव्हा यापैकी गोष्टी मला माहीत नसणे, तसेच लोकांबद्दल आणि जीवनाबद्दल साधा-सरळ दृष्टिकोन असणे,

हेही तसे क्षम्य होते! माझ्या दृष्टीने शेत हे माझे घर होते आणि ज्या लोकांच्या ते मालकीचे होते आणि जे ते चालवत होते, ते माझे कुटुंब होते; नंतर मात्र मी फुकट घालवलेल्या वेळेची भरपाई झटकन केली. मला प्रत्येक गोष्टीचा व प्रत्येकाचा संशय येऊ लागला!

त्या वेळी माझ्या कुटुंबांत एवढी कुत्री का होती आणि ती वेगवेगळी का दिसत होती, हे मला माहीत नव्हते. मला लांब केस आहेत आणि पावडरच्या पफप्रमाणे मी गोल आहे. सर्व प्रकारचे लोक माझ्याभोवती गर्दी करून ओरडत असतात, 'ओहो, बघा, तो किती गोड आहे!' शेवटी-शेवटी मला त्या शब्दांबद्दल अगदी वैतागच आला.

परंतु तिथे दुसरी अनेक कुत्र्यांची पिल्ले होती – जी अगदी कुरूप होती. त्यांचे मोठाले डोळे बाहेर आल्यासारखे दिसत होते. चेहरा गोल, चपटा आणि त्यावर गाठी असलेला आणि नाकाच्या जागी फक्त दोन भोकंच! तर काही अंगावर अजिबात केस नसलेली, लुकडी आणि थोटक्या शेपटीची, पण तरीही लोकांना ती हवी असायची. आमच्या शेजारच्या निराळ्या भागात असलेल्या कुटुंबात अशी केस नसलेली, लुकडी सहा पिल्ले होती. त्यांना शेपूटच नव्हती आणि तरीही लोक त्या भयानक नमुन्यांवर लाळ गाळत कौतुक करताना मी ऐकायचो. ते म्हणत, 'त्यांचे पाय आणि त्यांच्या शरीराची ठेवण तर पाहा. उत्तम जात आणि त्याची लक्षणे त्यांच्यात आत्तापासून दिसत आहेत.'

मग एक दिवस एक माणूस आला आणि तो त्या सहाही पिल्लांना पिंजऱ्यात घालून घेऊन गेला; नंतर मी त्यांना पुन्हा कधीही पाहिले नाही. त्यांची आई काही रात्री रडली आणि मुसमुसत राहिली; तिला त्या दूध पाजणाऱ्या आयांच्या जागेपासून दूर नेले गेले तरीही अनेकवेळा! दुसऱ्या एका कुटुंबाने त्यांची ती जागा घेईपर्यंत ती आपल्या पिल्लांना बघण्यासाठी परत यायची. यामुळे खिन्न झालेल्या माझ्या आईने आम्हाला अगदी तिच्या जवळ ठेवायला सुरुवात केली. रात्रीच्या वेळी ती आम्हाला जास्तच घट्ट बिलगून राहायची; जणू काही आम्हालाही कोणीतरी तिच्यापासून दूर नेईल, अशी तिला भीती वाटायची. सुदैवाने आम्हाला त्याची कल्पना नव्हती, पण त्या शेतावरची सर्व परिस्थिती माझ्या आईला माहीत होती असे दिसते.

लोक तिथे सारखे येत असायचे, ते आम्हाला आणि इतर कुत्र्यांच्या

पिल्लांना बघण्यासाठी. 'ही कुत्र्यांच्या पिल्लांची निपज अगदी उत्तम आणि निर्यातीस योग्य आहे.' अशी बेचैन करणारी संभाषणेही क्वचित कानावर पडायची. नंतर मला कळले की, बिल – तो तगडा, उग्र दिसणारा माणूस या सर्व जागेचा आणि आमचा मालक होता. तो कुत्र्यांची निपज करायचा आणि त्याच्या दृष्टीने आम्ही निव्वळ 'वस्तू' होतो. आमचे जन्म घरगुती पाळीव प्राणी म्हणून दूरवरच्या ठिकाणी विकण्यासाठी अगदी काळजीपूर्वक योजलेले असायचे. आम्ही जेवढे अधिक सशक्त व निरोगी तेवढी आमची रवानगी दूर होणार.

जरी माझ्या दोन बहिणी होत्या आणि मला काही चाहत्यांचा तुटवडा नव्हता, तरी मला एक खास चाहता होता – तिचे नाव 'सू' होते – बिलची आठ वर्षांची मुलगी. तिला आमच्याबरोबर खेळण्याची परवानगी नव्हती, तरी ती खेळायची. प्रत्येक दिवशी – जेव्हा ती चकचकीत पिवळ्या रंगाच्या शाळेची बस तिला सोडून परत जायची तेव्हा ती धावत, तिचे लाल शेपटे उडवत आमच्या जागेकडे यायची आणि जवळ-जवळ एक तास मला गोंजारण्यात घालवायची, माझ्या पोटाला इतक्या गुदगुल्या करायची की, मी अगदी खदखदत लोळण घ्यायचो. तिचे बाकीच्या पिल्लांवरही प्रेम होते, पण मी तिचा जास्त आवडता होतो.

एकदा माझ्या आईचे लक्ष नाहीसे पाहून तिने मला तिच्या शाळेच्या जाकिटाच्या खिशात टाकून आपल्या खोलीत चोरून नेले. पिल्लांच्या जागेतील ती ऊब आणि आईच्या कुशीत घट्ट बिलगून निजणे हे मला मिळणार नाही, असे वाटून तिने आपल्या ब्लँकेटमध्ये रांगत घुसून जाण्यायोग्य एक छोटे घर केले. आईच्या केसाळ, सुरक्षित पंजाऐवजी या मऊ, गुबगुबीत ब्लँकेटमध्ये घुसण्याच्या माझ्या आवडीचे मूळ हे इथे होते. काही असो, माझी आई – ट्रेसीपासून दूर रात्र काढण्याची ती माझी पहिली वेळ होती आणि आईनंतर 'सू' मला जास्त आवडायची. तिला नेहमी चॉकलेट आणि कँडी फ्लॉसचा गंध यायचा आणि या अद्‌भुत जगात मी आल्यावर मला आश्वस्त करीत थोपटणाऱ्या त्या छोट्याशा हातांची मला आठवण यायची.

तिच्या वडिलांना आमच्या या गुप्त भेटी आणि जागा याबद्दल कळल्यावर ते अगदी संतापले आणि तिने नियम पाळण्याचे कबूल

करेपर्यंत त्यांनी तिला पिंजऱ्याजवळ जायची बंदी केली. त्यांच्या संभाषणातील मनाला त्रास देणारा काही भाग आज अजूनपर्यंत माझा पिच्छा पुरवतोय.

"कोणत्याही पिल्लात जास्त मन गुंतवायचे नाही, असे मी सांगितले होते ना?" बिलने रागावून विचारले. "हे सर्वांच्या दृष्टीनेच चांगले आहे, कारण तुला माहीत आहे की, केव्हा ना केव्हा त्या सर्वांना इथून जायचे आहे. आपण हा व्यवसाय करतोय सुसान, हे काही पाळीव प्राण्यांचे अभयारण्य नाहीये!"

'आम्हाला जायचे आहे?' मी मनाशी विचार केला, 'आम्ही कुठे जाणार आहोत?' 'अरे देवा, त्या दिवसांत मी अगदी साधाभोळा आणि कसलाच मागमोस नसलेला होतो.' मला वाटले होते की, 'जीवन हे असेच कायमचे आरामात आणि मजेत जाईल! माझा जन्म हा दुसऱ्या कशासाठी होता, हे कधी माझ्या लक्षातच आले नाही!'

परंतु वडिलांनी जे काही सांगितले, त्याची 'सू'ने पर्वा केली नाही. ती रोज मला भेटायला येतच राहिली आणि आम्ही इतके जवळ आलो की, ती माणूस होती कुत्री नव्हती; हे मी काही वेळा विसरायचोच. माझे माझ्या दोन बहिणींशी पटत नसे. त्यांच्यात चुरस फार होती आणि त्यांच्या नावाप्रमाणे त्या अगदी कुत्र्या होत्या! मला जे काही हवेसे वाटले की, त्यांनाही ताबडतोब तेच हवे असे वाटायचे आणि मग आमच्यात जंगी लढाई व्हायची, तीही त्या कोवळ्या वयात! मला वाटते की, आयुष्यभर मला जी इतर कुत्र्यांची भीती बसली त्यामागचे तेच कारण असावे! अगदी अजूनही मी दुसऱ्या कुणा कुत्र्याशी कधीच धड वागू शकत नाही. जिंकण्यासाठी मला चुरस आणि मारामारी करावी लागेल, ही भावना तिथे नेहमीच असते.

परंतु 'सू' वेगळी होती. तिने कधीच माझ्याशी कशासाठी मारामारी केली नाही किंवा स्पर्धाही. त्याऐवजी तिने माझे लाड केले आणि माझ्या प्रत्येक इच्छेपुढे मान तुकवली. मला तऱ्हेतऱ्हेचे खाऊ घालून; तिने मला पार बिघडवून टाकले. काय पाहिजे ते तिने मला करू दिले! जर मला काही करायचे असेल आणि तिने त्याला हरकत घ्यायला सुरुवात केली, तर मी नेहमीच तिला काहीही करून आपल्या बाजूला वळवून, मला जे काही हवंय ते मिळवायचो. माणसाकडून जे काही

हवंय ते मिळविण्यात मी वाकबगार झालो; त्याला कारण 'सू' आहे, हे मी शपथेवर सांगतो!

तिने माझे लाड करून मला इतके बिघडवले, कारण कदाचित तिला माहीत होते की, मी काही थोड्या आठवड्यांपुरताच तिच्या जवळ असेन आणि नंतर आम्हाला कायमचे दूर व्हावे लागेल. मला आठवतेय... माझ्या आयुष्याचा पहिला काही काळ मला विरहाचे एवढे चटके बसले की, 'गुडबाय' या शब्दांच्या भावनिक धक्क्यातून मी कधीच बाहेर आलो नाही. जेव्हा-जेव्हा मी हे तिरस्करणीय शब्द ऐकतो, तेव्हा-तेव्हा माझ्या जिवाची घालमेल उडते.

परंतु सध्यातरी एक छोटे पॉमेरॅनियन कुत्र्याचे पिल्लू आयुष्याच्या काठावर घुटमळत होते. वसंतऋतूचे ते छान, सुखाचे आणि समाधानाचे दिवस झटकन जातायेत एवढ्याच गोष्टीची त्याला जाणीव होती. रोज गवतात लोळायचे, फुलपाखरांचा पाठलाग करायचा आणि नवनवीन गोष्टींच्या शोधाचे आश्चर्य करायचे, असे ते दिवस चालू होते. थंड रात्री या आईच्या उबदार आणि सुरक्षित कुशीत स्वत:ला गुंडाळून घेऊन घालवल्या जायच्या, आईच्या कुशीत म्हणू की, पंज्यात म्हणू? आणि मला ते सदैव असेच राहावे असे वाटत होते!

त्या शांततामय दिवसांवर वाईट छाया पडायची, ती एका माणसाच्या भेटीमुळे. तो आम्हाला तपासायला यायचा आणि 'व्हिटॅमिन' म्हटल्या जाणाऱ्या गोळ्या आमच्या घशात घालायचा. मला त्या गोळ्यांचा जितका तिटकारा होता तितकाच त्या खरखरीत केसाळ हातांचा स्पर्श मला नकोसा वाटायचा; काही वेळा मी त्या गोळ्या गिळल्याचे नाटक करायचो आणि त्याची पाठ फिरताच मी त्या थुंकून बाहेर फेकायचो. माणसांबरोबरच्या नातेसंबंधातील माझा पहिला धडा म्हणजे, 'त्या माणसांना जे हवंय ते करण्याचे नाटक करायचं आणि त्यांची पाठ वळताच त्याच्या विरुद्ध, कुत्र्यांना जे काही हवे ते करायचं,' यामुळे आयुष्य सोपे होते; माणसे अधिक ताकदवान असतात आणि त्यामुळे काही झाले, तरी ती जिंकतात. 'जर तुम्हाला योग्य मार्गाने जिंकता आले नाही, तर लबाडी करून जिंका,' या म्हणीत बरेच तथ्य आहे.

मागे वळून पाहिल्यावर मला वाटते की, त्या सुखकारक दिवसांत काही न केल्याची किंमत मला मोजावी लागली. त्या दिवसांत मला

कोणालाही खूश करावे लागत नसे. माझा राहण्याचा खर्चही मी मिळवत नव्हतो आणि त्यामुळे परतफेड करण्याचा दिवस माझ्या नकळत जवळ येत होता. एक दिवशी एक स्त्री कुत्र्याची पिल्ले ठेवण्याच्या जागेकडे हातात वही आणि पेन घेऊन आली. ती बिलला म्हणाली, "आम्हाला सशक्त, निर्यातयोग्य असे सहा पॉमेरॅनियन्स, चार टेरियर्स, दोन बॉक्सर्स आणि काही जॅक रसेल्स हवे आहेत." ती त्या शेतावर काही नवखी नव्हती, कारण मी तिला मधून-मधून वही आणि पेनसह बघितले होते.

बिल तिला 'बेट्सी' म्हणायचा आणि मला वाटते की, त्यांचे परस्परांत काहीतरी सूत होते, कारण एक-दोनदा 'सू' आणि तिची आई आजूबाजूला नसताना, त्यांनी परस्परांचे हात धरलेले मी पाहिले. त्या संधिसाधू, चालू बिलबद्दल मला चुगली करायची होती, पण अर्थात कोणालाच माझे म्हणणे समजले नसते. दुसऱ्याच्या जिवावर जगणाऱ्या आणि बेदरकार अशा बेट्सीची नजर मला आवडत नसे. एक दिवस मी तिच्या जवळ गेलो आणि सरळ तंगडी वर करून तिच्या बुटांवर शू केली; तेही मला राग आला होता म्हणून! परंतु मी इतका छोटा होतो की, तिच्या ते लक्षातही आले नाही! परंतु 'सू'नेमात्र मी काय केले ते पाहिले आणि नंतर आम्ही दोघे त्यावर खूप खिदळलोही!

थोडा वेळ खिदळल्यावर ती शांत झाली. तिने माझे कान खाजवत गंभीरपणे जाहीर केले, 'मलाही ती आवडत नाही, पॉम!' तिने मला ठेवलेले हे नाव होते, निव्वळ साधे 'पॉम!'

ती त्या बाईचा एवढा रागराग का करते, असे मला 'सू'ला विचारावेसे वाटत होते, परंतु तिला त्यावर आणखी काही बोलायचे नव्हते, तिने माझे लक्ष एका नव्या खेळाकडे वळवले आणि अर्थात त्या खेळात मी पार रंगून गेलो.

लोक सांगतात म्हणून मला ठाऊक आहे की, मी केशरी रंगाचा पॉमेरॅनियन आहे, त्या घडीला तरी माझ्यासारख्या साध्यासुध्या पिल्लाच्या मनात पुढच्या काही दिवसांतील प्रसंगांचे संबंध लावता येत नव्हते; तरी त्या बाईची भेट आणि तिची 'मजबूत, निर्यातयोग्य कुत्र्यांची पिल्ले' याबद्दलची विनंती, यामुळे मी काहीसा बेचैन झालो होतो. ते ऐकताना माझ्या छोट्याशा कण्यातून शिरशिरी गेली होती; त्याशिवाय 'सू'वरही

याचा परिणाम झालेला होता आणि आता ती जास्त वेळ माझ्याशी खेळायला येऊ लागली.

मी माझ्या आईला ट्रेसीला त्याबद्दल विचारले, परंतु 'सू'सारखी ती पण गप्प राहिली आणि कशाबद्दलही बोलण्याचे तिने नाकारले! 'देवा, भोवतालच्या जगात काय चाललंय हे जाणण्यास उत्सुक असणाऱ्या एका छोट्या पिल्लासाठी हे किती निराशाजनक असेल, याची तुम्ही कल्पना करू शकाल का?'

त्या बाईच्या भेटीनंतर दोन दिवसांनी आमच्यापैकी काहींची निवड झाली आणि आम्हाला पिंजऱ्यात घालून काही अंतरावर असलेल्या एका जागेकडे नेण्यात आले. तिथे एका पांढरे कपडे घातलेल्या माणसाने आम्हाला काही सुया भोसकल्या. जरी ते फारसे वेदनामय नव्हते, तरीसुद्धा प्रतिकार म्हणून व आपला मुद्दा मांडण्यासाठी वेदना झाल्यागत किंचाळणे, हे मला योग्य आणि आवश्यक वाटले. मी इतका छोटा होतो की, मी त्या माणसाच्या मोठ्या लाल, केसाळ पंज्यात सहज मावलो आणि जेव्हा त्याने तीव्र ॲन्टिसेप्टिकचा दर्प असलेल्या आपल्या मजबूत बोटांनी माझे तोंड थोपटले; तेव्हा मला वाटते, मी माझे नाक रागाने उडवत जोरात किंचाळलो.

त्या 'सत्रा'नंतर आम्हाला पुन्हा शेतावर परत नेऊन आमच्या आईकडे सोपवण्यात आले. त्या प्रवासाने माझ्या बहिणी आणि मी थकलो होतो. आम्ही आमच्या आईच्या प्रेमळ पंज्यात आनंदाने गुरफटलो आणि तिची स्तनाग्रे चोखू लागलो. तिचे जीवनदायी दूध पोटात जात असतानाच आम्हाला शांत झोप लागली. मी प्रत्येकावर विश्वास ठेवत होतो. मला माझे आयुष्य किंवा इतर काहीही बदलायला नको होते. कुटुंब म्हणून माझी आई आणि दोन बहिणींबरोबरची एकत्र अशी ती शेवटची रात्र आहे आणि सर्वांत दुःखदायक अशा मायलेकांच्या सक्तीच्या ताटातुटीच्या दुःखातून मला जावे लागणार आहे, असे जर मला आधी कळले असते, तर मी काय केले असते देव जाणे!

दुर्दैवाने कुत्र्यासाठी तर वियोग कायमचे असतात. 'महिन्याभराने भेटू या, निदान वर्षभराने तरी!' अशी काही गोष्ट त्यांच्या आयुष्यात नसते. एकदा का मी इथून गेलो की, मी कधीही ट्रेसीला – माझ्या जन्मदात्या आईला – किंवा माझी प्रिय मैत्रीण आणि सवंगडी असलेल्या

'सू'ला पुन्हा पाहणार नव्हतो. माझ्यापुढे अन्य मार्गही नव्हता; कोणीतरी निर्णय घेतला आणि माझ्या भावनांचा विचार न करता ज्यांच्यावर माझे प्रेम होते, त्या लोकांपासून मला दूर नेण्यात आले. त्यामुळे माझ्या उर्वरित आयुष्यात माझ्या प्रिय व्यक्तीपासून काही तासांसाठी जरी दूर नेले गेले तरी एक भयगंड माझ्या मनात निर्माण झाला, कारण मी त्यांना पुन्हा कधीही पाहू शकणार नाही, अशी भयंकर भीती मला वाटत असते.

दुसऱ्या दिवशी नेहमीप्रमाणे सकाळी आम्हाला दूध पाजण्यासाठी आणि चाटून-पुसून साफ करण्यासाठी आईकडे सुपूर्द केले गेले, परंतु त्यांनी आम्हाला आतच ठेवले. 'सू' आम्हाला भेटायला येत असताना दिसली, परंतु त्याचवेळी तिची शाळेची बस आली आणि ती धावतपळत बस पकडण्यासाठी पळाली. त्या दिवशी मी 'सू'ला अखेरचे बघितले आणि बहुधा त्या दिवशी आम्हाला दूर नेणार होते, हे कुणीही तिला सांगितले नव्हते. त्यामुळे शाळेतून परत आल्यावर नेहमीप्रमाणे ती मला बघेल, असे तिला वाटले असावे. कधी-कधी एखाद्या उदास क्षणी मी विचार करतो, त्या दिवशी शाळेतून आल्यावर तिने मी जागेवर नाही हे पाहून काय केले असेल?

काही तासांनंतर आम्हाला पुन्हा पिंजऱ्यात भरण्यात आले. माझ्या दिनक्रमात आलेला तो अडथळा मला फारसा आवडला नव्हता. तरीसुद्धा मला काळजी वाटली नव्हती, कारण दिवसाच्या शेवटी मी पूर्वीसारखा परत येईन असे मला वाटले होते, परंतु आपल्या पिल्लांना दूर नेत असल्याबद्दल माझ्या आईने चांगला मोठा तक्रारीचा सूर लावला, परंतु ती काही तिच्या मालकाच्या तोडीस तोड नव्हती आणि काही करू शकत नव्हती. त्यांनी शांतपणे आम्हाला तिच्यापासून दूर नेले.

मी इतका छोटा होतो की, माझ्या मागच्या पायांवर उभाही राहू शकत नव्हतो. त्या पिंजऱ्यांच्या पोलादी सळ्यांची टोके माझ्या पुढच्या छोट्या पायांनी पकडून आणि आमच्या घराच्या दरवाज्याशी उभ्या असलेल्या माझ्या आईला पाहण्यासाठी मी स्वतःला उंच करून उभा राहिलो. मी तिला शेवटचे पाहिले तेव्हा ती एखाद्या काळजीग्रस्त आईसारखी डोके ताठ ठेवून कान मागे नेऊन आम्हाला बघण्याचा प्रयत्न करत होती. तिचे नाक आमच्या त्या ओळखीच्या गंधासाठी

हालत होते. जेव्हा ती व्हॅन हलली तेव्हा मी तिला आमच्या मागून धावत येताना पाहिले. कोणीतरी मग तिला वर उचलून तिच्या घराकडे घेऊन गेले.

"काळजी करू नको; मॉम, मला दिवसभरासाठी कुठेतरी नेले जात आहे, पूर्वीसारखाच तुला काही कळायच्या आत मी परत येईन!" मी मोठ्याने ओरडून तिला सांगितले.

मला वाटते की, तिने मी बोललेले ऐकले असावे, कारण तिचे डोळे अश्रूंनी भरलेले आहेत, असे मला भासले. तिचे आक्रमक भुंकणे थांबले आणि ती दुःखी आवाजात रडू लागली.

यापेक्षा मी जास्त काही करू शकत नव्हतो, कारण माझ्या नशिबावर माझेच नियंत्रण नव्हते, त्यामुळे मला त्यांना जे काही करावयाचे होते, ते करून मला पुन्हा परत शेतावर, माझ्या आईकडे परत जाऊ देईपर्यंत वाट पाहणे भाग होते. त्या पिंजऱ्याच्या कोपऱ्यात जाऊन मी पडलो आणि त्या व्हॅनला बसणाऱ्या हलक्या धक्क्यांनी मला झोप लागली. इतर पिल्लांचेही ओरडणे लवकरच थांबले. एकामागोमाग एक आम्हाला घरापासून दूर नेणाऱ्या त्या झुलणाऱ्या व्हॅनमुळे सगळेच पेंगू लागलो.

दरवाजे उघडण्याच्या धातूच्या आवाजामुळे आम्हाला जाग आली आणि एखाद्या वाद्यवृंदासारखे ते ओरडणे, रडणे पुन्हा सुरू झाले. दोन माणसे आमचे पिंजरे त्या व्हॅनमधून बाहेर काढत होती आणि पुढील दृश्य मी भीतीने गारठून पाहातच राहिलो, कारण धावत्या पट्ट्यावर एका अंधाऱ्या बोगद्यातून अपरिचित अशा ठिकाणी आम्हाला पाठवण्यासाठी ठेवले जात होते. त्या वेळी मला अंधाराची भयानक भीती वाटायची आणि जरी उगाचच माझ्याकडे लक्ष वेधून घेण्याची इच्छा नव्हती, तरी माझ्या हृदयातून निघणारे तक्रारीचे स्वर माझ्या घशाशी जोरात येऊन एखाद्या स्फोटासारखे बाहेर पडत होते, पण ते मी थांबवू शकलो नाही. माझ्या लक्षात आले की, माझ्या घशातील स्वरयंत्राची क्षमता ही माझ्या शारीरिक आकारमानाला न शोभेशी, कितीतरी पट अधिक होती, जी भविष्यकाळात माझ्यासाठी वरदान ठरली आणि शापसुद्धा! जेव्हा मी उत्तेजित होतो, तेव्हा माझा स्वतःवरचा ताबा सुटतो. आणि माझ्या घशातील आवाजाच्या तारा आपणहोऊन मोकळ्या होऊन तार स्वराला जाऊन भिडतात; माझी इच्छा असूनही त्याबाबत मी काही करू शकत नाही!

त्या अंधाऱ्या बोगद्यातून बाहेर पडून माणसांनी गजबजलेल्या एका मोठ्या खोलीत येईपर्यंत मी ओरडत होतो. कुणीतरी आमचा पिंजरा हलवण्यासाठी आले आणि मला व माझ्या दोन भावंडांना एका छोट्या पिंजऱ्यात टाकण्यात आले. मी सुटकेचा नि:श्वास टाकला, कारण जर मला जेथे कुठे पाठवलेच जाणार होते, तेथे तिऱ्हाइतांपेक्षा आपल्या घरच्या भावंडांबरोबरच जाणे जास्त बरे होते. आम्हा कुत्र्यांची हीच तर समस्या आहे. आम्हाला कुठे नेले जातेय आम्हाला खरंच माहीत नसते आणि लोक जे काही आमचे करतात त्याला आम्ही प्रतिकारही करू शकत नाही. आम्हाला हाताळणारी माणसं दयाळू आणि खरंच आमच्याशी माणुसकीने वागतील आणि आमच्या दुर्बलतेचा फायदा घेणार नाहीत, असा विश्वास ठेवावा लागतो.

परंतु या वेळी माझ्या काही तक्रारी नव्हत्या. आमची योग्य काळजी घेतली जात होती, आम्हाला भरपूर ताजे पाणी आणि अन्न दिले जात होते आणि आमचे छोटे पाय लांब करायला त्या खोलीच्या छोट्याशा पिंजऱ्यात पुरेशी जागा होती. मी स्वच्छतेबद्दल अगदी त्या वेळीही विलक्षण काटेकोर होतो आणि त्या सर्व प्रवासभर मी माझी लघवी अगदी रोखून धरली होती. ती आता अगदी बाहेर पडण्याच्या बेताला आली होती. मी त्या छोट्या पिंजरावजा खोलीच्या टोकाला जाऊन लघवी करण्याची संधी घेतली, त्यामुळे मीच केलेल्या घाणीपासून जितके शक्य होईल, तितके दूर जाण्याची जागा मला मिळू शकली असती.

आम्हाला जेव्हा आमच्या पिंजऱ्यात ठेवण्यात आले, तेव्हा त्यात एक पाणी पिण्यासाठी कारंजे आणि जमिनीवर नवीन स्वच्छ चादरी अंथरण्यात आल्या होत्या. कोपऱ्यात एक ट्रे ठेवलेला होता – तो नैसर्गिक विधी करण्यासाठी. तेव्हा मला माझ्या भयंकर चुकीची जाणीव झाली. आम्हाला दूरच्या प्रवासासाठी तयार करण्यात येत होते का? आणि आम्ही शेतावर वाट पाहणाऱ्या आमच्या आईकडे परत जाणार नव्हतो, असे होते का....?

एक भीतीची घंटा दाबली गेली होती आणि भेदरून, मी माझे तोंड त्या पिंजऱ्याच्या काचेच्या तावदानाशी नेले ते आवतीभोवती काय चाललंय; ते बघण्यासाठी! कुणीतरी आमचा पिंजरा, कुत्र्यांची ओरडणारी

पिल्ले असलेल्या दुसऱ्या काही पिंजऱ्यांबरोबर एका ट्रॉली कारमध्ये ठेवत होता. उघड्या काँक्रीटच्या जागेवर असलेल्या एका मोठ्या धातूच्या पक्ष्याजवळ तो आम्हाला नेत होता. तो पक्षी पांढऱ्या रंगाचा होता. त्याची शेपूट लाल होती आणि त्याला मी शेतावर पाहिलेल्या पक्ष्यांसारखे फक्त पंख होते. फक्त हा पक्षी इतका अजस्त्र होता की, तो सर्व जगाएवढा मोठा असावा, असे मला वाटले. अर्थात त्या वेळी मला माहीत नव्हते की, आम्हाला विमानात नेण्यात येत होते, मी ज्या देशात जन्मलो होतो, त्या देशापासून आणि माझ्या आईपासून दूर... परत कधी न येण्यासाठी! त्या ट्रॉली कारच्या हलण्यामुळे मला ओकारी येईल, असे वाटत होते. त्या क्षणी मला माझ्या आईच्या आणि घरातील सुखाच्या आठवणीने रडू फुटले!

निघण्यापूर्वी जे दूध आम्ही प्यायलो त्यात त्यांनी काही घातले होते की, काय देव जाणे! परंतु सुदैवाने एक प्रकारची सुखद गुंगी जाणवू लागली होती. आम्हाला त्या पांढऱ्या पक्ष्याच्या तळाशी असलेल्या अजस्त्र तोंडात अक्षरश: कोंबण्यात आल्याचे मला कसेबसे आठवते. इतर अनेक प्राणी, बहुतेक निरनिराळ्या आकारांची आणि प्रकारची कुत्री त्या पांढऱ्या पक्ष्याच्या पोटात असलेल्या खोलीत असल्याची जाणीव आणि मिनिटांमिनिटाला वाढणारा विचित्र गुरगुरण्याचा आवाज ही शेवटची गोष्ट मला आठवते. त्यानंतर त्या विचित्र तऱ्हेच्या सुस्तीला मी बळी पडलो आणि गाढ झोपून गेलो. त्यानंतर तिथे काही नव्हते, होती ती स्तब्ध आणि आरामदायी अशी विस्मृतीची शांतता.

तो मोठा पक्षी धावपट्टीवर जोरात धावत आणि मोठा आवाज करत धातूची चाके पोटात घेऊन उडाला तेव्हाही माझी झोप चालूच होती. माझी जन्मभूमी मी मागे सोडली होती, जी पुन्हा कधीच मला बघायला मिळणार नव्हती....!

दोन

जोराने आपटल्याचा आवाज झाला आणि त्या पाठोपाठ जमिनीवर उतरताना बसलेल्या जोराच्या धक्क्यामुळे मला जाग आली. या अचानक हालचालींना मी तयार नव्हतो. मी उठायचा प्रयत्न केला आणि त्या पिंजऱ्याच्या बाजूला फेकला गेलो. त्या खोलीतील हवामान तसे आरामदायी होते; पण मी थरथरत होतो. कारण त्या आपटल्याच्या आवाजानंतर आलेला आवाज हा फार मोठा होता आणि तो माझ्या कानातून उजेडाच्या प्रखर झोताप्रमाणे भेदून गेला. अत्यंत घाबरलेली ती सर्व कुत्री एक सुरात ओरडू लागली – जेव्हा तो आवाज जरा कमी होऊन गुणगुणल्यासारखा झाला तेव्हा माझ्या लक्षात आले की, मीही ओरडत होतो आणि या वाद्यवृंदात माझा आवाज हा सर्वांत मोठा होता!

मी इतका घाबरलो होतो की, मी झोपलेला असताना साचून राहिलेली लघवी झटकन बाहेर पडेल अशी धास्ती मला वाटत होती, पण अगदी महत्प्रयासाने मी ती दाबून ठेवली. अशा जीवघेण्या परिस्थितीतही मी माझ्या बहिणींप्रमाणे वाटेल तिकडे लघवी करायला सुरुवात करणार नव्हतो. कारण ते अगदी उबग आणणारे होते. 'डॉग शो'स्पर्धेतून निवृत्त झालेल्या माझ्या आईचे या विषयावरील शब्द माझ्या आसपास फिरत होते आणि सद्यपरिस्थितीत हे विषयांतर काहीसे सुखावह वाटत होते. आई म्हणायची, 'माझ्या पिल्लांनो लक्षात ठेवा, एकदा का तुम्हाला अशी घाणेरडी सवय लागली की, ती कायमची तुम्हाला लागते!'

आधी दिलेल्या औषधाची गुंगी अजूनही अनुभवत असलेल्या

माझ्या देहाला मी मोठ्या कष्टाने दूर टोकावर असलेल्या पिंजऱ्यातील ट्रेकडे नेले आणि लघवी उरकली. त्या ताणातून मोकळा झालो म्हणून मला फार बरे वाटले, परंतु माझे हृदय अजूनही धडधडत होते आणि तो थरकाप मी थांबवू शकत नव्हतो. एक मोठा प्रश्न माझ्या डोळ्यासमोर नाचत होता – आम्ही कुठे होतो आणि आमचे काय होणार होते? अचानक मला आईची सुरक्षितता हवीशी वाटली आणि तिच्या हृदयाचे आरामदायी ठोके माझ्या कानाजवळ ऐकू यावेत, असे प्रकर्षाने वाटून मी चक्क रडू लागलो. भीतिदायक गुरगुरण्यापेक्षा बेऽऽ बेऽऽ करत, लहान आवाजात आक्रोश करत पिरपिरत रडण्याच्या या अशा पद्धतीने माणसांची मने आपल्या फायद्यासाठी जास्त लवकर आपल्या बाजूला करून घेता येतात हे ही मला मागाहून कळले. मी नेहमीच शेतावर असताना बिनधास्त आणि सुखी असायचो, त्यामुळे मी रडत होतो तेही पहिल्यांदा. ते रडणे उगाचच कुणी लक्ष द्यावे म्हणून नव्हते, परंतु खरोखर ते आतडी पिळवटणारे हुंदके होते.

तो मोठा पांढरा पक्षी हा अखेर कर्कश्श किंकाळ्या देत थांबला आणि यातून केव्हा आणि कसे बाहेर पडू यासाठी वाट पाहणे याशिवाय आम्ही दुसरे काही करू शकत नव्हतो. अचानक तिथे शांतता पसरली! जणू तिथे त्या मोठ्या खोलीत बंदीवान असलेल्या डझनावारी प्राण्यांनी अगदी प्रयत्नपूर्वक आपला श्वास एकदमच रोखून धरला होता. काळाच्या पोकळीत लोंबकळणाऱ्या इतक्या सर्व छोट्या प्राण्यांनी इतके गप्प राहणे, हे काहीसे विलक्षण आणि जरब दाखवणारे होते.

परंतु आम्हाला फार काळ वाट बघावी लागली नाही. तो दरवाजा कुरकुरत हळूहळू उघडला आणि तो अद्‌भुत क्षण संपला. आम्ही सर्वांनी पुन्हा मोठ्या आवाजात गोंगाट सुरू केला आणि आम्ही बाहेर पडण्यासाठी झोंबाझोंबी करू लागलो. आत उड्या टाकून आलेल्या अनेक माणसांनी पिंजरे हलविण्यास सुरुवात केली. त्या उघड्या दरवाज्यातून आतमध्ये हवेचा जोरदार गरम झोत येत होता. अचानक आलेल्या त्या नकोशा उष्णतेची आणि दमटपणाची मी पर्वा केली नाही, कारण मला सूर्यप्रकाश आणि थोडेसे आकाश दिसू शकत होते.

जिथे आम्ही बरेच दिवस राहिलो होतो, त्या खोलीच्या चार भिंतींच्या आणि बंदिस्त जागेच्या बाहेर आम्ही काहीही बघू शकत होतो;

हेच त्या क्षणी तरी मला हवे होते, कारण मी खुल्या निसर्गाचे बाळ होतो. ती जागा आणि पिंजऱ्यातील बंदिवासामुळे माझ्या शरीरातून जणू घुसमटल्याच्या लाटा बाहेर पडत होत्या आणि त्यामुळे मला एक प्रकारची जोरदार भीती वाटत आली होती. किंचाळण्याची आणि फुफ्फुसे, आतडी व इतर सर्व बाहेर फेकण्याची तीव्र इच्छा माझ्या मनात होती. ते सर्व अवयव माझ्या शरीरातून ओसंडून बाहेर पडून माझ्याभोवती तरंगताना मला दिसत होते, 'देवा, मला वेड तर लागले नाही ना?'

पुन्हा हलवाहलव आणि अमर्याद अशा फिरत्या पट्ट्यांवरून इकडून-तिकडे गेल्यावर पुन्हा एकदा दुसऱ्या एका खोलीच्या चार भिंतींत मी गेलो. इथे कोणीतरी मला पिंजऱ्याबाहेर काढून संपूर्णपणे नीट तपासले. माझे तोंड जबरदस्तीने उघडले आणि माझ्या डोळ्यात उजेड टाकून तेही तपासले. ते अगदी तिरस्करणीय होतेच; शिवाय माझ्या प्रतिष्ठेला धक्का देणारे होते. मी माझा असंतोष प्रगट करण्यासाठी माझे छोटे पण धारदार दात छळ करणाऱ्या त्या घुसखोर बोटांत खुपसले, त्यामुळे त्याला वेदना झाल्या, परंतु पुढच्या काही दिवसांच्या प्रसंगांनी मला दाखवून दिले की, मी काहीही केले तरी माणसेच शेवटी जिंकतात, कारण ती जास्त शक्तिवान असतात. ते जगावर आणि तेथील प्राण्यांवर अधिकार चालवतात आणि मला दसपट शिक्षा देऊ शकतात.

आम्ही ज्या कुत्र्यांबरोबर प्रवास केला होता, त्यातील बऱ्याचशा कुत्र्यांना या टप्प्यावर वेगळे केले गेले. माझ्या दोन बहिणींना एका वेगळ्या वाहनात ठेवल्याचे मी बघितले. कुटुंबातील ते शेवटचे चेहरेही माझ्यापासून दूर जात होते. माझ्या बहिणींना घेऊन जाणारी व्हॅन जेव्हा धूळ उडवत दूर अंतरावर दिसेनाशी झाली तेव्हा मी पुन्हा रडलो....!

एका चकाकत्या नव्या काळ्या जीपमध्ये इतर पाच पिल्लांबरोबर भरले जाण्याची माझी पाळी होती. त्या चांगल्या वाहन व्यवस्थेमुळे माझ्या बाबतीत चांगल्या गोष्टी घडतील, अशी खूण मला पटली आणि तो प्रवास संपण्याची मी अगदी आतुरतेने वाट पाहू लागलो.

जेव्हा तो प्रवास संपला तेव्हा माझ्या लक्षात आले की, माझ्या या पुढच्या थांब्यावर चकचकीत चिलखत घातलेला कुणी सरदार मला भेटायला आलेला नव्हता. त्याऐवजी तिथे एक मोठा फलक होता – 'वॅगीज, पाळीव प्राण्यांचे व त्यांच्या संगोपनाचे दुकान.' जो माणूस

आमचे पिंजरे घेण्यासाठी आला तो अगदी एखाद्या काठीसारखा लुकडा आणि आजवर बघितलेल्या सर्वांत दुःखी चेहऱ्याचा तरुण होता. तो आपला पार्श्वभाग मजेशीरपणे हलवत चालायचा आणि मला खातरी आहे की, तो जे काम करत होता त्याचा त्याला सर्वांत जास्त तिटकारा होता. मी पार निराश झालो, कारण ज्या ठिकाणी मला आणण्यात आले होते, ती जागा म्हणजे आगीतून फुफाट्यात पडल्यासारखे होते. माझा अंदाज बरोबर होता. त्या पाळीव प्राण्यांच्या दुकानात मला अजूनही पिंजऱ्यात बंदिस्त ठेवलेले होते; त्यात भर म्हणजे तो पिंजरा आणखी छोटा होता आणि धसमुसळेपणे हाताळला जात होता.

त्या पाळीव प्राण्यांच्या दुकानातील पहिला दिवस मी माझे नवीन आयुष्य नाकारण्यातच घालवला. दुसऱ्या दिवसापासून मी वस्तुस्थिती स्वीकारण्याचा प्रयत्न करू लागलो. घाबरलेल्या आणि घरासाठी झुरणाऱ्या कुत्र्यांच्या दोन पिल्लांबरोबर मी ज्या छोट्याशा पिंजऱ्यात राहात होतो, ते या क्षणाला तरी माझे नवे घर होते. जे लोक आम्हाला बघायला येत होते, आमच्यावर टिप्पणी करत होते आणि मग दुसऱ्याच पिल्लाला घेऊन जात होते, त्यांना बघण्यासाठी मला ठेवलंय, ही वस्तुस्थितीही मी तिसऱ्या दिवसापासून स्वीकारली.

मला माझ्या पिंजऱ्यात राहणाऱ्या, भोकाड पसरणाऱ्या सहकाऱ्यांचा अगदी तिटकारा आला होता, परंतु दुकान सांभाळणाऱ्या मूर्ख, नेभळट माणसाने मारामाऱ्या न करण्याबद्दल आम्हाला आधीच ताकीद दिली होती, त्यामुळे मी स्वतःला आवरण्याचे आणि त्याने सांगितल्याप्रमाणे वागण्याचे ठरवले. या पाळीव प्राण्यांच्या दुकानातून कुणीतरी मला विकत घेईल, ही माझ्या बाबतीत घडू शकणारी सर्वांत छान गोष्ट होती. त्यामुळे आक्रमक असण्याचा काही फायदा होणार नव्हता. मी एव्हाना बरेच ऐकले होते. प्रत्येकाला अगदी गोड स्वभावाची, शांत आणि देखणी पिल्ले हवी असतात, हे मला कळून चुकले होते. त्यामुळे मला माझा घाणेरडा स्वभाव – काही वेळासाठी तरी – दडवून ठेवावा लागत होता.

चौथ्या दिवशी एका कुटुंबाने मला जवळजवळ घेतलेच होते, परंतु शेवटच्या क्षणी त्या कुटुंबातील स्त्रीने आक्षेप घेतला, ''पॉमेरॅनियन्स फार केकाटत असतात! त्यापेक्षा आपण 'बिगल' घेऊ या.''

पाचव्या दिवशी मात्र मी त्या पिंजऱ्यातून बाहेर पडण्यासाठी उतावीळ झालो होतो आणि माझे प्रयत्न दिवसेंदिवस निरर्थक होत होते. आम्हाला वस्तूप्रमाणे हाताळणाऱ्या आणि आमचे प्रदर्शन मांडणाऱ्या त्या नकोशा वाटणाऱ्या पाळीव प्राण्यांच्या विक्री केंद्रातून दूर न्यावे म्हणून छान दिसण्याचा प्रयत्न करायचा एवढाच माझा कार्यक्रम होता. त्या थंड, उदास रात्री मी अंधारात थंडीने कुडकुडत असताना आई आणि मैत्रीण 'सू' राहात असलेल्या शेतावर मोकाट धावण्याची, त्या दुसऱ्या जीवनाची स्वप्ने पाहात असायचो. मला माहीत होते की, मी त्यांचा विचार करणे थांबवायला हवे, कारण मी त्यांना पुन्हा कधीही न बघण्याची शक्यता अधिक होती, परंतु मी स्वत:ला आवरू शकत नव्हतो, मी आवरू शकतच नव्हतो. एका रात्री मी इतका दु:खी झालो की, त्या पिंजऱ्याच्या एका कोपऱ्यात मुटकुळं करून पडलो. माझ्या डोळ्यांतून अश्रू वाहात होते आणि मी 'मेलो तर बरे' अशी इच्छा करत होतो. जर मला स्वत:ला मारता येण्यासारखे काही साधन त्या रात्री मिळाले असते, तर मला वाटते मी ते केलेही असते!

'माणसे' ही आम्हा कुत्र्यांच्या भावनांबद्दल संवेदनशील नसतात किंवा तो त्यांचा दोष नसावा; त्यांना हे माहीतच नसते की, आमच्याही भावना दुखावल्या जातात. त्या बिल किंवा इतर कुत्र्यांच्या व्यापाऱ्यांकडे पाहा! त्यांनी आम्हाला आमच्या आईपासून दूर नेले तेव्हा आम्हाला किती दु:ख होत असेल, हा विचारही त्यांच्या मनात आला नाही. कोणी हा विचार करण्यासाठी थांबला नाही की, आम्हालाही कुटुंब नसले तर चुकल्या चुकल्यासारखे वाटते आणि सात आठवडेच वय असलेल्या आमच्यासारख्या बाळांना आईच्या उबेची आणि प्रेमाने गोंजरण्याची गरज होती. त्या अंधाऱ्या पिंजऱ्याच्या कोपऱ्यात मी कसाबसा, हवेत असलेल्या लघवीच्या वासाकडे दुर्लक्ष करत गुरफटून बसलो होतो; सकाळ होण्याची, छान दिसण्याची आणि कुणीतरी मला त्या पिंजऱ्यातील जीवनापासून मुक्त करावे, अशी कुणालातरी याचना करण्याची वाट पाहात होतो. माझ्या आईचे स्तन चोखण्यातून मिळणाऱ्या समाधानाचा आणि ती जेव्हा मला काळजीपूर्वक स्वच्छ करायची, तेव्हा तिच्या माझ्या अंगावर फिरणाऱ्या गरम जिभेचा मी अगदी आशाळभूतपणे विचार करत राहिलो. भविष्यकाळात माझ्यात आलेले स्वच्छतेचे वेड हा बहुधा

याचाच परिपाक होता.

वाट पाहणे आणि आजतरी तो दिवस येईल, अशी आशा करणे एवढेच काम असलेला दुसरा एक निष्क्रिय दिवस उजाडला. माझा पराभव झाला असे मानून, सारे सोडून देऊन, मी पिसाळल्यागत वागून! कोणीतरी मला ठार मारावे असे मला वाटत होते, कारण त्या घाणेरड्या पिंजऱ्यात आणखी दुसरा दिवस काढणे मला शक्य नव्हते, परंतु मी हे सर्व केले नाही, कारण मागे राहिलेले आम्ही सर्व काही चमत्कार घडेल, असा फुकट विश्वास ठेवणारे होतो. हो, 'बोगद्याच्या टोकाला उजेड असतो,' अशा तऱ्हेच्या मनाला प्रेरणा देणाऱ्या भ्रामक समजुतींवर आम्ही कुत्रीही विश्वास ठेवतो.

बहुधा ती कोणत्यातरी सुट्टीची सुरुवात असावी, कारण बरेचसे लोक त्या दिवशी दुकानात आले. प्रत्येकवेळी दारावरची घंटी वाजली की, कुणी गिऱ्हाईक आले या अपेक्षेने मी उभा राहायचो. माझे छोटे पंजे पिंजऱ्याच्या सळ्यांना चिकटवायचो, अगदी मोहक दिसायचा प्रयत्न करायचो आणि किंचाळायचो, 'बघा मी किती छान आहे! मला घरी घेऊन जा! मी नाच करू शकतो, मी तुमची करमणूक करू शकतो!'

परंतु ही मात्रा काही लागू पडताना दिसत नव्हती. लक्ष जावे म्हणून जेवढा ओरडायचो आणि माझे करमणुकीचे कसब दाखवण्यासाठी नाचायचो तेवढे लोक अधिकच माना हलवायचे आणि म्हणायचे, 'पॉमेरॅनियन्स! जरा जास्तच केकाटणारे असतात!'

दुपार टळल्यावर मात्र मी अगदी थकून गेलो. आणखी एक रात्र पिंजऱ्यात काढावी लागणार म्हणून मानसिक तयारी केली होती. तेवढयात पुन्हा एकदा घंटा वाजली आणि एक छोटी मुलगी आत घुसली आणि तिने आपले तोंड माझ्या पिंजऱ्याला चिकटवले.

मी रागाने तिच्याकडे पाहिले आणि भुंकलो, जणू मला म्हणायचे होते, 'चालती हो! तुला मी नकोय, हो, हो, मला माहीत आहे. पॉमेरॅनियन्स फारच केकाटणारे असतात! निघून जा आणि मला एकटे सोड!'

मला मनातून अगदी वाटत होते की, माझ्यापासून फक्त काही इंचावर असलेल्या त्या नखरेबाज छोट्या नाकात दांत घुसवावे, परंतु मी स्वत:ला कसेबसे आवरले.

"मॉम," ती लहान मुलगी किंचाळली, "इथे एक पॉमेरॅनियन आहे, अगदी एरिकसारखा! प्लीज, मला तो मिळेल का?"

तिची आई तिथे आली आणि काहीशा अनिश्चिततेने माझ्या पिंजऱ्यात डोकावली. आता या वेळेपर्यंत माझी मघाची मन:स्थिती बदलून आशेने मी नाचण्या, गाण्याचा नेहमीचा कार्यक्रम सुरू केला. जेव्हा मी उत्तेजित होतो, तेव्हा मी स्वत:वर ताबा ठेवू शकत नाही, नाच आणि गाणे अगदी सहज येते!

"हे जरा जास्तच लवकर नाही का होत, तानिया?" तिची आई म्हणाली.

"एरिक आपल्याला सोडून गेल्याला फक्त तीनच दिवस झाले आहेत. आपण आणखी काही दुकानांत हिंडू या आणि हा निर्णय या आठवड्याच्या सुट्टीच्या अखेरीस घेऊ या?"

मी एकदम निराश झालो, मला माहीत होते की, ते दुकानातून गेले तर पुन्हा कधीच परत येणार नाहीत. तिथे धुंडाळण्यासाठी पाळीव प्राणी विकणारी अनेक दुकाने होती आणि ती छोटी मुलगी मला विसरणं शक्य होते. वेड्यासारखे मी त्या थोपटणाऱ्या बोटाला पंज्याने धरले आणि त्या तानिया नावाच्या मुलीकडे अगदी दीनवाण्या नजरेने पाहिले. आणखी एक दिवस पिंजऱ्यात काढावा लागणार म्हणून माझे डोळे पुन्हा भरून आले होते. त्याने काम फत्ते झाले. ती अगदी व्यवस्थित आणि खरंच भारली गेली आणि तिने मला चक्क डोळा घातला आणि तिने माझ्या नाच आणि गाण्याचा आपला स्वत:चाच अर्थ लावला.

"नाही मॉम, पुढच्या आठवड्यापर्यंत मला वाट बघायची नाही किंवा दुसऱ्या दुकानातही जायचे नाही. मला हेच पिल्लू हवेय, तो अगदी एरिकसारखा आहे! तुला आठवते की, तू मला वचन दिले होतेस की, एरिक-दोनची निवड मी करायची आणि मी त्याला निवडलाय!"

तिच्या त्या गडबडगुंड्याने आणि हट्टाने इतर गिऱ्हाइकांचे लक्ष वेधले जात असल्यामुळे शरमिंद्या झालेल्या तानियाच्या आईने घाईने मान डोलावली आणि माझे हृदय आनंदाने भरून आले, मला हवे ते घडणार होते तर...! तो एरिक कोण होता; त्याची मला कल्पनाही नव्हती, परंतु त्याने अक्षरश: माझा जीव वाचवला होता! जर का आणखी एक दिवस त्या पिंजऱ्यात काढावा लागला असता, तर मी

वेडाच झालो असतो!

नंतर मागाहून मला कळले की, एरिक हा त्यांचा शेवटचा पॉमेरॅनियन होता, एक अत्यंत आजारी म्हातारा कुत्रा! स्वभावाने तो अगदी देवदूतासारखा छान होता आणि काही दिवसांपूर्वी तो वारला होता. तो नसल्यामुळे त्यांना इतके चुकल्याचुकल्यासारखे झाले होते की, त्याच्यासारखा नवीन कोणीतरी हवा म्हणून ते आले होते, परंतु इतक्या पटकन माझी निवड होऊन याचा शेवट होईल, अशी अपेक्षा त्यांनी केली नव्हती!

कधी-कधी विशेषत: जेव्हा मी जास्तच गाणी आणि नाचायला सुरुवात करतो, तेव्हा माझी माणूस आई – जेनिफर, माझ्याबाबत हतबल होते, ती मला नाच चालू असताना पकडायला बघते आणि उसासा सोडत म्हणते, 'तू म्हाताऱ्या एरिकसारखा थोडातरी का नाहीस रे? तो इतका गोड आणि देवदूतासारखा होता!'

अशावेळी मला त्रास होतो. पॉमेरॅनियन कुत्री ही रुंद छातीबद्दल प्रसिद्ध आहेत, मला त्याचा अभिमानही वाटतो – अशा रुंद छातीतून श्वास सोडण्यासाठी क्षणभर नाचायचे मी थांबतो आणि फुत्कारतो, 'मी काही गोड आणि परीसारखा असणे शक्य नाही, बाई! मी पुरूष आहे!'

नंतर जेनिफर खेळकरपणे मला चापट मारते आणि असे कवटाळते की, माझे प्राण गुदमरून जातात आणि हसत-हसत माझ्या अपरिपक्व विनोद वृत्तीवर टिप्पणी करते. मला माहीत आहे की, ती माझ्यावर खूप प्रेम करते, ते नाच-गाणे सर्वच तिला आवडते आणि गंमत म्हणजे मी माझा सर्व पुरुषी अहंकार वाऱ्यावर सोडून अगदी मवाळ होऊन तिच्या गोंजरण्यात गुंग होतो. मला कसे जिंकायचे ते जेनिफरला खरंच माहीत आहे!

तो दुकानात काम करणारा नोकर; सहसा आमच्याकडे दुसरा कटाक्ष न टाकणारा, जेव्हा गिऱ्हाईक नसतील तेव्हा आम्ही गप्प बसावे म्हणून आमच्यावर खेकसणारा तो मूर्ख एकदम दक्ष झाला, कारण आता खातरीने विक्री होण्याची शक्यता होती.

"हा अगदी छान कुत्रा आहे. काही दिवसांपूर्वीच तो ऑस्ट्रेलियाहून आला. त्याच्यामध्ये अगदी योग्य अशी लक्षणे आहेत आणि त्याचे वावरणे हे स्पर्धेत प्रावीण्य मिळवणाऱ्या कुत्र्यांच्या वंशाला साजेसे आहे." जोरजोरात बडबडत त्याने मला पिंजऱ्यातून बाहेर काढून त्या

छोट्या मुलीच्या पुढे आलेल्या हातात ठेवले. या व्यवहारात ती महत्त्वाचे 'प्यादे' असल्याचे आम्ही दोघे जाणून होतो.

त्या मुलीला पाहून मला 'सू'ची आठवण झाली. मी माझी जीभ बाहेर काढून कुत्र्याच्या पिल्लाच्या हळुवार आणि ओलसर पाप्यांची तिच्यावर बरसात केली. त्याने काम फत्ते झाले. मी तिला जिंकले होते आणि माझी खातरी होती, जेव्हा ते दुकानातून बाहेर पडतील, तेव्हा मी त्यांच्याबरोबर चालत असेन! त्या वास मारणाऱ्या पिंजऱ्यातील ते माझे कष्टाचे दिवस आता जवळ-जवळ संपले होते!

जेनिफर जरा जास्त सावध होती, म्हणून तिने माझ्या रंगाबद्दल चौकशी केली. त्यांच्या जुन्या कुत्र्याप्रमाणे अगदी तसाच केशरी रंगाचा पॉमेरॅनियन त्यांना हवा होता, असे तिने सांगितले. माझा रंग तर गडद, काळपट आणि जराही केशरी रंगासारखा नव्हता.

''ते ठीक आहे,'' तो मूर्ख माणूस म्हणाला. ''केशरी रंगाचे पॉमेरॅनियन्स हे जन्मत: काळपट असतात आणि जसे-जसे ते मोठे होतात, तसा तो रंग हळूहळू केशरी रंगात बदलतो. त्याची माहिती असलेली कागदपत्रं बघा. त्यात लिहिलंय की, तो लाल रंगाचा पॉमेरॅनियन आहे.''

सुदैवाने जेनिफरने ते स्पष्टीकरण मान्य केले आणि मुख्य म्हणजे, ती छोटी मुलगी – तानिया – तिने मला इतके घट्ट धरून ठेवले होते की, तिच्या आईला काहीच करणे शक्य नव्हते.

ते मग विक्रीच्या काउंटरजवळ आले. माझ्या किमतीची घासाघीस करण्यासाठी आणि माझ्या शुद्ध रक्ताच्या वंशावळीची माहिती असलेले कागद ताब्यात घेऊन पैसे देण्यासाठी! परंतु कदाचित अजूनही त्यांचे मन बदलण्याइतका अवधी आहे हे लक्षात येऊन मी माझ्या रक्षणकर्त्या तानियाला ओले, प्रेमाचे पापे देऊन मस्का लावत होतो.

अखेर तो सौदा झाला, पैसे देऊन झाले, कागदपत्र दिले गेले आणि त्याचबरोबर कुत्र्याच्या पिल्लाचे खाण्याचे दोन डबे दिले गेले. त्या मूर्ख माणसाने आम्हाला निरोप देताना 'बाय, पिल्ला, तुझी अनुपस्थिती मला जाणवेल!' असे ढोंगीपणाने म्हटले.

मी ऑस्ट्रेलियातील शेत सोडल्यापासून जो दुपारचा सळसळता सूर्यप्रकाश पाहिला नव्हता, त्यात मी डोळे बारीक करून त्याच्याकडे पाहिले. माझी गैरहजेरी त्याला खरोखरच जाणवेल. गेले पाच दिवस मी

तिथे असताना त्याने मला निव्वळ एक मांसाचा गोळा असल्यागत हाताळले होते आणि त्या पलीकडे माझ्यावर दृष्टिक्षेपही टाकला नव्हता. एकदा तर तो मी खूप आवाज करतो म्हणून माझ्या अंगावर खेकसला होता आणि वर्तमानपत्राची गुंडाळी उगारत त्याने मला धमकीही दिली होती. आता मागे वळून पाहिल्यावर माझ्यासाठी ते कदाचित योग्यही होते, असे मला वाटले. परंतु तरीही मी नसल्यामुळे चुकचुकल्यासारखे वाटेल, असे म्हणणे हे जरा जास्तच होते!

परंतु लवकरच ते माझ्या विस्मरणात गेले, कारण माझ्या दृष्टीने महत्त्वाचे होते, ते म्हणजे मी त्या पिंजऱ्यातून शेवटी बाहेर पडून जेनिफर आणि तानियाबरोबर राहायला जात होतो. त्या कोण होत्या हे खरोखरच मला माहीत नव्हते किंवा पुढे काय वाढून ठेवले आहे हेही! परंतु त्या पिंजऱ्यापेक्षा काहीही चांगलेच असणार, कारण पिंजऱ्यात मान वळवण्याएवढीही जागा नव्हती!

मी जरा दाब पडला, तर तुटेन अशी काचेची वस्तू असल्यागत तानिया मला हातात उचलून काळजीपूर्वक घेऊन चालली होती. मी तिचे तोंड अगदी जोरजोरात चाटून तिला सांगण्याचा प्रयत्न करत होतो, 'ए, घाबरू नकोस! मी काही इतका नाजूक नाही आणि मी असा सहज तुटणारा नाही!'

परंतु तिला माझे म्हणणे समजले नाही, त्यामुळे थोड्या वेळाने मी गप्प बसून तिला जे हवे होते, ते करू दिले. माझा माणसांशी होणाऱ्या संवादातील पहिला धडा हा की, कुत्री आणि त्याचे मानवी मित्र हे बराच काळ एकमेकांबद्दल गैरसमज करण्यात घालवतात. त्यामुळे कुणाला कुठेतरी माघार घ्यावी लागते आणि खरं म्हणजे होणाऱ्या परिणामांचा आनंद वाटून घ्यायचा असतो!

एका सुंदर रूपेरी गाडीमधून त्यांनी मला घरी नेले. जेनिफर कार चालवत होती. एखाद्या वाहनातून जाताना पिंजऱ्यात न बसता, एखाद्या मुलीच्या हाताच्या पाळण्यातून जाण्याची ही माझी पहिली वेळ होती. ती मुलगी मला 'सू'ची आठवण करून देत होती आणि त्या आयुष्याची...! मला आवडणारे ते आयुष्य या नव्या कुटुंबाला मी सांगू शकत नव्हतो. त्या गाडीच्या सुखद प्रवासाच्या आणि आजूबाजूच्या उत्साहित करणाऱ्या दृष्यांच्या मी प्रेमात पडलो! माझा आजवरचा प्रवास

त्यांनी मला सर्व घरभर फिरवले आणि माझे एवढे कौतुक केले की, मला मी एखादा सम्राट असल्यागत वाटू लागले. विशेषत: जेनिफरनं – मी जरासा जरी ओरडलो, तरी ती हातातील सर्व टाकून धावत यायची. प्रसंगवशात त्या पहिल्याच दिवशी आमच्या नात्याचा सूर निश्चित झाला. मला अगदी थेट जाणवले की, मी तिला गुंडाळू शकेन आणि तिला माझ्या छोट्या पंज्याभोवती मला पाहिजे त्या कोणत्याही दिशेने मी फिरवू शकेन! मी काय करायचे ते ठरवायचो आणि ती धावायची. या छोट्या, केसाळ आणि मोठे, गोल डोळे असणाऱ्या प्राण्याबद्दलच्या माझ्या आईच्या कमजोरीचा मी फायदा उठवणे, हे अगदी दुष्टपणाचे आणि निर्लज्जपणाचे होते!

जेव्हा कुणी तिच्या वागवण्याच्या पद्धतीबद्दल आणि विशेषत: माझे अति लाड करण्याबद्दल तक्रार करतो, त्यांना मला 'गप्प बसा' असे मला सांगावेसे वाटते. कारण त्यांना हे समजत नाही की, आमचे हे खास नाते आहे आणि आम्ही दोघं मनापासून जाणतो की, याबाबत तिला माझ्याइतकाच आनंद होतो. फक्त स्वत:चा आब राहावा यासाठी मी तिला कसा वागवतो यावरून तिला दमल्या-भागल्याचे नाटक करावे लागते एवढेच!

माणसांशी असलेले हे नाते, सोपे करण्यासाठी आणि ते तेवढे महत्त्वाचे नाही, हे दाखवण्यासाठी जेवढे प्रयत्न करावेत तेवढे ते गुंतागुंतीचे होते. मी काही त्यांना हे सांगू शकत नाही की, ते माझ्याबाबत बऱ्याच वेळा चुकतात. मी काही निव्वळ आजूबाजूला फिरून 'छान', 'सुंदर'आणि अगदी 'उमद्या स्वभावाचा' अशी विशेषणे गोळा करणारा सुंदर, गुबगुबीत कुत्रा नाही. मला माझे विचार, मत, भावना आहेत आणि होय, मी गोष्टी आठवण्याएवढा बुद्धिमानही आहे, उदाहरणार्थ माझ्या मनात माझ्या आईचे – ट्रेसीचे जिला मी दूरवरच्या दुसऱ्या जगातील शेतावर सोडून आलोय; तिचे विचार कुणाला कल्पना येणार नाही एवढ्या प्रमाणात येतात.

बहुधा नेहमी रात्री आणि इतर सगळे झोपलेले असताना मला काही क्षण स्वस्थपणा मिळतो आणि मी ट्रेसीचा, माझ्या आईचा विचार करू लागतो. ती आता या वेळेला काय करत असेल, ती माझा विचार करत असेल का की, ती दुसऱ्या नव्या पिल्लांच्यात गर्क असेल, याचा मी

विचार करतो. या पुढे मी तिला कधीही बघू शकणार नाही. तिच्या केसाळ शरीराची ऊबही मला कधी जाणवणार नव्हती आणि तिने पाजलेले जीवनदायी दूध जे आमच्या शरीरामध्ये वाहात होते, आणि ज्यामुळे आई आणि मुलात बंध निर्माण होतात; ते सर्व आता संपले हे जाणवून माझ्या डोळ्यातून एखादा अश्रू अगदी सहज बाहेर येतो! पण मला माहीत आहे की, मला ट्रेसी, 'सू' आणि ते ऑस्ट्रेलियातील शेत हे सारे मागे टाकून पुढे जायला हवं. जेनिफर ही आता माझी आई होती आणि हे माझे घर होते.

मला एका तऱ्हेने बरे वाटत होते की, माझे सुरुवातीचे दिवस हे नव्या अनुभवांनी आणि कार्यक्रमांनी इतके गच्च भरलेले होते की, मला भावनावश व्हायला आणि हळवे व्हायला फक्त रात्रीच काय तो वेळ असायचा; त्यामुळे माझ्या डोळ्याच्या ओलावलेल्या कडा कोणी पाहू शकत नव्हते, कारण कुणालाही आपली कमजोरी दाखवण्याचा मला तिटकारा होता. एकदा जेनिफरने मी मुसमुसताना आणि झोपेत हसताना ऐकले, कारण त्या वेळी मी आमच्या मोठ्या शेताच्या मागे रानफुले असलेल्या छोट्या शेताचे स्वप्न पाहात होतो. स्वप्नात मी माझ्या आई आणि दोन बहिणींबरोबर मऊ गवतावर लोळत होतो आणि तिथे आम्ही आमचीच शेपटी पकडण्यासाठी सूर्यप्रकाशात गोलगोल फिरत होतो. ते स्वप्न इतके खरे होते की, खालचे गवत गुदगुल्या करत असल्याचेही मला जाणवले!

"बघ, तानिया, एरिकला स्वप्न पडतेय!" जेनिफर आनंदाने म्हणाली, 'कुत्र्यांना स्वप्नं पडतात का? – असा प्रश्न मला कधी-कधी पडतो' असेही ती म्हणाली.

"होय, मॉम, पैज लाव, त्यांना स्वप्ने पडतात!" मी तिला म्हटले. मला काहीसे शरमिंदे वाटत होते, कारण नको त्या कमजोर घडीला मी पकडला गेलो होतो, परंतु अर्थात तिला मी काय बोललो ते समजले नाही. यापुढे जेव्हा-जेव्हा मी झोपेत हसेन, रडेन किंवा नकळत माझा एखादा अवयव थरथरेल त्या प्रत्येक वेळी तिच्या चेहऱ्यावर ते विचित्र भाव असतील! बिचारी! माझ्या कुटुंबीयांना अशा अनेक गोष्टींत माझ्याबरोबर सहभागी करावे असे मला वाटते, परंतु आमची बोलीभाषा एक नाही त्यामुळे त्यांना सांगण्याचा प्रयत्न करत असलेली एकही गोष्ट

त्यांना कधीच कळणार नाही. ते मनाला किती ताप देणारे आहे, नाही?

'घरात राहण्याच्या सवयी' मला शिकवलेल्या नाहीत, असे जेनिफरचे म्हणणे होते. मी सर्व घरभर शू करून घाण करीन, अशी त्यांना भीती वाटायची. त्या पहिल्या रात्री त्यांनी मला स्वयंपाकघरात एका टोपलीत मऊसर अंथरूण घालून त्यात ठेवले, परंतु मला एकटे सोडल्याचा आणि माणसांच्या संपर्कात नसल्याचा रागच आला. शिवाय मला पिंजऱ्याऐवजी स्वयंपाकघरात राहण्याची इच्छा नव्हती, कारण काही झाले तरी ही एक प्रकारची कैदच होती, त्यामुळे मला कोणीतरी घ्यायला येईपर्यंत मी किंचाळायचे ठरवले.

"मला इथून बाहेर काढा," मी विनवण्या केल्या. "ज्या ठिकाणी मी शू करावी, असे तुम्हाला वाटते तिथे कागदाचा तुकडा ठेवा आणि मी तुम्हाला वचन देतो की, मी दुसऱ्या कुठेही शू करणार नाही. मी अगदी छोटासा असलो तरी मी मूर्ख नाही. मला माहीत आहे की, मनाला येईल तिथे तंगडी उचलायची नाही! 'सू'ने हे मला आधीच सांगितले आहे!"

परंतु त्यांना 'सू' कोण होती, हे सांगण्याचा मी प्रयत्न करत होतो, त्या इतर गोष्टी आणि मी देत असलेले वचन समजत नव्हते, त्यामुळे मला घरासाठी कसे प्रशिक्षण द्यायचे, हे ठरवेपर्यंत मी रात्रभर स्वयंपाकघरातच राहिलो. नशिबाने त्यांनी रात्री दिवा ठेवला होता, त्यामुळे अंधाराची खरोखर भीती वाटून ओरडण्याचा मूर्खपणा तरी मी केला नाही.

काही तासांनंतर जेव्हा माझ्या लक्षात आले की, सर्व मंडळी घराच्या दुसऱ्या भागात आहेत आणि माझे ओरडणे ऐकू शकत नाहीत आणि मी फुकट ओरडण्याचे श्रम करतोय तेव्हा मी माघार घेतली आणि गाढ झोपी गेलो. निदान ते स्वयंपाकघर ऐसपैस आणि स्वच्छ होते आणि पिंजऱ्यातील घराच्या मानाने स्वर्गच होता. गेल्या पाच रात्री मी पिंजऱ्यात अर्धवट अंधारात मुताचा आणि निर्जंतुक औषधाचा वास घेत घालवला होता! त्या आठवणीने मी थरथर कापू लागलो, 'देवा, त्यापेक्षा दुसरे काहीही चांगले होते!'

दुसऱ्या दिवशी सकाळी थोडा गोंधळच झाला. मी इतका छोटा होतो आणि त्या टोपलीत इतका आत रांगत गेलो होतो आणि पांघरुणांच्या खाली स्वतःला गुरफटवून घेतले होते की, जेनिफर आणि

तीन महिन्यांचा असतानाचा एरिक : 'शो बटणसारखा' सुंदर!

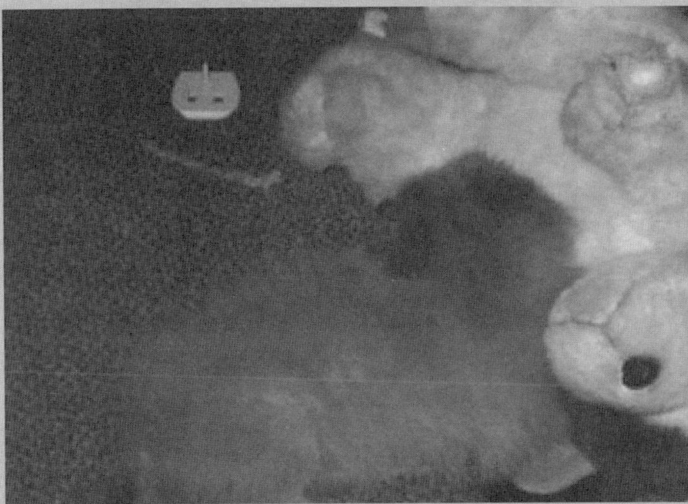

फक्त आठ महिन्यांचा असताना मी : माझी आई ट्रेसीच्या मायेच्या आणि संरक्षणाच्या उबेला मी पारखा झालो होतो...
त्यामुळे तान्या माझी पालनकर्ती आई झाली.

सहा महिन्यांचा झाल्यानंतर माझ्या केसांचा रंग पालटू लागला. त्या वेळी माझं टोपण नाव होतं... 'मॅड यॉन्क रासपुतिन' ...सुदैवानं हे नाव मला कायमस्वरूपी चिकटलं नाही.

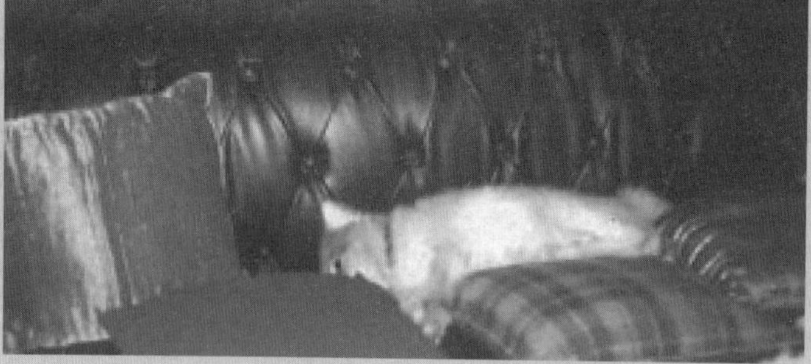

मी पहारेकऱ्याच्या भूमिकेत! माझ्या घराचे माझ्या कुटुंबाचे रक्षण करणे हे माझे कर्तव्य आहे आणि याचा मी कोणालाही विसर पडू देत नाही.

कोणत्याही गुलाबी गोष्टी मला जणू वेड लावतात!

...आणि पॉमेरियनचा मेंदू भुईमुगाच्या शेंगे एवढा असतो!
ठीक आहे! मी तसा आहे का? हे मी तुम्हाला दाखवून देईन!

... जाता-जाता जग न्याहाळताना!

मला ऐकू येतं आणि मी तयारीत आहे... म्हणून कोणीही आत येण्याचा प्रयत्न करू नका!

मी जे काही करून ठेवलं आहे ते; ते शोधून काढू शकतील का? याविषयी मला खूप उत्सुकता आहे.

ओके! पाहा मी केलं, तुमच्या दयेसाठी... माझी संपूर्ण शरणागती!

माझं अप्रसिद्ध 'नृत्य' आणि प्रसिद्ध गाणं...
चालवून घेतलं जातं!!!

रद्दी कचऱ्याची शोधमोहीम...
मला काहीतरी मिळेल यासाठीच!

मला माफ करा! पण माझा पाण्याचा बोल रिकामा का आहे?
का कुत्र्यासाठी येथे काहीच सुविधा उपलब्ध नाहीत?

उप्स्...! मी तिथं जाऊन पुनःपुन्हा तेच करत होतो... सॉरी मॉम!

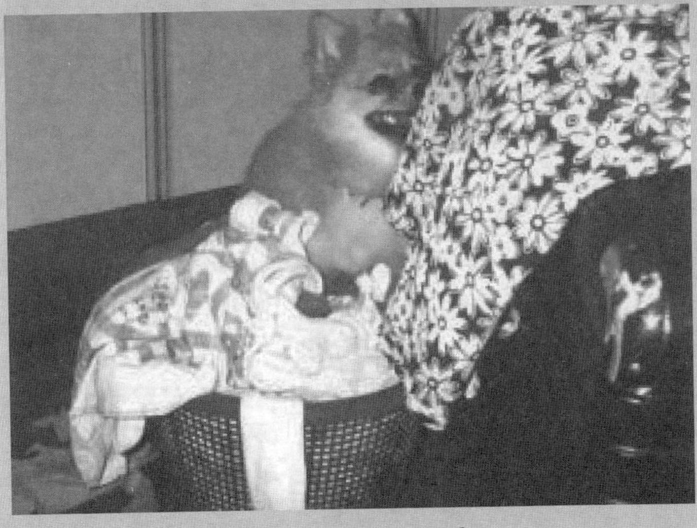

माझ्या आनंदाचं आणखी एक साधन... लॉन्ड्री बॅग!

जणू माझ्या आयुष्याचंच प्रतिबिंब!

'माझ्यासाठी कोणतं आयुष्य राखून ठेवलं आहे...'
या कल्पननेचं मला चमत्कारिक वाटत होतं!

मी जिथं-तिथं नाक खुपसत असे!

तानियाला मी दिसलोच नाही! मग थोडा दुष्टपणा करण्याच्या लहरीने मी पांघरुणात अगदी चूपचाप पडून राहिलो आणि जवळजवळ पंधरा मिनिटे मी त्यांना माझा शोध घेण्यासाठी घालवायला लावली. मी कुठे गेलो असेन असे त्यांना वाटले? सिंकच्या वरच्या बाजूला असलेल्या खिडकीवर पोहोचण्यासाठी भिंतीवरून चालत गेलो? माझ्या छोट्या, चहाच्या चमच्याच्या आकाराच्या पंज्यांनी ती मी उघडली आणि त्या पाचव्या मजल्यावरून उडालो?

"अरे, त्या टोपलीचा आपण विचारच का केला नाही? तो त्यातच असला पाहिजे!" तानिया शेवटी म्हणाली आणि मी माझ्या लपण्याच्या जागेतून बाहेर आलो! खरे म्हणजे तिला मी सापडण्याआधीच मी तिच्यावर उडी घेतली. याचा अर्थ मी 'अधिकृतरित्या' त्या खेळात जिंकलो होतो!

त्या सकाळी मला स्वत:बद्दल एक नवीनच शोध लागला – तो म्हणजे मी अहमहमिकेने स्पर्धेत भाग घेऊ शकतो आणि मला नेहमीच खेळात जिंकायचे असते. जर मी हरलो तर मी गुरगुरत असे आणि जिंकणाऱ्याला माझ्या नाच, गाण्याने घाबरवून सोडत असे. मी खेकसत असे, चिडत असे, तुम्ही ज्याला अगदी 'चिडीला' येणारा असे म्हणाल, तसा मी होतो. माझा आवडता खेळ म्हणजे माझ्या मऊ खेळण्यांबरोबर मारामारी करायची आणि जिंकायचे. ते खेळणे मी नेहमी तानिया किंवा जेनिफरला आणून द्यायचो आणि आम्ही आमची शक्ती एकमेकांच्या विरुद्ध पणाला लावायचो तेही खेचाखेची आणि ओढाओढी करून! आमच्यापैकी एक माघार घेईपर्यंत हे चालायचे. मला तो खेळ आवडतो, कारण त्यामुळे मला नर प्राण्यामधील आक्रमक सहजवृत्तींना बाहेर काढण्याची खरोखर संधी मिळते, कारण त्या बाहेर काढण्यासाठी माझ्याकडे दुसरा मार्ग नाही. जर तानिया किंवा जेनिफर जिंकली तर मी भुंकून आणि दादागिरी करून ते खेळणे मला द्यायला लावत असे आणि मी सरळ चक्क विजेता म्हणून स्वत:ला घोषित करून निघून जात असे. खरोखरच मी रडीचा खेळ खेळत असे!

जेनिफर आणि तानिया यांनी एक पूर्ण दिवस मला दोन गोष्टी शिकवण्यात घालवला. एक माझे नाव आणि दुसरे मी नैसर्गिक विधी कुठे करायचे ते. एक वर्तमानपत्राचा कागद स्वयंपाकघराच्या मागच्या

अंगणात ठेवलेला होता आणि ते माझे टॉयलेट होते. त्यांनी कित्येक तास माझे नाक माझ्याच शूमध्ये घासण्यात आणि त्या पसरलेल्या वर्तमानपत्राकडे मला नेऊन कोणती जागा 'योग्य'आहे, ते दाखवण्यात घालवले.

खरं तर मी प्रत्येक गोष्ट अगदी सहजपणे समजलो होतो, परंतु मी माझी स्वत:ची कीव करत, बुद्धीने कमी असलेल्या छोट्या कुत्र्याच्या पिल्लाला योग्य गोष्ट शिकवण्याच्या चाललेल्या त्यांच्या त्या खेळाचा त्यांना आनंद घेऊ दिला. मी अगदी त्यांना हवी होती, तशी चूक करून स्वयंपाकघराच्या फरशीवर शू केली आणि त्यांना माझे नाक त्यात घासू दिले आणि त्यांना मला वर्तमानपत्राकडे घेऊन येऊन मी कुठे चुकलो, ते दाखवण्याची संधी दिली. माझ्या दृष्टीने तो सर्व खेळच होता आणि त्याची मजा मी संपूर्णपणे लुटली!

परंतु असे काही वेळा झाल्यावर मी या खेळाला कंटाळलो आणि ठरवले की, झाले तेवढे पुरेसे आहे. मी शांतपणे त्या वर्तमानपत्राकडे गेलो, तंगडी उचलली, नेम धरला आणि मग मी अगदी चांगल्या तऱ्हेने, व्यवस्थितपणे प्रशिक्षण घेतलंय, हे त्यांना समजले आणि त्यांनी परस्परांचे अभिनंदन केल्याचे मी पाहिले. अगदी सुरुवातीपासूनच ते वर्तमानपत्र कशासाठी ठेवले होते, हे मला माहीत असल्याचे त्यांना माहीत नव्हते. मी त्यांच्यासाठी हे सर्व करत होतो, ते माझ्या करमणुकीसाठी आणि त्यांना खूश करण्यासाठी!

त्यानंतर माझे नाव ओळखण्याची शिकवणी सुरू झाली.

"एरिक!" माझ्या छातीवर बोट ठेवीत तानिया म्हणाली, "तू एरिक आहेस!"

"असे करायला हवं," तिची आई पुढे म्हणाली, "की तो शब्द तो ओळखेपर्यंत पुन्हा-पुन्हा उच्चारायला हवा. तोच शब्द किंवा आज्ञा ते ती ओळखेपर्यंत पुन्हा-पुन्हा ऐकून कुत्री शिकतात."

"हे खरे नाही!" मी तक्रार केली. ज्या मिनिटाला मी 'एरिक' हा शब्द ऐकला तेव्हापासून मी तो ओळखायला लागलो, इतकेच नव्हे तर 'एरिक' कोण होता, हेही मला ठाऊक होते. ते त्या पाळीव प्राण्याच्या दुकानात मला विकत घेण्यासाठी आले तेव्हा मी त्याच्याबद्दल सर्व ऐकले होते, त्यामुळे जेनिफरची कुत्र्यांबद्दलची कल्पना ही काही बरोबर

नव्हती; निदान माझ्या बाबतीत तरी नक्कीच; परंतु त्यांना समजावण्याचा माझ्याकडे काही मार्ग नव्हता. आम्ही मूर्खासारखे वागलो की, ते माणसांना आवडते असे दिसते आणि मग आम्हाला 'कळल्याचे' आम्ही थोड्या वेळाने दाखवले की, ते मग 'मूर्ख' कुत्र्यांना यशस्वीपणे शिकवल्याबद्दल स्वतःचे अभिनंदन करतात! परंतु खरे तर कुत्री इतकी मूर्ख नसतात!

''एरिक! जर तुला तुझे नाव कळले असेल, तर उत्तर दे!'' तानियाने माझे मन वळवण्याचा प्रयत्न केला.

मी माझे तोंड वळवले, कारण मला उत्तर द्यावेसे वाटले नव्हते आणि त्यांना मी एवढा मूर्ख वाटत होतो; म्हणून मी खरंच वैतागलो होतो.

''तुला जरा धीर धरायला हवा,'' जेनिफर म्हणाली. ''त्याला शिकण्यासाठी काही वेळेची गरज आहे, बघ तो किती छोटा आहे. त्याचा मेंदू हा फारतर शेंगदाण्याएवढा असेल! त्या एवढ्याशा मेंदूची आकलनशक्तीची कल्पना तू करू शकतेस का?''

ही टिप्पणी मला झोंबलीच!

''ए, बाई,माझ्या मेंदूबद्दलची तुझी टीका योग्य नाही! हे खरोखरच अगदी उद्धटपणाचे आहे!'' मी किंचाळलो.

रागाने ओरडून मी तिच्याकडे धावलो आणि माझे छोटे दात तिच्या हातात रोवले, परंतु माझी ही नाखुशी ही बहुधा मुंगी चावण्याहून जास्त नव्हती आणि याचा त्यांच्यावर काही परिणाम झाला नाही! उलट त्यांना हे खूप छान वाटले आणि शेवटी मी माझ्या नावाला साद दिली म्हणून ती उत्तेजित झाली होती. मनातून त्यांना दिवस सार्थकी लागल्यागत वाटला होता, कारण त्यांनी मला माझे नाव ओळखायला यशस्वीरीत्या शिकवले होते! मी मात्र खरोखरच वैतागलो होतो, पण जेव्हा तुम्ही अगदी छोटे असता तेव्हा तुमच्या रागाचाही काही परिणाम न होता 'छान' असा अर्थ लावला जातो! खरं सांगायचं तर तुमची प्रत्येक गोष्ट छान असते! मग मी शपथ घेतली की, मी भरपूर खाईन आणि अगदी मजबूत शरीरयष्टी कमावेन आणि पॉमेरॅनियन नराची नावाप्रमाणे असलेली रुंद छाती मी कमावेन! मग माझ्या नाखुशीचा छान असा अर्थ पुन्हा कोणी लावणार नाही!

‘ठीक आहे, खेळणे थांबवण्याची वेळ आलीय,’ मी स्वतःशी म्हटले.

त्यांच्या मताप्रमाणे वागू या, ते वैतागवाणे नाव मान्य करू आणि माझ्या मेंदूवर ही कसरत अति होण्याआधी थांबवू या. मी स्वतःला बजावले.

‘देवा, मला ते नाव जराही आवडले नव्हते, कारण ते मला दुसऱ्या एका मेलेल्या कुत्र्याची भीतिदायक आठवण करून देत होते, परंतु ते नाव मला चिकटले होते.’ मला मनातून भीती वाटत होती की, त्याचा आत्मा माझ्यात शिरून माझा अगदी छान देवदूत बनवेल, परंतु ते कधीच घडले नाही! मला हे लोक अधिक रंगेल आणि आक्रमक अशा नावाने, उदाहरणार्थ, ‘ट्रोजन’ या नावाने का हाक मारत नाहीत? मी कुरकुरलो.

कुत्र्यांना त्यांची नावे निवडता येत नाहीत. मी त्यांचे खरे म्हणजे आभारच मानायला हवेत की, आमच्या समोरच्या फ्लॅटमधील कुत्र्याला जसे ‘पफी’ म्हणायचे तसे पफी, कुकी वगैरे नाव ठेवून त्यांनी माझ्या पुरुषार्थाचे वाभाडे काढले नाहीत. तो कुत्रा त्याच्या उमरावासारख्या चेहऱ्यावर शून्यत्वाचा भाव घेऊन फिरायचा. त्याला चिकटलेले ते ‘पफी’ नाव आणि त्याच्या गळ्यातील तो मातट रंगाचा हिऱ्यासारखा चमकणाऱ्या काचेच्या तुकड्यांचा पट्टा यामुळे तो तसा फिरणे स्वाभाविक होते. त्याच्याशी तुलना करता ‘एरिक’ हे थोडे बरे नाव होते, मग ते; मेलेल्या कुत्र्याचे का असेना!

नंतर, विशेषतः जेव्हा मला शोध लागला की, काही नॉरडिक भाषांमध्ये ‘एरिक’चा अर्थ ‘राजा’ असा होतो. मी ठरवले की, काही झाले तरी ‘एरिक’ हे नाव मला आवडणार आहे. त्याशिवाय त्या नावाने मला गंमत करण्याचीही संधी मिळाली, अशी गंमत जी काहीशी उपरोधिक आणि विचित्र आहे. मला संधी मिळताच मला ती बाहेर टाकता येते!

जेनिफर आणि तानिया मला निरनिराळ्या वनस्पती असलेल्या बागेत (बोटॅनिकल गार्डन) बऱ्याचदा घेऊन जात. माझे लाड करण्यासाठी थांबलेल्या, हळूहळू धावणाऱ्या लोकांपासून आणि माझ्यावर होणाऱ्या ‘गोड’ या शब्दाच्या नकोशा हल्ल्यापासून मला थोडी उसंत मिळावी

म्हणून मी एखाद्या झुडपात लपण्यासाठी दूर निघून जातो. दुष्ट विचाराने माझे डोळे चमकत असतात आणि त्या दोघी तिथे बाहेर वेड्यासारख्या उभे राहून हाका मारत सुटतात, "एरिक, एरिक तू कुठे आहेस? स्वीटी, प्लीज असा नाहीसा होऊ नकोस!"

हळूहळू धावणाऱ्यांचा आणि उत्सुकतेने बघणाऱ्यांचा घोळका पुरेसा वाढला की, मी झुडपातून उडी मारून बाहेर येतो आणि त्यांच्या पायाजवळ पडतो. घोळक्यातील प्रत्येकाला असे वाटत असते की, 'एरिक' हा चांगला धडधाकट पुरुष असेल आणि हा असा छोटासा; एखाद्या मोठ्या गिनी पिगपेक्षा फारसा मोठा नसलेला कुत्रा दिसल्यावर त्यांच्या प्रत्येकाच्या चेहऱ्यावरचे आश्चर्याचे आणि मग गमतीचे भाव पाहून मी हसतो! माझ्या बालपणच्या दिवसांत जो माझ्या तावडीत सापडेल त्याला 'धक्का देऊन दरारा दाखवणे' मला आवडायचे आणि लोकांना हसायला लावणे, हा माझा आवडता खेळ होता.

परंतु मला नेहमी आश्चर्य वाटायचे की, जेनिफरचे सर्व कुत्रे हे त्या 'एरिक' नावाच्या नराच्या नावाचे का होते? पण त्याचे कारण मला लवकरच समजले! एक दिवस तिची एक मैत्रीण सहज आली. माझे निरीक्षण केल्यावर आणि माझ्या पसंतीबाबत तिच्यावर माझ्याकडून शिक्कामोर्तब झाल्यावर कोचाच्या जागेतच स्वत:ला बांधून घेण्याची गरज नाही, याबाबत मग तिची खातरी पटली. तिला आमच्या घराचे नियम माहीत नसले, तर पंचाईत नको म्हणून मी जवळच थांबलो होतो. जेनिफर आपल्या कुत्र्यांना एरिकच का म्हणते, ब्राऊनी किंवा स्नूफी किंवा जिंगल्स वगैरे नावे का देत नाही? असे तिने जेनिफरला विचारलेले मी ऐकले. हा असा प्रश्न होता, ज्याची माहिती करून घेण्याची मलाही उत्सुकता होती, त्यामुळे मी ताबडतोब माझे कान योग्य त्या ऐकण्याच्या स्थितीत ताठ केले. एखाद्या राखणदार कुत्र्याने जेवढे दूर अंतर ठेवून बसणे आवश्यक होते, तेवढे मी त्यांच्या जवळ थांबलो.

"हं, खरं सांगायचे तर माझ्या एका जुन्या मित्राने मला फसवून सोडून दिले. त्याच्यावर राग काढण्यासाठी मी हे केले. साहजिकच त्याच्यावर सर्व संकटं कोसळावी अशी मी इच्छा केली. त्यामध्ये 'गोइंग टू दी डॉग्ज' याचाही समावेश होतो," जेनिफरने खुलासा केला.

"अर्थातच त्याचे नाव 'एरिक' होते. तर हे आहे, तुझ्यासाठी स्पष्टीकरण!"

"परंतु याचा काही अर्थ लागत नाही," ती मैत्रीण म्हणाली. "तू संधी मिळेल तेव्हा तुझ्या कुत्र्याचे अगदी भलतेच लाड करतेस आणि जे आम्ही ऐकतो ते 'लाडक्या एरिक' असे करीत त्याला लाडेलाडे हाक मारतेस. ही काही त्या 'एरिक' नावाच्या माणसाला दिलेली शिक्षा नाही!"

त्या दोघी स्त्रिया स्त्रीसुलभपणे खळखळून हसल्या. असे हसणे कधी-कधी डोक्यात जाते! परंतु या वेळी मी माझ्या कोपऱ्यात बसलो आणि मलाही गंमत वाटली म्हणून भुंकलो, "बरोबर बोललीस बाई! अगदी मी जसा विचार करत होतो तशीच!"

"मला वाटते की, तू म्हणतेस ते बरोबर आहे," हसणे, भुंकणे ओसरल्यावर जेनिफर पश्चात्तापाने म्हणाली. "परंतु एक मात्र नक्की, आमचे सर्व कुत्रे हे पॉमेरॅनियन नर असतील आणि त्याचे नाव 'एरिक' असेल, असा निर्णय आमच्या कुटुंबाने घेतला आहे. हा छोटेखानी आमचा एरिक-दोन आहे."

शेजारच्या इतर कुत्र्यांना पफी, स्क्रफी किंवा स्पॉटी म्हटले जायचे. त्यापेक्षा 'एरिक' या कुत्र्याच्या नावाला जास्त चांगला नाद होता, हे मला शेवटी का होईना कबूल करावे लागले. जो आपले नाव निवडू शकत नाही, असा मी कुत्रा या छोट्या गोष्टींबाबत खरोखरच ऋणी होतो.

चार

मेंदू शेंगदाण्याच्या आकाराचा असूनही मी पटपट शिकणारा आहे, असे आठवड्याच्या शेवटी जाहीर करण्यात आले, परंतु खरंच जर का माझ्या 'शेंगदाण्याच्या आकाराच्या' मेंदूत ते डोकावून पाहू शकले असते, तर त्यांना हे कळले असते की, मी त्यांच्या मताप्रमाणे वागतोय; ते मी त्यांची आज्ञा पाळावी या जाणिवेने नव्हे; तर माझ्या सोईसाठी मला ते करावेसे वाटते म्हणून!

आता उदाहरणार्थ प्रातर्विधीच्या कार्यक्रमाबद्दल बोलायचे झाले, तर मी ते सर्व मागच्या बाजूला असलेल्या धुण्याभांड्यांच्या खोलीत वर्तमानपत्रावर करायचो, कारण मला स्वच्छतेचे वेड आहे आणि माझ्या स्वत:च्या सोईसाठी बाकीचे मला घर स्वच्छ हवे असते म्हणून! माझा रोजचा कार्यक्रम उरकल्यावर ते वर्तमानपत्र बदलले नाही, तर मला चालत नाही आणि मग ते वर्तमानपत्र कोणीतरी बदलेपर्यंत मी जेनिफर, जॉन किंवा तानियाच्या मागे लागतो, परंतु कुटुंबातील इतरांना मी आज्ञा पालन करतोय असे वाटते आणि ठीकच आहे 'कुत्रा व माणूस' या चुकीच्या नात्यात बऱ्याच वेळा उत्तम धोरण म्हणजे 'जर तुम्ही त्यांना हरवू शकत नसलात, तर त्यांच्यात सामील व्हा!'

माझ्या नावाला मी प्रतिसाद देतो की, नाही याबद्दल काही वेळ ते साशंक असतात. मी अगदी फारच हट्टी आहे आणि मी दुसऱ्या कोणाचे ऐकत नाही. कुत्र्यांना बोलावल्यावर त्यांनी धावत त्यांच्या मालकांकडे यायचे हे त्यांचे कर्तव्य आहे, परंतु मी तसे करत नाही. जेव्हा मला हवे असेल, जेव्हा माझा हेतू साध्य होत असेल; त्या वेळीच मी धावत

जातो, नाहीतर त्यांनी कितीही, अगदी कंटाळा येईपर्यंत बोलावले तरी मी अगदी बहिरा असल्यागत वागतो. या नियमानुसार मी जगतो आणि मला खरोखरच हे कळत नाही की, कोणी मला बोलावले की, जे काही असेल ते टाकून मी का धावत जावे? मला खरंच कळत नाही!

मला हाका मारल्यावर विशिष्ट वेळीच प्रतिसाद देण्याच्या माझ्या पद्धतीबद्दल सगळ्यांच्या मनात आपापले समज आहेत. जॉन मला मूर्ख म्हणाला, परंतु ते चांगल्या अर्थाने! त्यामुळे मला कळले की, त्याला ते तसे खरंच म्हणायचे नव्हते आणि जरी त्याला ते तसे वाटले, तरी त्याबद्दल त्याची काही तक्रार नव्हती. तानियाच्या मते 'थंडपणे वागण्याचे मी नाटक करतोय' आणि जेनिफर म्हणाली की, मी अगदी हट्टी होतो आणि नाटक करत होतो.

त्यांनी दिलेले नाव मी स्वीकारावे यासाठी त्यानंतर अनेक प्रयत्न झाले, मग त्या सर्व कुटुंबाने माझ्या अनेक विचित्रपणाचा एक भाग म्हणून तो नाद सोडला. माझा हा विचित्रपणा जसा काळ जात होता, तसा दृग्गोचर होऊ लागला होता. जेव्हा मला बोलावले जायचे तेव्हा मी उत्तर द्यावे, यासाठी कुणीही जबरदस्ती करण्याचा प्रयत्न केला नाही. कधी-कधी तर ते यायचे आणि मला उचलून न्यायचे आणि हे मी स्वत: करण्याची वाट पाहण्यापेक्षा जास्त जलद होते. मी खूप त्रासदायक, व्रात्य आहे, हे मला जाणवल्यावर कधी-कधी माझे कुटुंब हे कसे सहन करते, याचे मला आश्चर्य वाटते!

त्यानंतर येतो तो गालिचा आणि रग. मी अगदी स्वच्छतेचा वेडा आहे, हे मी सांगितलंय हे मला माहीत आहे आणि कधीही जाणूनबुजून माझ्या बाजूला असलेल्या त्या वर्तमानपत्राशिवाय किंवा बाहेरील खांब किंवा झाडाचा बुंध्याशिवाय घरात अन्यत्र कोठेही मी माझी तंगडी वर उचलत नाही, परंतु जेव्हा मी गालिचा किंवा रगजवळ जातो तेव्हा मला काहीतरी होते आणि माझे डोके फिरते आणि मग माझे सर्व स्वच्छतेचे वेड अक्षरश: मातीत जाते! त्या गालिच्याचे किंवा रगचे धागे इतके मऊ आणि छान वाटतात, ते बरेचसे ऑस्ट्रेलियामधील त्या गवतासारखे भासतात आणि मग मी स्वत:ला आवरू शकत नाही. माझे पायांना मग स्वत:ची इच्छा असल्यागत ते वागू लागतात. मला त्या गालिच्यावर निव्वळ पाच मिनिटे द्या. त्यावर निदान एकतरी दमट डाग दिसणारच.

मग मला त्याबद्दल शरमिंदे वाटते, परंतु मी स्वत:ला थांबवू शकत नाही.

जेनिफरला घरात सर्वत्र गालिचे आणि रग्ज अंथरलेले आवडतात आणि मला हे मान्य करावे लागेल की, पिवळट संगमरवरी फरशीवर ते छानच दिसतात, त्यामुळे तिने हरएक प्रयत्न करून मी माझ्या हद्दीच्या खुणा तिथे करू नयेत म्हणून मला नाउमेद करण्याचा प्रयत्न केला. तिने जपानवरून 'कुत्र्यांची नावडती' खास वस्तू आणली. ती वस्तू कुत्र्यांना न आवडणारा असा एक तऱ्हेचा घाणेरडा वास सोडायची, परंतु त्याचाही उपयोग झाला नाही, कारण त्यामुळे मी जराही विचलित झालो नाही; मग तिने माझे मन वळवण्याचा आणि माझी खुशामत करण्याचा आणि मला समजवण्याचा प्रयत्न केला. जॉनला बोलावून त्याच्या त्या पुरुषी आवाजात मला धमकावलेही, परंतु त्याचाही उपयोग झाला नाही. मग शेवटी ते त्रासदायक ओले डाग आणि संशयास्पद वास टाळण्यासाठी तिने घरातील सर्व गालिचे आणि रग्ज गुंडाळून दु:खी मनाने बाजूला करून ठेवले.

मलाही बरे वाटले, कारण मला स्वत:च्या शरीरावर ताबा ठेवणे जमत नव्हते, याचा मला तिरस्कार वाटत होता. माझे पाय गालिच्याच्या राशीला लागले की, स्वेच्छेनेच वर जायचे, त्यामुळे मला भीतीच बसली होती! हा उंदीरमांजराचा खेळ खेळणे जेनिफरला थकवणारे होते. ऑस्ट्रेलियातील गवतासारखे मला वाटणारे ते गालिचे आणि रग्ज. ते सुंदर गालिचे आणि रग्ज घाण केल्याबद्दल जेनिफरला माझा राग यायचा. जॉनही हजारो शिव्या द्यायचा. माझ्या आत्मसन्मानाला धक्का पोहोचायचा. मी दु:खीही व्हायचो, पण हे सर्व काय आहे, ते मी जेनिफरला समजावू शकत नव्हतो. हे सर्व मला दु:खदायक होते.

मी पहिला आठवडा माझ्या कुटुंबाचा अंदाज घेण्यात घालवला. मी त्यांच्याशी कसे नाते जोडायचे या दृष्टीने त्यांची वर्गवारी केली – माझे दोष आणि शिक्षा याबाबत मी त्या प्रत्येकाबरोबर कुठपर्यंत जाऊ शकेन या दृष्टीनेही विचार केला. त्या आठवड्याच्या शेवटी त्या कुटुंबाची मला पुरेशी ओळख झाली.

तानिया ही माझी सवंगडी होती. जेव्हा तिला वेळ असेल किंवा तिला वाटेल त्या वेळी ती माझ्याशी खेळायची, परंतु जेव्हा करण्यासाठी

यापेक्षा चांगल्या गोष्टी तिच्याकडे असायच्या त्या वेळी मात्र "एऽ एरिकऽऽ" एवढेच मोठ्याने बोलून आणि मला एक-दोनदा जवळ घेणे यापेक्षा जास्त त्रास ती घ्यायची नाही. ती थोडी माझ्यासारखी होती आणि मला खातरी होती की, मी तिच्याशी लबाडी करू शकणार नव्हतो, त्यामुळे मी तसे करायचा प्रयत्नही केला नाही. तसे म्हटले तर आम्ही सवंगडी होतो आणि परस्परांना नीट समजू शकत होतो. दोघेही लहान होतो आणि आमच्या स्वत:च्या कार्यक्रमात गुंतलेले होतो. तिने मला त्या पाळीव कुत्र्यांच्या दुकानातील पिंजऱ्यातून वाचवले होते, त्यामुळे मी तिच्या बेफिकीरीबद्दल आणि मला निष्काळजीपणे वागवल्याबद्दल तिला माफ केले होते, परंतु काही गंभीर स्वरूपाचे असले, तर तिच्यावर अवलंबून राहण्यात अर्थ नव्हता एवढं मला कळून चुकलं.

मग तिथे माझी आई जेनिफर होती. ती सर्वांत लक्षवेधक होती, कारण मला कसे सांभाळायचे आणि ताब्यात ठेवायचे हे तिला बिलकूल माहीत नव्हते. मी फक्त पिरपिरायला लागलो किंवा असाहाय्यपणे केकटायला सुरुवात केली की, ती अगदी पार खलास व्हायची. इच्छाशक्तीच्या परीक्षेत मी नेहमी बाजी मारायचो, कारण मला ढकलणे तिला सहन होत नसे. समजा मला काही झाले तर... तुम्ही असे म्हणू शकता की, तिचे माझ्यावर वेड्यासारखे प्रेम होते आणि मी अगदी निर्लज्जपणे त्याचा फायदा उठवला आणि आयुष्यभर तिच्याशी एकतर्फी सौदा केला.

काही अंशी मी आळशी आहे आणि माझ्यासाठी एखादी गोष्ट न करण्याची जर संधी मला मिळाली, तर मी ती संधी आनंदाने घेईन. जेव्हा जेनिफर मला संध्याकाळी फिरायला घेऊन जाते, तेव्हा मी तिच्याशी निर्दयपणे दादागिरी करतो. तिथे दोनच पर्याय असतात – पहिला तापलेल्या रस्त्यावर साखळीने बांधून घेत धावायचे आणि आपल्या शेजारून धावणाऱ्या गाडीने सोडलेला कार्बन मोनोऑक्साइड फुप्फुसात भरून घ्यायचा. दुसरा पर्याय म्हणजे जेनिफरच्या हातात राहून संध्याकाळचा छान वारा मजेत घ्यायचा. यांपैकी एक मला निवडायला सांगितले, तर अर्थात मी दुसऱ्या पर्यायाची निवड करीन.

त्यामुळे मी अक्षरश: बसकण मारतो, जाम हलायला तयार नसतो आणि जेव्हा ती मला साखळीने जोरात ओढून चालवण्याचा प्रयत्न

करते, तेव्हा मी खोकल्याची उबळ आल्याचे दाखवत तिला जास्तच पिळून काढतो. भाकीत केल्याप्रमाणे ती मला ताबडतोब उचलून मग जणू, माझ्यावर पाप्यांचा वर्षाव करते आणि मग तिच्या हाताच्या पाळण्यात बसून मी माझे चालणे चालू ठेवतो.

मी मोठा आणि आणखी वजनदार झाल्यावर तिला मला एका हातातून दुसऱ्या हातात घ्यावे लागायचे, तरीही मी दया दाखवण्याचे नाकारले आणि स्वत: चालायचेही. कुत्र्याला फिरायला घेऊन आलेल्या एखाद्याने, 'तुझा कुत्रा तुला फिरायला घेऊन चाललाय तर जेनिफर,' असे कुत्सितपणे म्हणून मला लाजवण्याचा प्रयत्न केला आणि तो दुसरा कुत्राही भुंकत अशीच टीकाटिप्पणी करू लागला तरीही!

कारण जेव्हा मी ठरवतो, तेव्हा मी अगदी बहिरा आणि मुकाही होतो! त्या मोटारींच्या धुरानं इतर कुत्र्यांना हवे असले, तर धापा टाकू दे. मी मात्र जेनिफरला मला उचलून घेण्याचे प्रशिक्षण दिलेय; त्यामुळे मी माझ्या फिरण्याचा आनंद आरामात लुटतो.

परंतु तानिया आणि जॉनबरोबर मी असलो, तर मात्र मी काही करू शकत नाही. माझी लबाडी ते ओळखतात आणि माझ्या खोकल्याच्या उबळीच्या नाटकाकडे दुर्लक्ष करून मला ओढत राहतात. मग मला समजते की, माझे हे चाळे आणि ढोंग यांचा त्यांच्यावर काही परिणाम होत नाही! आणि मग मी माघार घेऊन त्यांच्या मागून नाराजीने का होईना गुपचूप चालतो.

जेनिफर हे बघितल्यावर नेहमीच तक्रार करते, 'त्यांना हे कसे जमते, हे मला कळत नाही! मी त्याला चालायला भाग पाडू शकत नाही आणि उचलायचे तर तो तसा जास्तच जड झालाय! कुत्रे ठेवण्याच्या टोपल्या असतात, तशी एखादी आणण्याचा विचार करायला हवा!'

मग पाळीव प्राण्यांच्या दुकानातून ती कुत्र्यांना आत ठेवून खांद्यावर बॅगचे पट्टे टाकता येतील अशी कुत्रे वाहण्याची बॅग किंवा टोपली ती घेऊन यायची परंतु मला त्यातली कोणतीही आवडली नाही आणि मी सर्व बॅगा नाकारल्या. कुत्रे वाहण्याच्या निदान दहा बॅग्ज आज आमच्या कोठीच्या खोलीत आहेत. दुसऱ्या सरळ स्वभावाच्या कुत्र्याला देण्याच्या प्रतीक्षेत!

'अगं, प्रिय जेनिफर तू असे करतेस, त्यामुळे तुझ्यावर दादागिरी करण्याचा मोह मला अनावर होतो. मी स्वत: चालावे यासाठी माझ्यावर दबाव टाकण्याऐवजी मला उचलणे तुला कसे सोपे जाईल, त्याचा विचार करतेस! त्यामुळेच तुला ते जमणे शक्य नाही.'

माझ्या चेहऱ्यावरचे ते आत्मसंतुष्ट हसू म्हणजे एक तऱ्हेची क्षमायाचना आहे, असा जेनिफरचा गैरसमज झाला आणि तिने मला मिठी मारली.

''ठीक आहे, पिल्ला! मम्मी आपल्या अमूल्य अशा बाळासाठी काहीही करायला नाही म्हणत नाही,'' ती म्हणाली आणि मी थरथरलो.

'देवा, किती मूर्ख! परंतु मी तिच्यावर किती प्रेम करतो, माझी सुंदर, प्रेमळ मॉम!' आतमध्ये खोलवर आम्हा दोघांना माहीत आहे की, हे करायला तिची ना नाही, कारण त्यामुळे तिला 'आई' असल्यागत वाटते. तानिया आता भराभर मोठी होतेय आणि जेनिफरच्या आई म्हणून असलेल्या अंत:प्रेरणेबद्दल ती नेहमी वादच करते.

परंतु मी तानियासारखा नाही. मला तिने आईसारखे वागलेले आवडते आणि आम्हा कुत्र्यांच्या बाबतीत एक उत्तम गोष्ट म्हणजे जितके कोणी तसे वागते, मिठ्या मारते ,जवळ घेते तितके आम्ही मोठे होत नाही, त्यामुळेच मला वाटते की, आम्ही असे विश्वासू आणि प्रेमळ साथीदार ठरतो. ज्यांची मुलं मोठी होतात आणि घरटे सोडून जातात, अशा स्त्रियांच्यासाठी आम्ही अगदी उत्तम भावनिक गुंतवणूक ठरतो. मला खरंच हे कळत नाही की, तानियाला आईचे प्रेम हे गुदमरून टाकणारे का वाटावे, आणि मला ते तेवढे पुरेसे का वाटू नये?

मला वाटते की, 'माणसांच्या मुलांमध्ये आणि आमच्यात हाच तर फरक आहे. जेव्हा ते आम्हाला आपलंस करतात तेव्हा आम्ही आमचे घरटे आणि मॉम, डॅडी यांना सोडून जाणारच नाही, असे वचन देतो आणि आम्हाला कोणी बाहेरच सोडून दिले नाही किंवा आम्हाला बरा न होणारा असा रोग होऊन आम्ही मारले गेलो नाही, तर मरेपर्यंत आम्ही वचनाला जागतो.'

'आम्हाला माणसाचा सर्वांत उत्तम मित्र,' असे अनादी कालापासून म्हणतात ते उगीच नाही!

पाच

मी सहा महिन्यांचा झाल्यावर माझ्या शरीरात आमूलाग्र बदल होऊ लागले. माझे छानसे बाळसे नाहीसे झाले आणि मी अगदी रात्रीत वेडावाकडा वाढू लागलो, पाय अचानक बेडौल, बारीक, लांब झाले आणि चेहरा लांबट झाला, त्यामुळे मी एखाद्या कोल्ह्यासारखा दिसू लागलो. सगळ्यात भयानक गोष्ट म्हणजे मी माझी रुंद मजबूत छाती या नव्या चिंचोळ्या दयनीय बांध्यासाठी गमावून बसणार होतो की काय? मला काय होतेय हेच मला समजत नव्हते, आणि जे होतेय ते मला जराही आवडले नव्हते. मी या त्रासदायक बदलांच्या स्पष्टीकरणासाठी जेनिफरला अमर्याद त्रास दिला. विशेष करून जेव्हा माझ्या हिरड्यांना खाज येऊ लागली तेव्हा बूट, पुस्तके, फर्निचरचे पाय आणि धातूचे पाइप जे माझ्या वाटेत येईल, त्या प्रत्येक वस्तूत माझे दात मला घुसवावेसे वाटू लागले. तानियाचे आकडे, कंगवे काहीही या तडाख्यातून सुटत नव्हते, कसलाच वगळ उरला नव्हता!

जेनिफर याला 'ताणून लांब आणि उंच होणे' म्हणायची, परंतु मला ते पटत नव्हते. मग माझे पिल्लू असतानाचे कातडीवरील झुबकेदार केस गळू लागले आणि त्या जागी अनियमित असा केसांचा बाह्य थर सर्व बाजूंनी उगवला – तोही आत व्यवस्थित असलेल्या केसांच्या थरावर. या होणाऱ्या बदलांबद्दल जेनिफरचा खुलासा तयार होताच, 'कात टाकणे आणि केस बदलणे!' पण यामुळे माझा अगदी अवतारच झाला होता.

लोक माझी तुलना 'मॅड मॉंक' रासपुतीनशी करू लागले. मी पूर्वी

अगदी आत्मविश्वासाने घरातील आरशाजवळून दिमाखात जायचो. आता मात्र चोरूनही आरशात डोकावण्याचे धाडस न करता पराजित झाल्यासारखा जायचो. 'देवा, मी माझा गोडवा गमावणार होतो की काय? त्याच्याच जोरावर मला खूनही माफ होते. हे नक्कीच माझ्या योजनेत बसत नव्हते! मी कसा दिसतो, याबद्दल आता मला आत्मविश्वासही नव्हता, तर मग त्याच्या आधारे मला हवे ते करून घेण्याचे कसबही गमावणार होतो की काय?'

परंतु सगळ्यात आश्चर्याची गोष्ट म्हणजे त्या पाळीव प्राण्यांच्या दुकानातील मूर्ख माणसाचे भाकीत अगदी बरोबर होते. काही आठवड्यांत माझ्या कातडीवरच्या केसांचा जुना काळपट रंग बदलून त्याला एक छान केशरी रंगाची छटा आली. हे आश्चर्यजनक होते, हे कधी घडले हे आमच्यापैकी कुणालाच कळले नाही. एक दिवस मी जागा झाल्यावर माझी छबी चोरून आरशात पाहिली तर मी केशरी रंगाचा झालेला होतो!

पण मला मुळीच न आवडणारा तो काळा रंग जाऊन त्याचे रूपांतर त्या छान, चमकदार केशरी रंगात झाल्यामुळे मी आनंदी झालो नव्हतो का? उगवणाऱ्या प्रत्येक दिवसागणिक मी स्वत:ची दया करण्यात आनंद घेऊ लागलो होतो, पण आता मला हे मान्य करावे लागणार होते की, मी छान भरत चाललो होतो आणि खरंच एखाद्या देखण्या, तरुण पॉमेरॅनियनचा आकार घेऊ लागलो होतो.

तानियासुद्धा त्या वेळच्या आपल्या मित्रमंडळींच्या गोतावळ्यातून बाहेर पडून माझ्याबद्दल, विशेषत: माझ्या नवीन सुंदर रंगाबद्दल आणि लक्षणांबद्दल वेगळेच स्वारस्य दाखवून माझे कौतुक करू लागली!

एका महिन्याभरात माझ्या केसांची 'रंग बदलण्याची' प्रक्रिया स्थिर झाली आणि जेनिफर माझ्या अंगावरील केसांना व्यवस्थित वळण देण्यासाठी प्रथमच कुत्र्यांचे प्रसाधन करणाऱ्या एका माणसाकडे मला घेऊन गेली. जेव्हा आम्ही त्याच्याकडे आलो तेव्हा माझे सर्व शरीर ताठरले आणि मी मोठ्याने किंचाळू लागलो. क्षणभर मला भीती वाटली की, त्यांना माझा कंटाळा आलाय म्हणून ते मला दुसऱ्या एका पाळीव प्राण्याच्या दुकानात दुसऱ्या कोणाला तरी विकण्यासाठी घेऊन तर जात नाहीत ना? हे दुकान जेव्हा मी ऑस्ट्रेलियाहून आलो, तेव्हा ज्यात मला

ठेवले होते, त्या पहिल्या विक्रेत्याच्या दुकानासारखे दिसत होते. "ते असे कसे करू शकतात?" मी किंचाळत निसटण्याचा प्रयत्न केला.

जेनिफरला, माझी भीती लक्षात आली आणि ती माझ्या कानात कुजबुजली, "नाही, एरिक, आम्ही तुला तुझ्या कातडीवरील केसांना व्यवस्थित वळण देण्यासाठी नेत आहोत! तुला सुंदर दिसायचे नाही का?" देव जेनिफरचे भले करो!

चिडून मी तिच्याकडे रागावून पाहिले आणि माझे शरीर घुश्श्यात हलवले.

"मॅडम तो शब्द देखणा आहे, सुंदर नव्हे," मी गुरगुरलो.

मी काय म्हणालो ते तिला समजले असे मला नाही वाटत, परंतु आता संवाद साधला होता. मी शांत झालो आणि क्षणभर मला स्वत:चीच लाज वाटली. ते मला विकून टाकतील हे मला वाटलेच कसे? मग आपल्या कुटुंबावर विश्वास ठेवणे वगैरे गोष्टींचे काय? मला वाटते की, माझा जो प्रवास झाला होता, त्यामुळे कुणाबद्दल माझ्या मनात विश्वास उरला नव्हता. मग मी स्वत:लाच म्हटले, अरे बाबा तुझी मॉम जेनिफर इथे आहे. तिला तुझ्याबद्दल वाटणाऱ्या प्रेमावर तरी थोडा विश्वास ठेवायचा? गेले सात महिने तो तिने पुरेसा दाखवला नाही का? तुझ्याकडे चार व्यवस्थित चांगले पाय असताना तुला इकडे-तिकडे उचलून नेणे, तू स्वत: खाऊ शकत असताना भरवणारे ते हात याद्वारे तिने तुझ्याबद्दलची निष्ठा सिद्ध केली नाही का?

तो केसांचे प्रसाधन करणारा डॅनी आणि मी आमचे ताबडतोब जमले. तो स्वभावाने सौम्य आणि खेळकर होता, परंतु त्याचबरोबर खंबीरही! आणि माझे चाळे खपवून घेणारा नव्हता. मी चावायचा प्रयत्न करताच मला रिकिबीत अडकवून ठेवले गेले, त्यामुळे माझे डोके वर उचलले गेले, पण मी कोणालाही चावू शकणार नव्हतो. मला त्याचा रागच आला. ते इतके प्रतिष्ठेला बाधा आणणारे होते की, डॅनीबरोबर चांगले वागणे आणि त्याचे काम त्याला शांतपणे करू देणे हेच उत्तम असे मी ठरवले. डॅनीच्याबरोबरच्या संबंधातील माझी जागा मी ओळखून होतो आणि मी त्या जागेत कसा आलो हे तोही जाणून होता, त्यामुळे आमचे संबंध आदर्शवत झाले.

माझ्या सबंध आयुष्यात 'डॅनी' हा एकच प्रसाधनकर्ता होता, जो मला आणि माझ्या लहरींना तोंड देऊ शकायचा. मी म्हातारा झाल्यावर जनावरांच्या डॉक्टरकडील शेवटची भेट करण्याआधी त्याने मला पुन्हा सुंदर करावे, अशी माझी इच्छा आहे.

मी अगदी मिजासखोर कुत्रा आहे आणि मला छान दिसायला आवडते, परंतु या वेळी डॅनीने मला काय केले त्याबद्दल मी पर्वा केली नाही, कारण माझ्या आताच्या 'बदल झालेल्या' रूपापेक्षा अधिक काही वाईट असू शकणार नव्हते. जरी माझा रंग अगदी चमकदार होता, तरी मी एखाद्या विजेचा धक्का बसल्यामुळे ज्याचे केस सर्व दिशांकडे वळलेले आहेत, अशा कुत्र्यासारखा दिसत होतो.

तानिया आणि तिच्या संवेदनाहीन मैत्रिणी माझ्याकडे बघून खुदखुदत टिप्पणी करायच्या, 'तो रासपुतीन, वेड्या साधूसारखा दिसतो!'

"ए, ते मला झोंबते, समजलं?" माझ्याभोवती असलेल्या स्त्रियांच्या घोट्यांपैकी एका घोट्याला चावा घेण्याचा प्रयत्न फसल्यावर मी ओरडलो.

परंतु त्यांचे बरोबर होते. निसर्ग देवतेने इतर कुत्र्यांपासून आमच्या जातीला वेगळे ठेवण्यासाठी दिलेल्या त्या कौतुकास्पद छान रूपाचा इथे दुरुपयोग झाल्याने मी खरंच भयानक दिसत होतो! आणि खरोखरच मला नीटनेटके करण्यासाठी चांगल्या प्रसाधनाची गरज होती!

जेव्हा मी डॅनीकडून परतलो, तेव्हा पहिली गोष्ट मी केली ती म्हणजे मी आरशाकडे धावलो आणि निर्लज्जपणे स्वत:ची प्रशंसा करीत पाच मिनिटे घालवली. व्वा! त्याने अगदी छान काम केले होते आणि म्हणीतल्या कुरूप बदकाप्रमाणे त्याने माझे रूपांतर राजहंसात केले होते! जेनिफर मला दुरूनच बघत होती. तिला अगदी गंमत वाटत होती, पण ती काही म्हणाली नाही. कुत्र्यामध्ये केव्हा लुडबुडायचे आणि केव्हा नाही, हे त्या चांगल्या बाईला माहीत होते!

आरशात मला दिसला तो माझा चेहरा, ज्याच्याभोवती कापलेल्या केसांचे सुंदर मंडल होते, माझ्या केसांचा बाहेरचा भाग हा गोल तऱ्हेने सुंदर बारीक केलेला होता आणि अतिशय सुंदर शेपटी होती, जी अभिमानाने अगदी छान पाठीवर गुंडाळलेली होती. मी अगदी स्पर्धेतील पॉमेरॅनियन कुत्र्यांच्या वंशावळीतील एक प्रदर्शनीय कुत्रा दिसत होतो – जो छाती पुढे काढून दिमाखाने चालणारा होता; आरशाच्या बाजूने

गुपचूप जाऊन कोपऱ्यात लपणारा नव्हता. सौंदर्य प्राप्त करण्याबाबतचा तो प्रदीर्घ असा, त्रासदायक वाईट महिना होता!

एक वर्षानंतर डॅनी आपल्या भागीदारांपासून वेगळा झाला आणि त्याने स्वत:चे प्रसाधनगृह काढले. ते दूर अंतरावर होते. दोन वेळा गेल्यावर जेनिफर मला तिथे गाडीमधून घेऊन जायला कंटाळली, त्यामुळे मला घराजवळच्या नवीन प्रसाधनगृहात घेऊन जायचे तिने ठरवले. मला वैतागच आला. डॅनीशिवाय दुसऱ्या कोणीही माझ्या केसांना स्पर्श करू नये असे मला वाटायचे, कारण यात छोट्या-मोठ्या कात्र्या आणि केस कापण्याचे मशिन यांचा संबंध होता, त्यामुळे प्रसाधन करणाऱ्या नव्या व्यक्तीला मी इतका त्रास दिला की, त्या सत्राच्या शेवटी तिने मला जेनिफरच्या ताब्यात देताना सांगितले की, माझे केसांचे प्रसाधन करणे तिला अशक्य होते आणि तिच्याकडे माझे केसांचे प्रसाधन चालू ठेवायचे, तर कुत्र्यांच्या असंख्य चाव्यांपासून पुरेसे विमा संरक्षण तिला नव्हते.

मी असा भटक्या कुत्र्यासारखा राक्षसी आणि लबाडीने वागलो म्हणून जेनिफर काही वेळ माझ्यावर चिडली, परंतु मला जे हवे ते मिळाले. डॅनीच्या नव्या प्रसाधनगृहाकडे गाडी घेऊन जाणे हे 'कुत्र्याने केलेल्या नुकसानीमुळे दाखल होणाऱ्या खटल्याच्या धाकापेक्षा बरे' असे तिने ठरवले आणि त्यानंतर घराजवळच्या नवीन प्रसाधनगृहाचा विषयही निघाला नाही. ते स्फोटक 'परिवर्तनाचे' दिवस संपले आणि त्यानंतर मी अंगाने भरू लागलो. मजबूत छाप पाडणारी छाती, सशक्त पण छानसे पाय, उत्कृष्ट आयाळ आणि पुरी वाढ झालेली पॉमेरॅनियनची शेपूट मला जाणवू लागली.

लोकांच्या कौतुकात बुडून जाण्याचा तो काळ अगदी छान होता. अनेक प्रशंसक मला बघायला थांबायचे आणि म्हणायचे, 'काय सुंदर कुत्रा आहे तुमचा!' जेनिफर तेव्हा धापा टाकत असायची, कारण आता माझे वजन सात किलो झाले होते आणि आमच्या संध्याकाळच्या 'भटकंतीत' तिच्या हातात माझा वजनाचा गोळा असायचा.

सहा

मी आणखी पुढे सांगण्यापूर्वी मी माझ्या 'नाच-गाण्याच्या' कार्यक्रमाबद्दल सांगावे असे मला वाटते, कारण तो कार्यक्रम हा माझा एवढा मोठा भाग आहे की, तो वगळला तर मी कसा आणि कोण? हे खरोखरच सांगता येणार नाही. असे बघा, ट्रेसी-आईपासून झालेली दुःखद आणि जबरदस्तीची फारकत आणि तीही अगदी लहान, सहा आठवड्यांच्या वयात! त्याचा मला एवढा धक्का बसलेला होता की, त्यामुळे मानसशास्त्रज्ञ म्हणतात, तसा 'टाटातुटीचा भयगंड' हा माझ्यात आहे.

मला कोणापासूनही होणारी 'टाटातूट' आवडत नाही, मी 'गुडबाय' हा निरोपाचा शब्द कोणालाही बोलू देत नाही; मग तो मित्र असो, कुटुंबीय असो किंवा अगदी शत्रूही असो, अशावेळी मी त्याला किंवा तिला भयानक त्रास दिल्याशिवाय राहात नाही आणि कोणीही मला सोडून जायला निघाले – विशेषतः माझ्या कुटुंबातील सदस्य, जेनिफर, जॉन आणि तानिया – की, मला खरोखरच जराही आवडत नाही. माझ्या मनात हा नेहमीच भयगंड असतो की, प्रत्येक घेतलेला निरोप हा शेवटचा निरोप आहे आणि मी या व्यक्तीला परत कधीही पाहणार नाही. याबाबत तुम्ही मला खरोखरच दोष देऊ शकत नाही, कारण शेवटच्या वेळी मी माझे छोटेसे पंजे माझ्या आईचा निरोप घेण्यासाठी उचलले होते ते अशा विश्वासाने की, मी दिवसाच्या शेवटी परत येईन, परंतु मी कधीही परत गेलो नाही आणि माझी आई-ट्रेसी हिला पुन्हा कधीही बघितले नाही.

त्याऐवजी माझे गाठोडे अनेक तऱ्हेच्या वाहनांमधून पाठवण्यात आले – त्यात तो पक्षी – ज्याला 'विमान' म्हणतात, हे मला आता माहीत झालंय –त्याचाही समावेश होता. मला जवळचे आणि प्रेमाचे वाटणारे जे काही सर्व होते, त्यापासून हजारो मैल दूर नेले गेले आणि जराही पसंत नसलेल्या अशा पिंजऱ्यात मला अनेक दिवस बंदिस्त ठेवले गेले आणि तेही एका घुसमटवून टाकणाऱ्या पाळीव प्राणी विक्रेत्याच्या दुकानात. याचा शेवट कुठेतरी होणार हे मला माहीतच होते, तरीही तो कुठे होईल याची मला भीती वाटत होती, त्यामुळे प्रत्येक दिवशी माझे एकच ध्येय होते – ते म्हणजे अगदी कोणालाही विनंती करायची की, ज्याला बाहेरून आणलेल्या कुत्र्यांच्या पिल्लांचे 'तात्पुरते घर' असे म्हणतात त्यातून मला सोडवावे. या सर्व दिव्यातून मी जात होतो, तेव्हा अवघा सहा आठवड्यांचा होतो. माझे वजनही सातशे ग्रॅम्सपेक्षा कमी होते आणि माझी लांबी फारतर सहा इंच होती, त्यामुळे त्या निरोपाच्या 'गुडबाय' या शब्दाच्या अंतिमतेबद्दल माझी तक्रार रास्त आहे, असे वाटते.

या तक्रारीचा परिणाम म्हणजे काय, तर जेव्हा मी 'बाय' हा शब्द ऐकतो किंवा कोणीतरी, विशेषत: माझ्या कुटुंबीयांपैकी कोणी एखादी बॅग किंवा बाहेर जाण्यासाठी कपडे उचलले, तर माझ्याबाबत जे काही घडते, त्यावर मी ताबा ठेवू शकत नाही. जणू काही कोणीतरी माझ्यातील सैरभैर होण्याचे बटण दाबते आणि माझ्यामधील राग वाढत-वाढत भडकतो. तो राग इतका जबर आणि तीव्र असतो की, कधी-कधी मलाही त्याची भीती वाटते. मनावर ताबा नसणे किंवा शिस्त नसणे, याचा अर्थ मी मनोरुग्ण आहे की काय? मी तान्याला 'तिच्या मित्रांपुढे शरमिंदा केल्यामुळे' ती वैतागून माझ्यावर एकदा ओरडत म्हणाली होती.

'देवा, हा अकारण येणारा राग हा माझ्यात निर्माण झाला की, माझा देह नकळत उन्मत्त होऊन गोलगोल फिरू लागतो. माझ्या आवाजाच्या तारा जणू काही राक्षसाने पळवून नेल्यासारख्या मी मोठ्यामोठ्याने उच्च स्वरात ओरडू लागतो. सर्व दिशांना माझी थुंकी उडत असते आणि पॉमेरॅनियनला जेवढे शक्य असेल तेवढे माझे डोळे जास्तीतजास्त वटारले जातात. भेटायला आलेला कोणी किंवा कुटुंबाचा

सदस्य ही माझी खास ओळख देणारे 'नृत्य आणि गाणे' बघितल्याशिवाय घर सोडू शकत नाही! आणि अगदी ठार बहिरे नसतील तर, जवळजवळ प्रत्येक जण माझ्या त्या नाच-गाण्यामुळे बसणाऱ्या 'धक्क्याने' लिफ्टमधून गोंधळून बाहेर येतात असे जेनिफर म्हणते.

मला माहीत आहे की, मी ते करायला नको आणि त्यामुळे जेनिफरला एवढे शरमिंदे वाटते, परंतु मी स्वत:ला आवरूच शकत नाही आणि माझ्या कुटुंबाला हे स्पष्टपणे कळल्याने ते हे स्वीकारायला शिकलेयत. हा ताणतणाव आणि दु:ख कमी करण्याचा प्रयत्न म्हणून घरातील कोणी बाहेर निघाल्यास तो शब्द बदलून 'गो' हा इंग्लिश शब्द वापरतात – जो मला एका भाषेतून दुसऱ्या भाषेत सहज समजतो, परंतु हे सारे निरुपयोगी ठरते. जपानी, चिनी आणि स्पॅनिश, इंडानेशियन आणि आताची अगदी नवीन कोरियन – कोणतीही भाषा असू द्या, मी त्या सर्व पटकन शिकतो!

एकदा हे असेच 'भव्य' प्रदर्शन केल्यावर मी क्षणभर गप्प झालो, कारण खोकल्याच्या उबळेने माझ्या घशाच्या तारांना अडथळा आणला होता! त्या वेळी बिचारी जेनिफर क्षमायाचनेच्या स्वरात भेटायला आलेल्या पाहुण्यांना सांगताना मी ऐकले, 'याच्या या मोठ्याने केलेल्या थयथयाटाबद्दल क्षमा करा. त्याने ही सवय सोडावी म्हणून आम्ही सर्व प्रयत्न केले, परंतु यातील कशाचाच उपयोग झाला नाही. हे तुम्ही पाहात आहातच! प्रत्येक वेळी आम्ही जेव्हा घरातून बाहेर पडतो, तेव्हा आम्हाला या हल्लातून जावेच लागते. आम्ही जेव्हा कार उभी करण्याच्या जागेवर येतो, तेव्हा आम्हाला युद्धभूमीतून आताच बाहेर पडल्यागत वाटते!'

मी त्या 'ताटातुटीच्या भयगंडा'बद्दल माझ्या कुटुंबीयांना सांगण्याचा प्रयत्न करून माझी बाजू मांडण्याचा प्रयत्न केला, परंतु अर्थात कोणीही मला समजू शकले नाही! मात्र अखेरीस, माझ्या या असयुक्तीक वागण्यामागचे कारण म्हणजे बहुधा मला अत्यंत लहान वयात आईपासून दूर नेल्याचे दु:ख असावे, अशा निष्कर्षाप्रत जॉन आला. काही असो एकदा ते लक्षात आले तर! कधी-कधी माणसे ही इतकी मठ्ठ असतात! या मूलभूत गोष्टी समजण्यास त्यांना इतका वेळ का लागतो, हे मला समजत नाही!

जेव्हा भाषा बदलून बोलण्यातही अपयश आले, तेव्हा हे घर जास्त

सभ्यपणे, धावपळ न करता आणि शांतपणे सोडता यावे, यासाठी त्यांनी दुसऱ्या मार्गाचा अवलंब करण्याचा प्रयत्न केला. जेनिफर मला माझा आवडता, अतिशय महाग किमतीचा जपानमधून मागवलेला खाऊ देऊ लागली. सुरुवातीला तरी त्यामुळे काही सेकंद माझे लक्ष दुसरीकडे वेधले जायचे, तरीही मला माझ्या कार्यक्रमाबाबत कोणीही फसवू शकत नव्हते आणि ती ते घर शेवटी 'युद्धभूमी'तून पूर्ण चिलखत घातल्यागत सोडायची! मला वाटते त्यांनी आता हा प्रयत्न सोडून दिलाय आणि माझ्या 'बाहेर जातानाच्या बक्षिसा'कडे जराही न ऐकता आणि लक्ष न देता ते जातात.

परंतु त्यांनी शोधून काढलेल्या दुसऱ्या युक्तीत मात्र ते जास्त यशस्वी ठरले. त्यांच्या पाहुण्यांबरोबर ते मला घेऊन खाली उतरत. त्यामुळे माझ्या निरोपसमारंभाच्या त्या विशिष्ट कार्यक्रमापासून मला परावृत केले जायचे. काही वेळानंतर या युक्तीबाबत मी शहाणा झालो, परंतु मला घरातून बाहेर खाली फिरायला जाणे आवडते – निव्वळ यासाठी मी त्या कार्यक्रमाचा त्याग केला. ताज्या हवेसाठीची ही सबब दुसऱ्या कोणत्याही सबबीएवढी चांगली होती!

जेनिफर खूश झाली. माझ्यावर तिने विजय मिळवला, असे तिला वाटले आणि मी तिला तसे वाटू दिले. हा फुगा उगाचच फोडून, ती जिंकली नाही तर मी तिला जिंकून द्यायचे ठरवलंय, हे तिला कशाला माहीत करून द्यायचे? असे करणे हे माझ्या फायद्याचेही होते. त्या बिचारीने फारच सहन केले होते. मी कशाही प्रकारे तिच्याशी वागलो होतो आणि मला तिला आणखी त्रास द्यायचा नव्हता. काही झाले तरी माझ्याबरोबर राहणे तसे सोपे नव्हते.

ही एक पाहुणी मला विशेष करून आवडत नाही आणि ती म्हणजे जेनिफरची बहीण मेरी. आमच्या वैमनस्याची सुरुवात ती ज्या वेळी पहिल्यांदा घरी आली तेव्हापासूनच झाली. आमच्या घरी येऊन परत जायचे नावही न काढणाऱ्या पाहुण्यांबाबत मी जो 'नृत्य गायनाचा' प्रयोग करायचो, तो मी तिच्याबाबतही केला तेव्हा तिने आपल्या घोट्यांपासून मला भिरकावून दम दिला, 'काय कटकट या कुत्र्याची! त्याची वागणूक अगदी वाईट आहे. तू त्याला गोळी घालायला हवीस!' जणू हे पुरेसे नव्हते, म्हणून तिने आपले बोट माझ्या अंगावर रोखले

आणि ती म्हणाली, ''जर का तू हा गोंधळ थांबवला नाहीस, तर मी तुला ओव्हनमध्ये घालून भाजून काढीन!''

असा हा सरळ-सरळ अवमान! मी मग ठरवून टाकले की, मी तिला क्षमा करणार नाही आणि हो, मी तिला माझ्या घरापासून दूर ठेवण्यासाठी काहीही करीन. ती जेनिफरची एकमेव बहीण आणि हयात असलेल्या नातेवाइकांपैकी केवळ एक! असे असले तरी माझ्या प्रदेशात येऊन मला कुणी अशा तऱ्हेने दम देणे, हे मला चालणार नव्हते. देवा, मी रागाने नुसता काळानिळा झालो होतो!

मी स्वभावाने मालकी हक्क बजावणारा आहे आणि जेव्हा तिऱ्हाईतमंडळी घरी येऊन माझ्या कुटुंबाच्या वस्तूंना हात लावण्यास सुरुवात करतात किंवा पाहुण्यांनी बसायची बैठकीची खोली सोडून घराच्या दुसऱ्या कोणत्याही भागात जातात, ते मला मुळीच आवडत नाही! मला पुन्हा-पुन्हा सांगितले जाते की, इतर कुत्री अशी नसतात, त्यांच्यावर नियंत्रण ठेवणे अपेक्षित असते आणि ते घरातील लोकांवर आणि पाहुण्यांवर नियंत्रण ठेवत नाहीत. जेनिफर आणि जॉन मला क्षमा करा, जेव्हा ती अनोळखी गंध असलेली तिऱ्हाईतमंडळी घरात येतात आणि माझ्या कुटुंबाच्या मालकीच्या वस्तूंना हात लावतात, तेव्हा मला हे सहन होत नाही. मी त्यांची अशा तऱ्हेने वागणूक कधीच चालवून घेणार नाही!

एकदा तर याबाबत परिस्थिती इतकी वाईट आली की, मी आमच्या पाहुण्यांना बैठकीच्या खोलीतील सोफ्यावर अक्षरशः 'खिळवून' ठेवले आणि त्यांना बाथरूमला जाण्याचीही परवानगी दिली नाही आणि घोट्याजवळ वेदनामय चावा घेण्याचा 'इशारा'ही दिला.

यामुळे जॉन इतका चिडला की, त्याने मला एका बेडरूममध्ये फेकून दरवाज्याला कुलूप घातले, वातानुकूल नसलेल्या त्या गरम खोलीत तक्रारवजा सुरात बोंबलत मी थकून गेलो. जेनिफरने हळूच चोरून खोलीत येऊन तेथील वातानुकूलित मशिन चालू केले आणि गुपचूप काही छान खाद्यपदार्थ मला भरवले. जेनिफर ही अशी आहे. मला काही त्रास किंवा अपमान सोसावा लागला, तर ती ते सहन करू शकत नाही आणि आम्हा दोघांना हे माहीत असते की, हा दोष माझा आहे; तरी हे मला सांगण्याची ही तिची पद्धत आहे, 'जॉनला जरा खूश करू या आणि त्याच्या मित्रांसमोर तरी त्याला कमीपणा येऊ द्यायला

नको. करू या असे?' परंतु इथला खरा मालक कोण आहे, ते आम्हा दोघांना माहीत आहे!

कधी-कधी मला वाटते की, जेनिफरला मला त्या उच्च स्थानावर ठेवायला आणि मला बिघडवायला, माझे लाड करायला आवडते. हल्ली-हल्ली तानिया ही अगदी दुष्ट झालीय आणि माझे फाजील लाड केल्याबद्दल तिच्या आईवर ती उगाचच डाफरते. तानियाचे हे वर्तन मला आवडत नाही. जेनिफरला आनंदी ठेवण्यासाठी मी तिला मला जवळ घेऊ देतो. इतकेच नव्हे, तर माझ्या तोंडाशी ती उगाचच काहीतरी गोड-गोड बोलते, तेही मी चालवून घेतो आणि जेव्हा हे जरा अति होते, तेव्हा मी तिला दूर सारतो.

या घरात अशी कोणी व्यक्ती असेल जिचा मी आदर करतो, ती म्हणजे जॉन. माझे म्हणणे शिक्षा होण्याचा अवमान सोसण्याआधी किती पुढे ढकलायचे आणि केव्हा थांबायचे, हे जॉनच्या बाबतीत मी जाणतो. जॉन मला नेहमी शिक्षा देतो, ती म्हणजे गुंडाळी केलेले वर्तमानपत्र! त्याला जो पृष्ठभाग सापडेल त्यावर, टेबल, खुर्ची किंवा जमिनीवरही ती गुंडाळी जोरात आपटायचे आणि मग मला एका कोपऱ्यात किंवा पलंगाखाली मी केलेल्या चुकांवर विचार करण्यासाठी पाठवायचे. या शिक्षेमुळे मला कधीही शारीरिक दुखापत होत नाही, परंतु मला शिक्षा करून कोपऱ्यात पाठवले गेले, हे बघण्याचं दुःख जेनिफर व तानियाच्या वाट्याला येते. यामुळे जॉनपुढे आपले म्हणणे किती रेटायचे याबाबत मी पुनर्विचार करू लागतो.

माझ्या नशिबाने जॉन हा घरात शिस्त लावणाऱ्याच्या भूमिकेत नेहमी ढिलाच असतो आणि मी केलेल्या भलत्या गुन्ह्यांतूनही मी अनेकदा सुटतो. त्याला हे शिस्त लावण्याचे झटके कधी-कधी येतात आणि अशावेळी मी त्याच्या मार्गात येत नाही ना, एवढेच मला बघावे लागते... मग मी सुरक्षित राहतो!

परंतु अशी एक गोष्ट आहे, जी जॉनही मला करायला भाग पाडू शकत नाही; ती म्हणजे रोज रात्री तोलून-मापून कुत्र्यासाठी योग्य असे बनवलेले अन्न स्वतःहून खाणे. जपानहून आणलेल्या त्या खाद्यपदार्थांचा भरपूर खाऊ मला दिवसभर मिळतो. त्याचे मला व्यसनच लागलेले आहे. त्याचे चार ते पाच तुकडे खाल्ल्याशिवाय माझा एकही दिवस जात नाही.

ते खाद्यपदार्थ मिळवण्याबाबत मी वेठीला धरतो, ते नेहमीच माझा त्रास सोसणाऱ्या जेनिफरलाच. थोडीतरी शांतता लाभावी म्हणून ती माघार घेऊन आपल्याजवळील पाकीट शोधून त्यातील एक तुकडा माझ्याकडे फेकते आणि ओरडते, 'हा अगदी शेवटचा, नक्की शेवटचा आहे.' मी कोपऱ्यात पळून जाऊन त्याची मजा लुटतो. अशा वेळी जर कोणी माझे खाद्य माझ्यापासून दूर नेण्याचा प्रयत्न केला, तर त्याची शंभरी भरलीच! परंतु अर्थात आम्हा दोघांना माहीत असते की, जेनिफर आणि माझ्यात अगदी शेवटचे असे काही नसते, निदान मी ते तसे जाहीर करण्याचे ठरवेपर्यंत!

ती कॉम्प्युटर टेबलाजवळ बसेपर्यंत मी नेहमी थांबतो आणि मग मी खाली जमिनीवर किंवा पलंगावर तिच्यासमोर ठिय्या मांडतो आणि तिच्याकडे खोल, करुण नजरेने पाहतो. माझा हेतू साध्य करण्यासाठी या अशा तऱ्हेची जादू केल्यागत नजर मी कधीही टाकू शकतो. आकडे मोजण्यास सुरुवात करतो. बहुधा प्रत्येक वेळी मी दहा आकड्यांशी येईपर्यंत ती माघार घेतल्यागत उसासा सोडते आणि खाद्यपदार्थांतील त्या पाकिटाचा परिचित सळसळता आवाज माझ्या कानी पडतो.

हीच युक्ती मी जॉन आणि तानिया यांच्याजवळ वापरली, परंतु त्याचा उपयोग झाला नाही. माझ्या युक्त्यांच्या बाबतीत त्यांची एवढी तयारी झालेली होती की, मी ती त्यांची तटबंदी तोडू शकत नव्हतो! ते मला तिथे वाट बघण्याचा कंटाळा येईपर्यंत बसू देतात. मग मी माझ्या पराभवाच्या जखमा चाटत त्यांनी मला पाहिलेच नाही, असे नाटक करत मी तेथून हळूच पोबारा करतो. दोन-चारवेळा असे झाल्यानंतर मी माझे प्रयत्न आणि वेळ त्यांच्यावर फुकट घालवला नाही. ठीक आहे! माझे तत्त्वज्ञान आहे की, 'काही प्रसंगी तुम्ही जिंकता काही वेळा हरता,' तर या अशा तऱ्हेची गोष्ट मी उडवून लावतो आणि मग मी यापेक्षा सोपे लक्ष्य शोधण्याकडे जातो. ते बहुतेकदा जेनिफर असते!

मी अन्नाच्या बाबतीत जरा जास्तच चिकित्सक आहे. पहिल्यांदा जेव्हा मी माझे दात जपानी खाद्य पदार्थांतील सुकवलेल्या, अत्यंत चवदार अशा चिकनमध्ये – ज्याला 'सासामि' म्हणतात – त्यात रोवले, तेव्हा मी त्याच्या प्रेमातच पडलो आणि त्यानंतर मला दुसरे कोणते खाद्यपदार्थ चालेनासे झाले, परंतु हे परदेशातून मागवलेले

खाद्यपदार्थ होते आणि त्यांची किंमत सिंगापूरमध्ये अफाट होती आणि ज्या वेगाने ते खाद्यपदार्थ मला लागत होते, त्यासाठी जॉन आणि जेनिफरला त्यांच्या कुटुंबाच्या अंदाजपत्रकातील मोठा हिस्सा खर्च करावा लागत होता! त्यामुळे मग त्यांनी त्याऐवजी इतर युरोपियन आणि अमेरिकन खाद्य वस्तू आणल्या, परंतु त्यांची चव इतकी विचित्र – एखाद्या रबराच्या तुकड्यासारखी – लागली की, मी त्यांच्याजवळ जायचेही नाकारले. त्या खाद्यपदार्थ तयार करणाऱ्या कारखानदारांना काय वाटते की, कुत्र्यांच्या चवीची इंद्रिये इतकी बोथट आहेत की, अशा तऱ्हेच्या रबरासारख्या वस्तू तयार करून त्यांना 'कुत्र्याचे खाद्य' म्हणून विकता येईल?

इतर कुत्र्यांना ते अन्न चालत असताना मलाच ते इतके बेचव का वाटते? हे माझ्या कुटुंबाला समजत नव्हते. त्यांनी सर्व तऱ्हेचे वेगवेगळे प्रकार, बेकन, बीफ, चिकन आणून बघितले, परंतु मला त्यातील काहीच नको होते. एकदा तुम्ही शँपेन घेतलीत की, तुम्हाला स्वस्त वाइनजवळ जावेसे वाटणार नाही; तुम्ही जाल?

नशिबाने जेनिफर जपानला अनेकदा जाते आणि प्रत्येक वेळी जेव्हा ती परत येते, तेव्हा 'सासामि'या जपानमधील कुत्र्याच्या खाद्यपदार्थाच्या पाकिटांनी तिची बॅग फुगलेली असते. जेव्हा इतर लोक कपडे, जोडे आणि इलेक्ट्रॉनिक वस्तूंच्या टोकिओतील खरेदीबद्दल बोलतात, जेनिफर तिथे कुत्र्यांचे खाद्यपदार्थ किती स्वस्त आहेत, याबद्दल सांगते! तिच्याकडे कमीतकमी पन्नास 'सासामि'पाकिटांसाठी जागा आहे की नाही, याची ती दर ट्रीपच्यावेळी खातरी करून घेते, त्यामुळे मग इतर कशासाठीही जागा उरत नाही! बिचारी जेनिफर, काय-काय गोष्टी मी तिला करायला लावतो...! अजूनही ती माझ्यावर वेड्यासारखे प्रेम करते, याचे मला आश्चर्य वाटते, कारण काही वेळा मी स्वतःवरही प्रेम करत नाही!

मला वाटते माझ्या मॉमकडे एखाद्या संताची सहनशीलता असावी! याच दरम्यान आडवयाच्या मुलांच्या बंडखोरवृत्तीचे वादळ तानियाच्या मनात घोंघावू लागले होते आणि खरोखरच अगदी विचित्र अशा कटकटी ती जेनिफरजवळ करायची. त्याबाबत काही काळ जेनिफर ताणून धरायची आणि माघार घ्यायची. तानिया अगदी वाईट तऱ्हेने आईशी वागू शकत होती! अर्थात तिच्यावर टीका करणारा मी कोण? कारण मलाही काही

असे क्षुद्र क्षण भेडसावतात. मला वाटते, आयांना निर्सगाने हे सहन करण्यासाठी अशी काही शक्ती दिलेली असते की, त्यांच्या वाढत्या वयाच्या मुलांकडून आणि कुत्र्यांकडून काहीही बोलणे त्या सोसू शकतात. बिचारी जेनिफर!

माझ्या त्या अयोग्य अशा खाण्याच्या सवयीबद्दल बोलायचे तर, प्राण्यांना ज्याचा उल्लेख करता येणार नाही, अशा भागांपासून बनवलेले कुत्र्याच्या डबाबंद अन्नाचा मला खातरीपूर्वक आणि पूर्णपणे तिरस्कार वाटतो. ते आमच्यासाठी चांगले आणि पौष्टिक आहे, असे सगळे म्हणतात, पण कुणीही, अगदी जॉनही ते कुत्र्याच्या वाडग्यात टाकून मी ते खावे, अशी अपेक्षा करू शकत नाही! देवा, ती गोष्ट माझ्या घशाखाली घालण्यासाठी मला खरोखरच खास प्रेरणा मिळायला हवी!

जेनिफरने माझी भरवण्याची सवय मोडावी म्हणून ते अन्न छान कलाकुसर केलेल्या कुत्र्यांच्या वाडग्यात ठेवून मी ते स्वत:हून खावे म्हणून माझे मन वळवण्याचा प्रयत्न केला, परंतु त्या वाडग्याजवळ जायचेच मी नाकारले आणि मग एक तासानंतर तिला ते फेकून द्यावे लागले, कारण उष्ण प्रदेशात अन्न जर फ्रिजमध्ये ठेवले नाही, तर लवकर खराब होते. अशा तऱ्हेने कुत्र्याच्या अन्नाचे महागडे डबे फुकट घालवल्यावर या लढाईत तिने पराभव पत्करला आणि जेनिफर पुन्हा त्या जुन्या सवयीकडे वळली. मला ती खुर्चीवर ठेवायची आणि ते अन्न चमच्या चमच्याने माझ्या तोंडात घालायची. सुरुवातीला मी धडपडायचो, पण मला हाताने भरवण्याच्या कामात मी जॉनलाही नमवलेय, हे बघितल्यावर मी खुशीने माघार पत्करायचो. मी कमीतकमी हेच करू शकत होतो!

सात

जेव्हा मी अकरा महिन्यांचा झालो तेव्हा मला माझ्या शरीरात आणि भावनांत बदल झाल्याचे जाणवू लागले. ते काही झाले तरी वाईट नक्कीच नव्हते, परंतु या बदलामुळे मला तसे काही स्वस्थ वाटत नव्हते, त्यामुळे मी कशालाही तोंड देण्यास असमर्थ, अशक्त आणि काही अंशी गरजू झालो होतो आणि नेहमीसारखा स्वतंत्र बाणा माझ्यात उरला नव्हता.

मी वयात येत होतो आणि माझे रूपांतर पूर्ण वाढ झालेल्या सुंदर पॉमेरॅनियन कुत्र्यामध्ये झाले होते. पहिल्यांदाच मला लैंगिक भावनांचा अनुभव येऊ लागला होता. माझ्या मांड्यांमधील जागेत नेहमी भरल्यागत भावना होती, त्यामुळे मी काही तिरस्करणीय गोष्टी करायचो – जसे की, जे काही मला सापडेल त्या कशावरही स्वत:ला घासायचे, तो मग खुर्चीचा किंवा टेबलाचा पाय असो किंवा अगदी तानिया आणि जेनिफरचे पाय! त्यामुळे मला काहीतरी दुष्ट आनंद मिळायचा आणि बरे वाटायचे. परंतु हे असे करण्याचा आणि मी ते थांबवू शकत नसल्याचा मला तिरस्कार वाटायचा! मी आधीच सांगितल्याप्रमाणे, मी अगदी स्वच्छ कुत्रा आहे आणि मला घाणीचा तिटकारा आहे. काही झाले तरी त्या नवीन गोंधळवून टाकणाऱ्या भावना आणि जाणिवा यामुळे मला न समजणाऱ्या अशा तऱ्हेने अस्वच्छ, अपूर्ण आणि घृणास्पद भावनांनी घेरले होते.

उघड होते की, इतर कुटुंबीयांनाही तसेच वाटत असावे, कारण एका सकाळी मी जेनिफरला फोनवर माझ्या डॉक्टरशी बोलताना

ऐकले. ती माझी स्थिती त्याला विशद करत होती आणि आपले डोके अनिष्ट सूचक तऱ्हेने हलवत होती. उसासा सोडत ती म्हणाली, 'होय, मला वाटते तुमचे बरोबर आहे. त्याचे खच्चीकरण करणे हेच चांगले. मी त्याला उद्या सकाळी घेऊन येते.'

'खच्चीकरण'? खच्चीकरण म्हणजे काय? मला माहीत होते की, याचा संबंध ज्या विचित्र गोष्टी मी करत होतो, त्यावर नियंत्रण ठेवण्याशी होता, परंतु त्यात काय आहे, ते मला माहीत नव्हते. मी पंजा मारून जेनिफरला उत्तर विचारले, परंतु नेहमीप्रमाणे तिला माझे म्हणणे कळले नाही! मला फक्त तिच्यावर विश्वास ठेवायला हवा होता आणि प्रार्थना करायची होती. ते जे काही होते, ते माझ्या उपयोगी पडेल आणि माझ्या विरुद्ध जाणार नाही; तरीही त्या रात्री 'खच्चीकरण' म्हणजे काय याची मी काळजी करत होतो. ते तिने पुढे ढकलावे आणि मला काही काळ विचार करण्यासाठी द्यावा, असे जेनिफरला मी सांगण्याचा प्रयत्न केला, लगेचच दुसऱ्या दिवशी म्हणजे हे जरा पटकनच होते!

'खच्चीकरण' म्हणजे काय हे शोधून काढण्यासाठी 'जर तू मला थोडासा जास्त वेळ दिलास तर मी अगदी छान मुलासारखा वागेन,' मी वचन दिले, त्या रात्री मी माझे जेवण अगदी व्यवस्थितपणे आणि नेहमीचा गोंधळ आणि खेळ न करता घेतले, परंतु तरीही मला त्या 'खच्चीकरणा'ची भीती वाटतेय हे तिच्या लक्षात आले नाही आणि तिने मला कौतुकाने थोपटले व म्हणाली, "कुणीतरी आज रात्री जरा जास्तच चांगला मुलगा बनलाय!" ते तेवढ्यावरच संपले! जर तिथे काही चर्चा असती, तर त्याचा शेवट झाला असता.

ठरल्याप्रमाणे दुसऱ्या दिवशी सकाळी ती मला जनावरांच्या डॉक्टरकडे घेऊन गेली. माझ्या भेदरून भुंकण्याने आणि नकळत आलेल्या थरथरीने तिला जाणवले की, मला डॉक्टरकडे का घेऊन जात आहेत, याबद्दल मला काळजी वाटत होती. वर्षभराचा सर्व लस टोचण्याचा कार्यक्रम या आधीच झाला होता आणि मी आजारी असल्याचीही कोणतीही लक्षणं नव्हती, त्यामुळे तिने कारमध्ये 'खच्चीकरण' म्हणजे काय त्याबद्दल मला सांगितले.

"मला माहीत आहे की, इतर अनेकांप्रमाणे तुला शस्त्रक्रियेची भीती

वाटतेय, परंतु माझ्यावर विश्वास ठेव की, हे तुझ्यासाठी आणि आमच्यासाठीही चांगले ठरेल. एकंदरीत तुला खूप छान आणि मोकळं वाटेल, कोंडल्यागत वाटणार नाही! तुला मॉमीचा छोटा मुलगा म्हणून कायमचे राहायचंय, नाही का?''

मला तरीही ते समजले नव्हते, पण मला तिच्यावर विश्वास ठेवल्याशिवाय अन्य काहीच करण्यासारखे नव्हते. या अशा क्षणांना माझ्या लक्षात येते की, आम्ही कुत्री खरोखर किती कमजोर आणि आमच्या मानवी मालकांच्या जोरदार ताकदीपुढे आम्ही किती दुर्बल आहोत ते! खरोखरच आमचा आमच्या दैवावर किंवा नशिबावर ताबा नसतो किंवा आम्ही त्याबाबत काही म्हणूही शकत नाही. घरी असताना बऱ्याच वेळा मी अगदी निर्दयपणे जेनिफरला पाहिजे तसे गुंडाळतो, परंतु इथे मी सर्वस्वी तिच्या दयेवर आणि तिच्या मर्जीवर अवलंबून होतो आणि माझ्यासाठी काय चांगले आहे हे ती ठरवणार होती, परंतु मला माहीत आहे आणि विश्वासही आहे की, माझी मॉम कोणतीही वाईट गोष्ट माझ्याकडे येऊ देणार नाही, म्हणून मी थरथर कापायचे थांबलो. तिने माझ्या खच्चीकरणाचा जो निर्णय घेतला त्याच्याशी मी सहमत आहे आणि माझ्यातून जे काही काढून घेतले जाणार होते, त्यामुळे होणाऱ्या तोट्याबद्दल मी तिला दोष देत नाही, हे दाखवण्यासाठी मी तिचे तोंड चाटले.

माझा पशुतज्ज्ञ डॉ. रीड याने मला मैत्रीपूर्ण गुद्दा मारत नेहमीप्रमाणे स्वागत केले, ''तर मग आमचा देखणा एरिक कसा आहे?'' त्यामुळे मी जरा स्वस्थ झालो. बोलत-बोलत त्याने मला आत घेतले आणि तो काय करणार हे माझ्या लक्षात येण्याआधीच त्याने माझ्यात सुई खुपसली. त्याच्या शुश्रूषेच्या रीतीभाती या फारच चांगल्या आहेत. मला डॉ. रीड बरेच आवडतात, कारण ते मला माझ्या त्या शेतावरच्या दुसऱ्या जीवनाची आठवण करून देतात. बिल आणि 'सू'सारखे तेही ऑस्ट्रेलियन आहेत, त्यांच्यासारखेच बोलतात, इतकेच नव्हे तर तसेच दिसतात आणि त्यांचा गंधही तसाच आहे! मला ते जवळ असले की, अगदी आरामदायी वाटते आणि माझी ऑस्ट्रेलियन मुळे ही माझ्यात किती खोलवर रुजली आहेत, ते दाखवते.

ते बोलत असताना माझे घट्ट दाबलेले पंजे हळूहळू सैल झाले आणि मी खोल निद्रेत गेलो. शेवटची गोष्ट मी पाहिली ती म्हणजे

जेनिफरची चिंताक्रांत मुद्रा! ती डॉक्टरना विचारत होती, 'तो ठीक होईल ना?'

"अगदी उत्तम असेल! आज संध्याकाळी पाच वाजता तू त्याला घेऊन जा!"

मला वाटले की, मी एक तासभरच झोपलो होतो, पण संपूर्ण भूल दिल्यामुळे प्रत्यक्षात तीन तास झोपल्यावर हळूहळू गोंधळल्या अवस्थेत मी शुद्धीवर आलो. मला भयानक वाटत होते आणि माझे तोंड इतके सुकले होते की, मी ते उघडू शकत नव्हतो. मी जेव्हा भुंकायचा प्रयत्न केला, तेव्हा कसलाच आवाज झाला नाही, कारण माझी जीभ टाळूला चिकटलेली होती. डॉ. रीड यांची मदतनीस आली आणि तिने हळुवारपणे माझ्या पंज्यांवर चोळले, त्यामुळे बरे वाटले आणि रक्ताभिसरणही सुरू झाले, पण जेव्हा मी उठण्याचा प्रयत्न केला तेव्हा माझ्या मांड्यांमधील जागेत थोड्या वेदना होत्या, परंतु त्या भयानक नव्हत्या, थोड्या वेदना आणि अस्वस्थपणा. मला वाटले की, माझे काहीतरी हरवलंय, परंतु ते माझ्या दृष्टीने फारसे महत्त्वाचे नव्हते.

तिने मला थोडे पाणी दिले – ते मी अधाशीपणे प्यायलो, त्या पेयाने माझी जीभ आणि तोंड जरा सैल झाल्यागत वाटले. मी पुन्हा भुंकण्याचा प्रयत्न केला. या वेळी मी काहीसे विचित्र आवाज काढू शकलो, परंतु माझ्या दृष्टीने ते पुरेसे होते! मला खूप संशय येत होता की, मी माझा मर्दपणा घालवला असावा, परंतु निदान माझा आवाज तरी शिल्लक होता!

जेनिफर येऊन मला घेऊन जाण्याची वाट बघत असताना जेव्हा त्यांनी मला पिंजऱ्यात टाकले तेव्हा मी जराही प्रतिकार केला नाही; इतका मी अशक्त झालो होतो! परंतु जशीजशी भूल उतरू लागली तसतसे मला जास्त सावध आणि अस्वस्थ वाटू लागले. जेनिफर कुठे होती? ती इतका वेळ का लावत होती, मी चिडून गुरगुरलो. मला माझ्या घराचे स्वास्थ्य हवे होते आणि मला पिंजऱ्यांबद्दल भयगंड आहे, हे तिला आठवत नव्हते का?

त्या भिंतीवरच्या मोठ्या, घाणेरड्या घड्याळाने संध्याकाळचे चार वाजल्याचे दाखवले. म्हणजे हा तिचा दोष नव्हता. मला नेण्यासाठी त्यांनी तिला संध्याकाळी पाच वाजता बोलावले होते, परंतु मी त्याची

पर्वा केली नाही, काही करून मला तिच्यावर रागवायचे होते. संध्याकाळी पाच वाजता ठरलेल्या वेळी ती येईपर्यंत मी काळजीने वेडापिसा झालेला होतो. मी माझ्या मॉमवर विश्वास ठेवावा, हे ठाऊक असूनही मी स्वत:ला आवरू शकलो नाही. मला सोडून दिले जाण्याची आणि माझ्या कुटुंबीयांपासून माझी फारकत होईल, ही भीती मी काही दूर करू शकत नाही. हे पूर्वी घडले होते आणि ते पुन्हाही घडू शकेल, या विचाराने माझ्या मनात ती नेहमीच असते.

अखेर मला घेण्यासाठी धावत आलेल्या जेनिफरला पाहून मला अगदी सुटल्यासारखे वाटले. सार्वजनिक ठिकाणी तिने मला लाडाने हाक मारणे, बाळासारखे वागवणे याची मी लाज वाटू दिली नाही. अरे देवा, ती बाळाशी लाडिकपणे बोलतात तसे कसे बोलते, हे मी विसरलोच होतो. 'ती खरोखरच कोणाशी बोलतेय हे मला माहीत नाही,' अशा कोणत्याही स्वाभिमानी पॉमेरॅनियन कुत्र्याकडून अपेक्षित असलेल्या उत्तराऐवजी, मी ते सर्व निर्लज्जपणे स्वीकारले. तिला बघून मला आनंद झाला होता. माझा मर्दपणा गेल्यावर आणि माझे कुटुंब नसताना मला सोडून देण्यात आले नव्हते तर!

माझ्या मनात आले, 'देवा, या खच्चीकरणाच्या प्रकरणामुळे मी अगदी मवाळ आणि बायल्या तर होणार नाही ना!'

त्या रात्री मी नेहमीपेक्षा लवकर झोपी गेलो. मला माझ्या आवडत्या खाण्याचीही इच्छा नव्हती. डॉ. रीड यांचे बरोबर होते, दुसऱ्या दिवशी मी अगदी पूर्ववत झालो. माझा स्वत:चा धडधाकटपणा अगदी दुपटीने वाढला होता. नेहमीच्या मानाने मी वाईट स्थितीत नव्हतो; फक्त मी फार जोरात धावलो की, थोडी वेदना व्हायची एवढेच!

त्यानंतर आलेल्या दिवसांत माझ्या लक्षात आले की, जेनिफरने माझ्याबाबत योग्य निर्णय घेतला होता. या 'खच्चीकरणा'मुळे मला छान वाटत होते. माझ्यात आता त्या पूर्वीच्या विचित्र गुदमरवणाऱ्या भावना नव्हत्या आणि माझ्या शरीराबाबत घाणेरड्या गोष्टी करण्याच्या अनियंत्रित अशा इच्छाही नव्हत्या, अशा इच्छा ज्यातून बाहेर पडायचा मार्ग नव्हता आणि ज्यामुळे मला दुर्बल वाटायचे आणि त्यातून मोकळे होण्यासाठी मी दीनवाणा व्हायचो. जेनिफरचे बरोबर होते, जर ते शारीरिक यातना होत असतील आणि त्यातून बाहेर पडण्याचा मार्ग

नसला तर त्या हॉर्मोन्सचा उपयोगच काय? आता मी पुन्हा अगदी पूर्ववत स्वत:वर ताबा असलेला आणि बरा झालो म्हणून अभिमान वाटणारा असा कुत्रा झालो! मला माहीत आहे की, काही प्राण्यांच्या अधिकारांसाठी लढणाऱ्या कार्यकर्त्यांना खच्चीकरण पसंत नाही. ते त्याकडे प्राण्यांच्या हक्कांची पायमल्ली म्हणून पाहतात, परंतु कुत्र्याने अगदी मनापासून जर याचा स्वीकार केला की, तो त्याचे उरलेले आयुष्य घरातील पाळीव प्राणी आणि माणसाचा 'उत्तम मित्र' म्हणून घालवेल आणि या अशा इच्छांना सामान्यपणे बाहेर पडण्याची संधी न देता फक्त व्यापारी दृष्टीने वंशावळ वाढवण्याच्या हेतूने त्याचा उपयोग करण्याचे ठरवेल. हे जास्त चांगले आहे आणि जास्त स्वास्थ्यपूर्ण आहे. कुत्र्यासाठी आणि 'त्याच्या उत्तम मित्रासाठी' कुत्र्याचे खच्चीकरण केलेले उत्तम त्यामुळे शारीरिक इच्छा आडव्या येणार नाहीत. मला माहीत आहे की, मी त्यानंतर जास्त सुखी आहे, कमी निराश आहे आणि जास्त चांगला पाळीव प्राणी झालोय.

आठ

कधी-कधी जेव्हा जेनिफर आणि तिच्या मैत्रिणी कुत्र्यांबद्दलच्या सर्व तऱ्हेच्या दंतकथा आणि त्यांच्याबद्दलचे अंध विश्वास याविषयी चर्चा करतात, तेव्हा ती चर्चा ऐकताना मला गंमत वाटते. सर्वांत स्वारस्यपूर्ण म्हणजे आता नुकत्याच घडलेल्या रंजक चर्चेचा निष्कर्ष म्हणजे, आम्ही रंगांध असतो! त्यामुळे आमच्या दृष्टीने प्रत्येक गोष्ट ही काळी, पांढरी आणि करडी असते. या समजुतीला माझा आक्षेप आहे, कारण माझ्याभोवतीचे बहुतेक सर्व रंग मी नक्कीच पाहू शकतो! सूर्यप्रकाश नसलेल्या, रंगीबेरंगी तजेलदार फुले जेथे नाहीत, अशा रंगहीन जगात मला जगावे लागले असते, तर जीवन हे खरोखरच उदास झाले असते अशा भकास, रंगहीन जीवनाला काय अर्थ?

अर्थात अशा तऱ्हेने मनाला येईल; तसे आमच्या दृष्टीबद्दल दोष काढणे, हे चुकीचे आहे. हे जेव्हा मी त्यांना सांगण्याचा प्रयत्न करतो, तेव्हा कुणीही माझ्यावर विश्वास ठेवत नाही किंवा समजून घेत नाही. आमचे जगही त्यांच्या जगासारखेच अनेक रंगांनी गजबजलेले आहे, हे त्यांना दाखवून देण्याच्या संधीची आता मला वाट पाहावी लागेल. 'देवा, आम्हाला समजून घेणे हे फार कठीण आहे.' कुत्र्यांच्या मालकांना कुत्र्याच्या भुंकण्यातून, त्यांनी केलेल्या निरनिराळ्या आवाजांतून आणि हावभावांतून अर्थबोध होईल, असे उपकरण जपानी लोक तयार करीत आहेत, असे मी ऐकलेय. ही अद्भुत निर्मिती जगाच्या आमच्या या भागात येईपर्यंत मी जिवंत असेन की नाही, देव जाणे! टोकिओवासी, त्वरा करा, मी फार काळ वाट पाहू शकत नाही.

कुत्र्यांच्या आयुष्यातील एक वर्ष म्हणजे मानवी आयुष्याची सात वर्षे अशा काही गोष्टी जेव्हा जेनिफर बोलते, तेव्हा कधी-कधी मला भीती वाटते! कारण त्यामुळे आमची वय वाढण्याची प्रक्रिया सातपट जलद होते. मला वृद्ध होण्याची, आजारी पडण्याची आणि माझ्या कुटुंबीयांवर नाइलाजास्तव मला ठार मारण्याची सक्ती होण्याची मला भीती वाटते. जेव्हा कुत्री मरणपंथाला लागतात त्या वेळी त्यांना होणाऱ्या वेदना, शारीरिक ऱ्हास आणि यातनांतून मुक्त करण्यासाठी त्यांना मारावेच लागते, असे मी कुत्र्यांच्या बाबतीत ऐकलंय.

मग मी स्वतःला विचारतो, मी जेमतेम दोन वर्षांचा तरणाबांड असताना आणि जोमात पुढे जात असताना मी वेड्यासारखा म्हातारपणाचा, मरणाचा आणि अशा गोष्टींचा काय विचार करतो?

काही असो, रंगांधपणाचे माझे म्हणणे मांडण्याची संधी एक दिवस मला अचानक आली. ज्युनिअर कॉलेजमध्ये शिक्षिका असलेल्या माझ्या मॉमला – जेनिफरला – तिला शाळेत जाण्यासाठी सकाळी लवकर उठावे लागते, यामुळे तिच्या गजराला पूरक म्हणून काम करण्याची मला सवय झाली. प्रत्येक सकाळी बरोबर सहा वाजता मी तिला पंजे मारून किंवा चाटून जागे करतो, परंतु आमच्यात एक अगदी स्पष्ट समझोता आहे तो असा की, कॅलेंडरवर ज्या दिवशी तारीख लाल रंगात दाखवली जाते, तो रविवार असतो आणि तिला झोपता येईल; असा आठवड्यातील तो एकच दिवस असल्यामुळे मी तिला कधीही, अगदी कटाक्षाने उठवत नाही. मी या बाबतीत कधीही चूक केल्याचे मला आठवत नाही.

सहामाही सुट्ट्यांच्यामध्ये जेव्हा तिला भल्या पहाटे शाळेला जाण्याची तयारी करण्यासाठी उठायची गरज नव्हती, तेव्हा खरा त्रास सुरू झाला. प्रत्येक रात्री तिच्याबरोबर वातानुकूलीत चैनीत झोपण्यासाठी मी पलंगावर उडी घेतो, त्या आधी मी टेबलावर असलेले कॅलेंडर नेहमी पाहतो. रोज दिवस बदलला की, कॅलेंडरचे पान फाडले जाते. आठवड्याचे दिवस हे काळ्या रंगात असतात – त्याचा अर्थ मला तिला उठवायचे असते. लाल म्हणजे रविवार आणि त्या दिवशी मी तिला झोपू देतो.

सुट्टीत, बरोबर सहा वाजता मी तिला उठवणे चालूच ठेवले, कारण कॅलेंडर काळा रंग दाखवत होता. तिने उठायचे नाकारले आणि मी

नेटच लावल्यावर ती जेव्हा चिडली, तेव्हा मी वेडापिसा झालो. मी माझे काम केले नाही असा कुणी माझ्यावर आरोप करायला मला नको होता. माझ्या नेटाने ती इतकी वैतागली की, तिने उशी माझ्या अंगावर फेकून मला तेथून चालते व्हायला सांगितले. मी रागावून पलंगाखाली गेलो आणि जेव्हा तिने मला बोलावले तेव्हा मी बाहेर येण्याचे नाकारले. होऊ दे तिला उशीर! मग मला बोलू नका, मी माझ्याकडून प्रयत्न केले होते आणि या श्रमांचा मोबदला माझ्यावर उशी फेकण्यात झाला होता.

जर मी तिला उठवले नसते, तर माझ्यावर दोषारोप होणार होता आणि मी तिला उठवले, तरी मला दोष दिला जात होता. स्वत:ला कोण समजते ही बाई? मला इतका राग आला होता की, जोड्यांच्या रॅकजवळ जाऊन तिच्या आवडत्या जोड्यांपैकी एक लपवावा असे मला वाटत होते.

सकाळी आदल्या रात्री कॅलेंडरने काळा रंग दाखवल्यामुळे मी दुसऱ्या दिवशी तिला ठरावीक वेळी उठवलेच. ती मग मला सांगण्याचा प्रयत्न करू लागली, त्याला 'सुट्ट्या' असे म्हणतात आणि या काळात तिला सकाळी लवकर उठावे लागत नाही, परंतु मी माझे डोके जोरजोरात हलवले, मी फार चिडलो होतो. माझी काय चूक होती? कॅलेंडरवर त्या दिवसाचा रंग काळा असल्यामुळे तिने उठून शाळेला जायला हवे होते!

तिला मी सकाळी लवकर उठवण्याचे थांबवावे यासाठी मग जेनिफरच्या डोक्यात एक छान शक्कल आली. तिने एक लाल रंगाचा कागद प्रत्येक दिवशी कॅलेंडरवर लावला. पहिले दोन दिवस मी यावर विश्वास ठेवला आणि तिला झोपू दिले, कारण आदल्या रात्री मी कॅलेंडर पाहिले होते आणि त्याने लाल रंग दाखवला होता. तिसऱ्या दिवशी मात्र मी असा हिशोब केला की, काहीतरी चुकत असणार! रविवार हा दोन दिवसांपेक्षाही जास्त काळ कसा टिकला होता? तेव्हा कॅलेंडरवर लाल असो वा नसो दुसऱ्या दिवशी सकाळी बरोबर सहा वाजता मी तिला पंजे लावून जागे केले तेव्हा मला बनवले गेले होते, या जाणीवेची तीव्र भावना त्यात होती!

जेनिफर तानियाकडे तक्रार करत होती, "मला वाटले होते की, कुत्रे रंगांध असतात! मग एरिक लाल आणि काळ्या रंगात कसा फरक

ओळखू शकला?'' मी विजयी मुद्रेने ऐकत होतो.

''याचा अर्थ काय होतो, मॉम?'' तानिया म्हणाली, ''कुत्र्यांना रंगातील फरक कळतो!''

मी दोन मुद्दे जेनिफरला सिद्ध करून दाखवले होते. कुत्रे 'रंगांध' नसतात आणि आम्ही एवढे मूर्खही नसतो. आमची फसवणूक आम्ही काही दिवसांत शोधून काढतो! या सुट्टीत तिला लवकर न उठवण्याचा प्रश्न आम्ही नंतर एकमेकांजवळ अगदी मनापासून बोलून सोडवला. जो कुत्रा तिचे छोट्या बाळासारखे बोलणे अगदी सर्व वेळ सहनशीलपणे ऐकायचा त्याच्याबद्दल त्याच्या त्या छोट्या कवटीत थोडी बुद्धी आहे, हे तिला पटले होते अखेर!

जेनिफरने ओळखले होते की, मला लाल कॅलेंडर दिसते आणि तरीही 'कुत्रे रंगांध असतात' असा आग्रह धरणाऱ्या जेनिफरचा हट्ट कमी व्हावा म्हणून मी बराच प्रयत्न करीत होतो. जेनिफरचे हे गूढ सोडवण्याचा मी सतत प्रयत्न केला!

आम्ही छोटी खेळण्यासारखी कुत्री ही मोठ्या कुत्र्यांइतकी बुद्धिमान नसतो असे कोणाला बोलताना ऐकले की, मला रागच येतो; याचे कारण काय तर म्हणे आमचे मेंदू छोटे असतात! पॉमेरॅनियन्स आणि जपानमधील 'स्पिझ' यांचे टी.व्ही.वरील होणारे कार्यक्रम आम्ही बघतो – त्यात ही कुत्री आपल्या बहिऱ्या मालक, मालकिणींना टेलिफोन वाजला किंवा कोणी भेटायला आल्यावर दरवाजा वाजला तर साथ करतात त्याचे काय? खरं सांगायचे, तर पॉमेरॅनियन्सचे कान हे अगदी तीक्ष्ण असतात. माझ्याकडे बघा – मला कळल्याशिवाय कुणीही आमच्या मजल्यावरून जाऊ शकत नाही! मला मिळालेल्या या तीव्र श्रवणशक्तीच्या देणगीचा उपयोग करण्याची संधी मला मिळालेली नाही,कारण सुदैवाने आमच्या कुटुंबातील कोणालाही तो उपयोग करण्याची गरज नाही, परंतु असे काम करण्याची गरज पडलीच, तर मी ते करू शकेन. मला कधी-कधी इच्छा होते, असे काम शोधून खरोखर उपयोगी पडावे! टी.व्ही.वरील काम करणाऱ्या कुत्र्यांवरचे माहितीपटासारखे हे कार्यक्रम माझे आवडते आहेत.

परंतु काही वेळा माझ्याहून बळकट आणि मोठ्या कुत्र्यांपेक्षा मी जास्त चांगला आणि बळकट आहे, हे सिद्ध करण्याचा जरा जास्तच

आणि काहीसा मूर्ख प्रयत्न मी करतो आणि तेही माझे स्वत:चे जीवन धोक्यात घालून. माझ्या या मूर्खपणाने मला काही होईल, अशी माझ्या मॉमला सदैव भीती वाटत असते आणि खरंच स्वत: केलेली भाकिते खरी होतात, त्याप्रमाणे ते घडले.

दोन दरवाजे पलीकडे असलेल्या एका फ्लॅटमध्ये 'कोल' नावाचा एक जर्मन शेफर्ड कुत्रा आहे. मला त्याचा अत्यंत तिटकारा वाटतो. तो अगदी कुरूप आणि भीतिदायक आहे. त्याची लाळ स्वत:वरच गळत असते आणि त्याच्या अंगाला घाणेरडा वास येतो. याचा अर्थ त्याला वाईट वागणूक मिळते, असे नाही. त्याच्या मालकाचा तो अत्यंत आवडता आहे. त्याच्या शरीराला इतका भयानक वास आहे की, कितीही प्रसाधन करा, अंघोळी घाला किंवा सुगंध वापरा तो नाहीसा होतच नाही, त्यामुळे त्याच्या मालकाला त्याची सवय करून घ्यावीच लागलीय आणि तशीच आम्हालाही. कुत्र्याचा घाण वास घेत लिफ्टमधून जायला आमचे शेजारीही शिकले आहेत.

ज्याप्रमाणे मी त्याला बघणे किंवा त्याचा आवाज ऐकणे सहन करू शकत नाही, तसाच तो माझा द्वेष करतो! पण त्याला दोष देऊन चालणार नाही. जेव्हा तो आमच्या पुढच्या बंद दारावरून लिफ्टकडे जातो, तेव्हा घराच्या काळजीपोटी मी त्याच्यावर त्याला राग येईल, अशा अपमानांचा वर्षाव करतो. मी स्वत:ला आवरू शकत नाही. जर का एखाद्या कुत्र्याला चीड आणायला मला आवडत असेल, तर तो कोलच असायला हवा!

बाहेर सार्वजनिक जागी, आम्ही एकमेकांवर दृष्टिक्षेप जरी टाकला तरी नुसता गोंधळ उडतो आणि आम्ही एकमेकांचे गळे पकडण्यासाठी आमच्या पट्ट्यांना ताण देतो. त्याची ती दुष्ट, धुमसणारी, एकटक पाहणारी नजर जणू म्हणत असते 'तुला नजरेने मारता आले तर...' कधीतरी लिफ्टचा दरवाजा अचानक उघडून कोल जोरात बाहेर येईल आणि माझे तुकडे-तुकडे करील या भीतीत माझे कुटुंब नेहमी असते. एक दिवस मात्र खरंच ते घडले. केवळ चमत्कार म्हणूनच मी मृत्यूच्या दाढेतून बाहेर आलो, पण माझा पाय अगदी वाईट तऱ्हेने मोडल्यामुळे मला हॉस्पिटलमध्ये दाखल व्हावे लागले.

ती एक दमट, घुसमटून टाकणारी उन्हाळी रात्र होती. आमच्या

घरातील शीत पेयं संपली होती. तळ्याच्या बाजूला असलेल्या विक्री मशिनमधून कोला घेण्यासाठी जेनिफरने मला खाली नेण्याचे ठरवले. लिफ्टची वाट पाहात असताना ती अचानक उघडली आणि काहीही पूर्वसूचना न मिळता कोल पुढे धावला, क्षणभर भांबावलेल्या त्याच्या मालकाची कोलच्या पट्ट्यावरील पकड ढिली झाली आणि त्या लाळ गळणाऱ्या आणि बळकट अशा राक्षसी जबड्यात मी घट्ट पकडला गेल्याचे मला जाणवले. हे इतके पटकन घडले की, कुणालाच ते टाळण्याची काही कृती करायला वेळ मिळाला नाही. या दोनमध्ये काय वाईट होते? माझ्या मानेत सुरीसारखे आत खोल घुसणारे दात वाईट होते की, त्याच्या मोठ्या जबड्यातून येणारा तो घाणेरडा वास? की त्याची ती मरणाच्या विळख्यासारखी पकड? – यातील नेमके काय अधिक वाईट होते, ते मला कळेना.

मला नामशेष करीत मी केलेल्या अपमानांची भरपाई करण्याच्या या क्षणाची कोल वाटच पाहात होता आणि तो ही संधी सोडायला तयार नव्हता. मी जोरात धडपडलो आणि ओरडण्याचा प्रयत्न केला, परंतु काहीही शब्द फुटला नाही. माझा श्वास आणि माझे प्राण त्याच्या त्या जबरदस्त जबड्यात बंद करण्याचा तो प्रयत्न करत होता. या जोरदार ताकदीपुढे मी किती छोटा आणि कुचकामी होतो, ते मला त्या घडीला जाणवले. कोलने त्याचे दात माझ्यात आणखी खोल घुसवून माझ्या महत्त्वाच्या नसा आणि रक्तवाहिन्या कापणे फक्त बाकी होते, मग मी रक्तस्राव होऊन मरणार हे उघड होते. त्याचा हे सर्व करायचा इरादा होता आणि मला वाटले की, माझे सर्व संपले!

'अरे देवा, मी काही कुणी शूर वीर नव्हतो आणि मला मरायचेही नव्हते, विशेषत: अशा तऱ्हेने नक्कीच नाही!' एव्हाना मी गुदमरलो होतो आणि श्वास घेण्याच्या धडपडीत बेशुद्ध होण्याच्या बेतात होतो. चमत्कार घडण्याची माझ्यासारख्या मूर्ख कुत्र्याची लायकी नव्हती, पण एक चमत्कार घडला खरा! कोलचा मालक धक्क्यातून सावरला आणि त्याने कोलच्या पार्श्वभागावर एक सणसणीत लाथ मारली. झालेली वेदना आणि आश्चर्य यामुळे मोठ्याने ओरडून कोलने आपली पकड ढिली केली आणि मी धडपडत मोकळा होऊन त्या लाळ गाळणाऱ्या राक्षसापासून दूर जाईपर्यंत अक्षरश: पळत सुटलो. मोकळी हवा आत

आल्याने माझ्या फुप्फुसांत आणि शरीरात होणाऱ्या यातना माझ्या लक्षात आल्या नाहीत. या संकटाने दुर्बल झालेला मी, माझा पाय सटकला आणि जिन्यावरून गडगडत खाली गेलो. जेनिफर माझ्या मागून घाबरून किंचाळत आली.

मी जिन्याच्या तळाशी पडलो तेव्हा माझी केसाळ कातडी रक्ताने भरलेली होती आणि मी हातपाय झाडत होतो. कोलच्या दातांनी आणि त्याच्या निर्दय हिसक्यामुळे माझ्या मानेवर भोकं पडली होती आणि त्यातून जोरात रक्त बाहेर येत होते. आणखी काही मिनिटांनंतर माझ्या मानेचा तुकडा पडला असता, इतका मी मरणाच्या जवळ गेलो होतो.

जेनिफरने खाली वाकून हळुवारपणे मला आपल्या हातात घेतले. मी मेलो आहे किंवा मृत्युपंथाला लागलो आहे, असे वाटून ती रडत होती. परंतु जेव्हा मी हालचाल केली आणि जेवढे शक्य होते तेवढे कण्हलो, तेव्हा तिच्या लक्षात आले की, एखादा अवयव मोडल्यामुळे मला बहुधा बरीच इजा झाली होती, परंतु मी ठीक होणार होतो.

"तू लढवय्या आहेस एरिक," ती कुजबुजली, "तू याचाही सामना करू शकतोस!"

आमच्या मागून येत जॉन आमच्याजवळ पोहोचला होता. कोलच्या मालकाची घाबरलेली बायको ॲन्ड्रिया, त्याच्या पाठोपाठ होती. तिने काळजीयुक्त स्वरात विचारले, "एरिक ठीक आहे ना? प्लीज त्याला प्राण्यांच्या डॉक्टरकडे घेऊन जा आणि त्यांचे बिल आम्हाला पाठवा. आम्हाला माफ करा. कोलला काय झाले तेच कळत नाही! तो नेहमी कधी असा नसतो!"

"खरोखर तो असा नसतो?" मी दुबळेपणे कण्हत म्हणालो, "तुम्ही त्याची ती खुनशी दृष्टी बघितलीय? मला पकडण्यासाठी तो या क्षणाची वाट पाहात होता!"

आपल्या कुत्र्यात अशा रानटी भावना नसल्याच्या ॲन्ड्रियाने दिलेल्या अयोग्य ग्वाहीविरुद्ध मी जोरदार तक्रार मांडली. कोलने जखमा माझ्यावर केल्या होत्या, त्याबद्दल मी यातना भोगत होतो आणि वेदना सहन करत होतो. मी त्यातून वाचणार होतो आणि त्या घडीला दुसरे काही महत्त्वाचे नव्हते.

त्या रानटी हल्ल्यातून मी वाचलो. फक्त माझा पुढचा पाय मोडला

होता आणि तो दोन आठवडे प्लॅस्टरमध्ये ठेवल्यामुळे मी लंगडत होतो. ती भयानक दुखावलेली मान – जिथे अंतर्गत रक्तस्राव झाला होता – त्यामुळे तिथे मध्येच दुखायचे आणि मध्येच खाजही यायची. असे आठवडाभर चालले होते. मी अगदी जायबंदी झाल्याने पुढचे दोन आठवडे निराश झालो होतो, माझ्या कुटुंबीयांनी माझी प्रत्येक लहर पुरवत माझे भलतेच लाड करून मला अक्षरशः बिघडवले, परंतु मी इतका आडवा झालेला होतो की, त्याचा फायदा उठवणे आणि त्या परिस्थितीचा अगदी सर्वतोपरी उपयोग करून घेणे, हे जे मी सामान्य परिस्थितीत केले असते, ते मी केले नाही. स्वतःला धड स्वच्छ करण्याएवढीही ताकद माझ्यात नव्हती आणि ते जेनिफरला माझ्यासाठी करावे लागत होते. माझ्यासारख्या पॉमेरॅनियन कुत्र्यांच्या डोळ्यात जमणारी घाण ती मऊसर ओले फडके घेऊन पुसायची.

मी खरोखरच पार थकलो होतो, मात्र जेव्हा कोल आमच्या घरावरून जायचा तेव्हा मी माझ्या सुस्तीतून धडपडत उठायचो आणि त्याला शिव्या द्यायचो. मी एखाद्या लहान बाळागत लंगडत असताना तो या पृथ्वीवर चार पाय ठेवून चालण्याची हिंमत कशी करत होता? अशा कुत्र्यांविरुद्ध काही कायदा नव्हता का?

घातलेले प्लॅस्टर हे कडक आणि त्रासदायक होते. मला तसेच तीन पायांवर चालणे सुरुवातीला त्रासदायक होते, परंतु काही दिवसांनंतर मी आजूबाजूला लंगडत जाऊ लागलो आणि आठवड्याच्या शेवटी तर मी माझ्या तीन धडधाकट पायांवर अगदी तरबेज असल्यागत धावू लागलो होतो. माझा पुढचा प्लॅस्टरमधील पाय हा लाकडी तुकडा असल्यागत पुढे यायचा. तानिया आणि तिच्या मैत्रिणी मला 'लाकडी पाय असलेला कुत्रा' म्हणत होत्या; त्यांनी त्या प्लॅस्टरवर अनेक प्रकारचे लिखाण केले – मी ते सर्व चांगल्या भावनेने घेतले आणि मग माझ्या लक्षात आले की, मृत्यूच्या अस्फुट स्पर्शाने माझी संवेदनशीलता कमी झाली होती आणि स्वतःची थट्टा करणे किंवा इतरांनी केल्यास सहन करणे, मला आता जमू लागले होते.

ते प्लॅस्टर काढल्यावर मला जवळजवळ चुकल्याचुकल्यासारखे झाले, कारण त्यामुळे माझी घेतली जाणार काळजी आणि पांगळेपणामुळे मिळणाऱ्या सवलती संपल्या होत्या, परंतु वाईट प्रसंगातील चांगल्या गोष्टी या कधीतरी संपतातच. आज माझ्याकडे पाय आहे, तो सांध्याशी

धातूच्या स्क्रूने जोडलेला, ही कोलची मेहरबानी! या प्रसंगाने घाबरून आणि भेदरून न जाता मी कोलचा आणखीच जोमाने रागराग करू लागलो, पण आता मी त्याला आव्हान देण्याबाबत जरा जास्तच सावध झालो होतो. पुढील बंद, सुरक्षित दाराआडून किंवा माझ्या कुटुंबाच्या सदस्याचे मला पुरेसे संरक्षण असताना, पुरेशा सुरक्षित अंतरावरून त्याला अपमानित करण्याची एकही संधी मी सोडत नव्हतो!

"कुरूप, वाशेळा, लाळ गाळणारा म्हैसा," त्याचा वास आला की, मी किंचाळू लागे....

"निरुपयोगी खेळण्यातील कुत्र्या; मी पुढच्यावेळी तुला बघतो," तोही रागाने गुरगुरायचा.

एकमेकांपासून सुरक्षित अंतरावरून जेनिफर आणि कोलच्या मालकाची – बेनची बायको, ॲन्ड्रिया आपल्या माना हलवायच्या आणि म्हणायच्या, 'स्पर्धक विक्रेत्यांसारखा हे दोघे एकमेकांच्या अपमानाचा जणू व्यापार करतायत!'

एका वर्षानंतर कोल आणि त्याचा मालक घर बदलून गेल्यावर माझ्या कुटुंबीयांनी सुटकेचा निःश्वास सोडला. तुम्हाला वाटले असेल की, कोलपासून सुटका झाली म्हणून मला बरं वाटले असेल, पण कुणी राग काढायला, अपमान करायला नाही म्हणून मला चुकल्याचुकल्यासारखे होऊ लागले आणि आमच्या मजल्यावरचे आयुष्य जास्त शांत झाले.

नऊ

जिवावर बेतलेल्या या प्रसंगातून मी चांगला धडा शिकलोय, अशी माझ्या कुटुंबीयांना आशा होती, परंतु याबाबत त्यांची निराशाच झाली. मी माझ्याहून तीन-चारपटीने मोठ्या असलेल्या कुत्र्यांना आव्हान देणे चालूच ठेवले. सुदैवाने या कुत्र्यांची जात 'लॅब्रेडोर' किंवा 'गोल्डन रिट्रायव्हर्स' अशी मवाळ आणि स्वभावाने गोड अशी होती. त्यांच्या पायाजवळ नाचणाऱ्या छोट्या वात्रट कुत्र्याकडे ते नुसते प्रश्नार्थक मुद्रेने बघत सुस्वभावीपणे माघार घेत! त्यामुळे दुसऱ्या दिवशी भुंकण्यासाठी आणि पुन्हा आव्हान देण्यासाठी मी जिवंत राहायचो!

मला असे वाटते की, आम्ही पॉमेरॅनियन्स कसे आहोत, ते कुणी समजू शकत नाही. आमचे हृदय विशाल असते आणि आमचा अहंकार त्याहूनही जास्त मोठा असतो आणि हे सारे सामावलेले असते, ते छोट्याशा देहात. आकारमानाने मोठ्या आणि प्रबळ चाऊ-चाऊ पूर्वजांपासून आम्ही खेळण्याच्या जातीकडे आलो, ही आमची अवनती आम्ही स्वीकारू शकत नाही. अगदी 'खेळण्यातील'जात हे नावसुद्धा कमीपणा आणणारे आहे! आमच्यापैकी बरेचजण आमच्या आकाराच्या वस्तुस्थितीला आणि आमच्या मर्यादांना तोंड द्यायचे नाकारतात, त्यांना वाटते की, आम्ही कोणत्याही कुत्र्याशी लढाई करण्यात पुरेसे ताकदवान आहोत. जितका कुत्रा मोठा, तेवढे मोठे आव्हान!

मी या सगळ्यात जास्त वाईट आहे. जणू या पृथ्वीवर दुसऱ्या कुत्र्याचे अस्तित्वच मी सहन करू शकत नाही! ज्या क्षणी मी दुसरा एखादा कुत्रा पाहतो, मग तो कोणत्याही जातीचा असो वा आकाराचा,

मला खूप राग येतो. त्या बिचाऱ्या प्राण्यावर धावून जावे आणि त्याला पृथ्वीवरून पळवून लावावे, असे मला वाटते!

'मला हे कळत नाही की, एरिक तू एवढा भांडकुदळ का आहेस आणि प्रत्येकाचा द्वेष का करतोस?' जेनिफर त्रागा करायची. 'तू जरा आरामात राहून पार्कमध्ये येणाऱ्या काही कुत्र्यांबरोबर दोस्ती का करत नाहीस? मग तुझ्या लक्षात येईल की, त्यांच्याबरोबर तुझा वेळ मजेत जातोय!'

परंतु याच्याशी मी सहमत नव्हतो आणि हे असले काही करण्याची माझी तयारी नव्हती.

एकदा तिने मला कुत्र्यांच्या एका स्पर्धात्मक संमेलनाला नेण्याचा प्रयत्न केला. तिच्या क्लबमधील मिजासखोर श्वानप्रेमी हे असे संमेलन महिन्यातून एकदा घ्यायचे.

'दुसऱ्यामध्ये मिसळण्याचे शिक्षण हे तुला फायद्याचे होईल आणि तुझ्या हे लक्षात येईल की, इतर कुत्र्यांबरोबर तुझा वेळ मजेत जातो,' तिने मला ग्वाही दिली. त्या वेळी पॉमेरॅनियन्सच्या बाबतीत जेवढे शक्य होते तेवढे तिने माझे केस विंचरले आणि त्या सोहळ्याला जाण्यासाठी माझी कारमध्ये रवानगी केली.

दिसेल त्या कुत्र्यावर चालून जाण्याची न आवरता येण्यासारखी उबळ माझ्या मनात येत असते. आणि मला तिथे घेऊन जाण्यात ती फार मोठी चूक करत होती. त्या दिवसाचा शेवट आम्ही दोघं आमच्या शेपट्या पायात घालून गुपचूप निघून जाण्यात होईल, अशी मी तिला सूचना देण्याचा प्रयत्न केला, परंतु ती ऐकेना. मी अगदी भर तारुण्यात असल्याने फारच छान दिसत होतो आणि कुत्र्यांच्या क्लबमध्ये प्रत्येकापुढे माझे प्रदर्शन करण्याची तिची इच्छा होती.

"असा सुंदर कुत्रा असून केवळ त्याच्याकडे वागणुकीबाबत समस्या आहे. म्हणून त्याला रोज असे घरात लपवून ठेवण्यात अर्थ नाही," ती तानियाला म्हणाली. दर्जा आणि समाज याबद्दल मला वाटणाऱ्या अनादराची कल्पना तानियाला जास्त असल्याने तिने शहाणपणाने यापासून दूर राहायचे ठरवले!

"तुला हे निश्चितपणे करायचे आहे ना, मॉम?" माझा ठेवणीतील पट्टा आणि बांधायची दोरी अडकवण्यासाठी जेनिफरला मदत करत

असताना तानियाने विचारले. "इतर कुत्र्यांशी तो कसा वागतो, हे तुला माहीत आहे आणि स्पष्ट सांगायचे तर त्याची वागणुकीची समस्या 'किरकोळ' आहे, असे मी काही म्हणणार नाही!"

"जर आपण प्रयत्नच केला नाही, तर आपल्याला कधीच कळणार नाही, नाही का?" जेनिफर अगदी निश्चयपूर्वक म्हणाली.

मी रागाने तिच्याकडे पाहिले. मला जाण्याची इच्छा नव्हती, मला खरंच जाण्याची इच्छा नव्हती, कारण दुसऱ्या कुत्र्यांचा आवाज आणि गंध याचा मला तिटकारा वाटायचा. मी अगदी पूर्णत: एकलकोंडा, समाजात मिसळू न शकणारा कुत्रा आहे. या गोष्टीचा स्वीकार ते का करू शकत नाहीत?

माझे डोळे एका दुष्ट इच्छेने चमकू लागले आणि माझ्या मनात आले, 'ठीक आहे, मॅडम, जर तुमचा आग्रहच असेल, तर स्वत:ला शहाण्या समजणाऱ्या आगाऊ कुत्र्यांना मी दाखवतोच! हा मी एरिक, युद्ध भूमीवर येतोय!'

आपले मूल हे मूर्तिमंत देवदूतच आहे, असे प्रत्येक आईला वाटत असते आणि जेनिफर यापेक्षा काही वेगळी नव्हती. तिची पुन्हा-पुन्हा परीक्षा घेतली गेली होती, तरीही तिला वाटत होते की, मी जगातील अतिशय सुंदर, फारच प्रेमळ आणि ज्याचे आकर्षण टाळता येणार नाही, असा कुत्रा आहे! त्या कुत्र्यांच्या स्पर्धेच्या दिवसाच्या शेवटी मात्र फक्त तिला एकटीलाच हे वाटत होते याबद्दल मला खातरी आहे!

जर कुत्र्यांची डोकी दुखत असतील, तर आम्ही त्या उंच पसरलेल्या झाडांच्या छायेत असलेल्या मोठ्या, मोकळ्या जागेत आल्यावर माझे डोके दुखायला सुरुवात झाली असे मला वाटते. ती जागा सर्व तऱ्हेच्या आणि आकारांच्या कुत्र्यांनी भरलेली होती. देवा, तिथे तर डझनांनी कुत्री होती. कुत्र्यांचे एवढे मोठे संमेलन मी कधीच पाहिलेले नव्हते, पण ते कोण होते? स्वर्गातून आलेले देवदूत की यंत्र कुत्री? तिथे कुत्री किंवा कुत्र्या यांना तऱ्हतऱ्हेचे चित्रविचित्र पट्टे बांधून त्यांच्या मालकांनी मागे धरून ठेवले होते, पण तरी ती श्वानसेना अशी रांगेत स्वस्थ कशी काय बसू शकत होती? त्या प्रसंगी श्वानसेनेला बांधलेले ते पट्टे त्यांच्या मालकांनी एकमेकांवर कुरघोडी करण्यासाठी आणले होते, याबद्दल मला खातरी आहे.

इतरांच्या तुलनेत साध्या असलेल्या पट्ट्याला मी जोरजोरात हिसके देत होतो आणि जेनिफर त्यावर शक्य तेवढी पकड ठेवून होती. अशा त्या उच्च दर्जाच्या आणि सुसंस्कृत कुत्र्यांच्या आखाड्यात आम्ही थाटात, पण धसमुसळेपणे प्रवेश केला तेव्हा सर्व नजरा आम्हाला बघण्यासाठी वळल्या.

"हे बघ एरिक, ही आपली जागा! कृपा करून नीट वाग आणि मॉमीला लाज आणू नको!" मला एका तिरस्करणीय, केसाळ पुडल कुत्र्याच्या बाजूला बसवत ती पुटपुटली. त्या दिवसाची ती पहिली चूक! हास्यास्पद रीतीने कापलेल्या कुरळ्या केसांचे झुबके असलेला तो आढ्यताखोर कुत्रा मला काही सहन होईना, त्यामुळे माझा अगदी निरुपाय झाला. मी माझ्या लहरीप्रमाणे वागणारा बेशिस्त असा कुत्रा आहे आणि हा दुष्टपणा आहे, हे कबूल करताना त्याची मला लाज वाटते. जितका मी चिडतो तेवढा मी जास्त दुष्ट होतो; मूर्खांच्या स्पर्धेत मला भाग घ्यायला भाग पाडले, म्हणून मी खरंच चिडलो होतो! आणि आता तर मला त्या नखरेल कुत्र्याच्या बाजूला उभे केले होते!

'जेनिफरसाठी तरी मला नीट वागायला हवं!' हे शब्द मी मंत्र असल्यागत पुटपुटत राहिलो आणि स्वतःला आवरण्याचा प्रयत्न केला, कारण कुत्र्यांच्या स्पर्धेत आमचे कौतुक आणि आदर होणे, तिच्या दृष्टीने फार महत्त्वाचे होते! मी मोजून पाच मिनिटे स्वतःला आवरू शकलो! मग ते हलणारे कुरळे केस आणि मोठा गुलाबी धनुष्याकृती बो यांनी माझा ताबा घेतला आणि मला समजण्याआधी ज्या तऱ्हेने मी त्या केसाळ पुडल कुत्र्यावर हल्ला केला, तिच्या कुरळ्या बटा फाडल्या आणि तो गुलाबी धनुष्याकृती बो सैल विस्कटून टाकला, ते बघून माझी मलाच भीती वाटली. देवा, ती केसाळ पुडल कुत्री जोरात विव्हळली, पुन्हा-पुन्हा विव्हळत राहिली, त्यामुळे तिथे एकच गोंधळ उडाला. एखाद्या पहारेकऱ्यासारखी घेतलेली बैठक सोडून इतर कुत्री आली आणि ती एकमेकांवर तुटून पडली. पिना, रिबिनी आणि कुत्र्यांच्या सजावटीचे इतर सामान यांचा पाऊस पडू लागला.

माझे हे आक्रमक रूप बघून जेनिफर काही क्षण थिजल्यागत उभी राहिली आणि मग पुढे धाव घेत तिने मला त्या केसाळ पुडल कुत्रीपासून हिसडा देऊन दूर केले आणि त्या कुत्रीच्या मालकाची मनःपूर्वक क्षमा

मागितली. माझ्या या गुन्ह्याबद्दल मला पश्चात्ताप होणे दूरच राहिले, मी त्या केसाळ पुडल कुत्रीची झालेली दशा पाहून खूप हसलो. तिच्या त्या काळजीपूर्वक विंचरलेल्या केसांच्या बटा या धुण्याच्या मशिनमधून जोरात घुसळून काढल्यागत टोकदारपणे उभ्या राहिल्या होत्या.

जेनिफर खूप चिडली आणि माझ्या कानात फुत्कारली, ''तू अगदी वाईट मुलगा आहेस! तुझ्या तोंडावरचे ते संतापजनक हसू पुसून टाक! तू काय केलंयस ते पाहा! हा गोंधळ उडवायला तू कारणीभूत आहेस, मला तुझी लाज वाटते!''

माझ्या लक्षात आले की, मी जे काही केले होते, त्यामुळे ती खरंच खूप चिडली होती. अशा वेळी तिने सांगितलेले ऐकणे आणि उद्धटपणा सोडून पश्चात्ताप झाल्यागत दाखवणे हेच शहाणपणाचे होते. तिचे मन जिंकण्यासाठी जे काही करणे शक्य होते, ते मी केले, मी तिचे तोंड जोरजोरात चाटले, परंतु ती बधली नाही. तिने मला जोरात जमिनीवर ढकलले – मग मी दुसरी योजना ताबडतोब अमलात आणली. ती म्हणजे मी जमिनीवर लोळत डोळ्यांनी तिची विनवणी सुरू केली, 'होय, मी वाईट वागलोय, अगदी वाईट वागलोय आणि जी काही शिक्षा तू मला देशील ती योग्यच आहे. मी अगदी संपूर्णपणे शरण आलोय. तुला योग्य वाटेल, ती शिक्षा तू मला दे. मी तुझ्या दयेवर अवलंबून आहे.'

अर्थात जेनिफर विरघळली, परंतु तिला लाजिरवाण्या नामुश्कीतून बाहेर पडायचे होते आणि आपली नाखुशी मला दाखवायची होती. तिने मला त्या केसाळ पुडल कुत्री मिंकजवळ ओढले आणि ती म्हणाली, ''हे बघ मिंक, जे काही एरिकने केले त्याबद्दल त्याला पश्चात्ताप होतोय. तो अगदी वाईट मुलगा आहे, हे त्याला माहीत आहे!''

'मिंक, काय नाव तरी!' मी तिरस्काराने मनातल्यामनात म्हटले! जरी मी आता शरणागती पत्करली होती, तरी माझ्या अर्धवट मिटलेल्या डोळ्यांतील दुष्ट चमक मिंक पाहू शकत होती; ती आपल्या मालकिणीकडे धावली. माझ्या दुष्टपणाबद्दल आणि मला काही पश्चात्ताप वगैरे वाटत नाही, हे तिला सांगायचे होते. ती काय सांगण्याचा प्रयत्न करत होती, ते माझ्याशिवाय दुसऱ्या कोणालाही समजत नव्हते हे नशीब!

जेनिफरला हे पुरेसे होते. या स्पर्धेतून मला काढून तिला आणि मला घरी परतायचे होते, परंतु मी थांबावे असा आग्रह मिंकच्या मालकिणीने अगदी दयाळूपणे धरला किंवा कदाचित मी कसा हीन दर्जाचा, वाईट तऱ्हेने वाढवलेला कुत्रा आहे, हे त्या सर्व कुत्रा जमातीला दाखवण्याची आम्हाला आणखी संधी द्यायची होती. आम्ही या सापळ्यात संपूर्णपणे अडकलो! त्यांना त्या सर्व कुत्र्यांना शांत करण्यात आणि त्यांच्या जागी बसवण्यात यश मिळाले. माझ्यावर नजर ठेवता यावी आणि मला जास्त गडबड करता येऊ नये यासाठी त्यांनी मला सर्वांत पुढे ठेवले. मला कुरकुरत का होईना, हे कबूल करायला हवे की, ते सर्व कुत्रे हे उत्तम वर्तणुकीचे होते. मी 'जेनिफरला बरे वाटावे म्हणून तरी त्यांच्यासारखा का वागू शकत नाही?' असा प्रश्न मी पहिल्यांदाच स्वत:ला केला. मला माहीत होते की, हे मला अशक्य होते. माझ्या शरीरात जी ताकद होती. तिचे सर्व काळ हालचालीत रूपांतर व्हायचे. मी असा बराच काळ स्वस्थ बसणे अशक्य होते.

परंतु त्या दिवसापुरते मी पुरेसे नुकसान केले होते आणि मला माहीत होते की, मी आणखी काही खोडी केली तर जेनिफर खरोखर संतापेल आणि मग किती विनवण्या केल्या तरी काही फायदा होणार नाही. अगदी महत्प्रयासाने मी स्वत:ला माझ्या मागच्या पायांवर बसायला भाग पाडले आणि कुणाच्याही लक्षात येणार नाही अशा तऱ्हेने माझा एक पाय आपटत उठण्याची तीव्र इच्छा आवरली. पुढचा कार्यक्रम ऐकून त्याप्रमाणे आज्ञापालन करणे, असा असल्याची घोषणा सुरू होती. जेनिफर पार घाबरलेली होती, कारण तिला माहीत होते की, दिलेले हुकूम पाळण्याची मी जराही पर्वा करत नसे; मला जे काही हवे ते मी करत असे. खरं सांगायचे, तर आज्ञापालन करण्याऐवजी मी त्याच्या विरुद्ध वागण्याची शक्यता होती.

मी तिचे लक्ष वेधले आणि 'या वेळची गोष्ट निराळी आहे,' हे तिला दाखवण्याचा प्रयत्न केला. 'ते जे काही मला करायला सांगतील ते मी तिच्यासाठी करेन,' याबद्दल तिला खातरी देण्याचाही प्रयत्न केला, परंतु तिला काही खातरी वाटत असल्यासारखे दिसत नव्हते. मी उसासा सोडला. आपल्यावर विश्वास नसणे हे भयानक होते, परंतु तिला कोण

दोष देऊ शकले असते? मग मला तिला दाखवूनच द्यायला हवे होते.

मी अगदी चांगल्या हेतूने सुरुवात केली, परंतु ते प्रत्येक कुत्र्यासमोर खाण्याचा वाडगा ठेवत होते. अरे देवा, इतका छान वास असलेले ते कोणते कुत्र्याचे अन्न होते? आमच्या पुढे ठेवलेले ते अन्न ताबडतोब खाण्याच्या मनापासूनच्या इच्छेवर आम्हाला खाणे सुरू करण्याची आज्ञा मिळेपर्यंत नियंत्रण ठेवायचे होते. हा त्या आज्ञापालनाचा पहिला धडा होता. चांगली वर्तणूक असलेले आणि चांगल्या तऱ्हेने वाढवल्या गेलेल्या कुत्र्यांना मूलतः असलेल्या पशूवृत्तीवर नियंत्रण ठेवत वाट पाहणे, सहज शक्य असल्याचे मानले जात होते.

छान वास येणारे कुत्र्याचे अन्न मी कधीच पाहिले नव्हते, हे दाखवण्यासाठी आणि मला घातपात करण्यासाठी ते सर्व तिथे आलेले होते, याबद्दल माझी खातरी होती. इथेच तर माझा घोटाळा झाला आणि मी काय करतो आहे, ते मला कळण्याआधीच मी माझ्या वाडग्यातील अन्न तर संपवलेच, पण दुसऱ्या कुत्र्यांच्या वाडग्यांचाही सावकाश समाचार घेतला आणि या गडबडीत काही वाडगे उलटवले! बिचारी जेनिफर! मानहानीमुळे ती जवळजवळ कोसळण्याच्या बेतात असताना ती एकदम कामाला लागली आणि मी पाचव्या वाडग्यावर हल्ला करण्याच्या तयारीत असताना तिने मला मागे खेचले.

मी प्रशिक्षण घ्यायला नालायक आहे आणि मी कधीही सुसंस्कृत होणार नाही, हे मान्य करून तिने आता माघार घ्यायचा निर्धार केला. जेनिफरने आमच्या वस्तू गोळा केल्या आणि रागाने लाल होत, जेव्हा ती कारकडे जायला निघाली तेव्हा पुढच्या कार्यक्रमासाठी कुणीही आम्हाला थांबण्यास सांगितले नाही. त्या सर्व प्रवासात ती मला टाकून बोलत होती, दूषणे देत होती.

या वेळी अगदी कान किटेपर्यंत मला सारे ऐकावे लागले आणि माझी कसलाही आवाज करण्याची हिंमत झाली नाही, कारण जेनिफर जेव्हा एवढी चिडते, तेव्हा स्वस्थ बसणेच सर्वांत जास्त शहाणपणाचे ठरते. मग दिवसभरात तिने माझ्याशी बोलण्याचे किंवा माझ्या दिशेने पाहाण्याचेही नाकारले. सुदैवाने इतर कुत्र्यांच्या अन्नावर डल्ला मारल्याने त्या रात्री जेवण किंवा खाण्यापिण्याशिवाय काढणे, हे मला शक्य झाले होते.

एक आठवड्यानंतर जेव्हा एका मित्राने माझी बसण्याची पद्धत आणि माझ्या कातडीवरची लक्षणे किती परिपूर्ण आहेत, असा शेरा मारला आणि मला कुत्र्यांच्या क्लबच्या स्पर्धेंत भाग घेण्यासाठी जेनिफरकडे आग्रह धरला, तेव्हा!

ते सर्व कुटुंब घाबरून एकत्रपणे ओरडले, ''नाही, नाही, अजिबात नाही!''

तर कुत्र्यांच्या स्पर्धेतील माझी अल्पजीवी कारकीर्द ही अशा तऱ्हेने संपली आणि वंशपरंपरेने आलेल्या गुणांमुळे माझी 'उत्कृष्ट खेळाडू कुत्रा' अशी उपज करण्याचे हे बिलचे प्रयत्नही असे फुकट गेले!

दहा

तुम्हाला असे वाटत असेल की, मी पिळदार स्नायू असलेला आणि स्वत:चे वाट्टेल ते लाड पुरवणारा धटिंगण आहे, पण ते तसे नाही. माझ्याकडेही, विशेषत: माझ्या मॉमसाठी, जेनिफरसाठी काही हळुवार क्षण आहेत. ते क्षण म्हणजे नेहमी झोपेच्या निवांत वेळेचे, जेव्हा मी अत्यंत गोड वागतो तेव्हाचे असतात. कुटुंबातील प्रत्येक जण हे कबूल करतो.

दिवसभरात माझ्यात पुरुषी आक्रमकता आणि राक्षसी ताठा, गर्व असेल, पण रात्र येताच मी अगदी दुर्बळ बनतो, कारण मला एक अदृश्य बागुलबोवा सतावतो. मला काळोखाची आणि एकटे झोपण्याची भीती वाटते! आणि मी याबाबत काही करू शकत नाही, मी यावर मात करण्याचा प्रयत्न करतो, पण तरीही ते शक्य होत नाही. तो रात्रीचा दाट काळोख आणि त्यात लपलेले धोके, मग भले ते काल्पनिक असले तरी ते मला सतावतात, मग मला माझ्या कुटुंबातील एखाद्या सदस्याला चिकटून राहावे लागते आणि त्यांचे आश्वासक श्वासोच्छ्‌वास आणि त्यांची ती जिवंत ऊब यामुळे माझ्या मनाला स्वस्थता लाभून मी झोपी जातो.

जर तिला वाटले असते, तर जेनिफर या गोष्टीचा उपयोग माझ्या विरुद्धचा उपाय म्हणून करू शकली असती, परंतु तिने कधीही – ज्या दिवशी 'डॉग शो'मध्ये माझ्यामुळे तिची क्लबमध्ये फजिती झाली होती, त्या रात्रीही – माझ्या कमजोरीचे असे भांडवल केले नाही. तिने मला हद्दपार करून पलंगाच्या अगदी टोकाला सारले. रात्री झोपताना ती

मला नेहमी मिठी घालायची ते तिने नाकारले. तिला थोडा वेळ द्यावा म्हणून मी तिच्यापासून दूर राहिलो, परंतु मला इतके अपमानित आणि दुःखी वाटत होते की, रोजचा रात्रीचा 'इकडे-तिकडे गोंधळ' म्हणजे पलंगावर लोळत चादर आणि पांघरूण पंज्यात धरून धुडगूस घालणे, हे सारे सोडून मी झोपी गेलो.

मला उघड्यावर झोपणे आवडत नाही, विशेषतः रात्री! कारण उघडा पडून हिंस्त्र, भक्षकशक्ती माझ्यावर हल्ला करण्याची मला भीती वाटते. स्वतःला सुरक्षित वाटावे म्हणून मला एखाद्या आच्छादित जागेत बीळ करून स्वतःला लपवण्याची गरज वाटते, मग मी पांघरुणांचे बोचके करून त्यात रांगत जाण्यासाठी आणि स्वतःला 'संरक्षित' करण्यासाठी तिथे एक प्रकारचे बीळ तयार करतो. मला वाटते की, या सवयीची सुरुवात मी शेतावरच्या नैसर्गिक वातावरणात जन्मल्यामुळे तेथे झाली असावी. तिथे खूप ऐसपैस अशा मोकळ्या जागा असायच्या आणि तिथे जवळच्या जंगलातील रानटी श्वापदे आणि पक्षी कधी-कधी दिसायचे.

माझी जन्मदात्री आई-ट्रेसी नेहमी आम्हाला आपल्या जवळ ठेवायची. भोवतालच्या त्या उघड्या शेतात स्वतःहून फार दूर न जाण्याबद्दल तिने आम्हाला ताकीद दिली होती, कारण कोल्हे आणि शिकारी पक्षी आमच्यासारख्या गुबगुबीत आणि स्वसंरक्षणास असमर्थ अशा कुत्र्यांच्या पिल्लांवर कधी झडप घालतील, हे सांगता येत नव्हते. रात्रीच्या वेळी आम्हाला आपल्या पंज्यात घट्ट गुंडाळून ती झोपी जायची. त्या रात्री तिच्या आठवणीने मला फार वाईट वाटले. हो, मी अजूनही ट्रेसीचा विचार करतो. मला माहीत आहे की, तिच्यासाठी झुरून काही उपयोग नाही, कारण मी तिला कधीही भेटू शकणार नाही, तरीही काही वेळा मला ती नसल्यामुळे चुकल्यासारखे वाटते. तिला माझी अजून आठवण आहे की नाही हेही मला माहीत नाही, कदाचित नसेलही, कारण आमच्यानंतर तिला आणखी पिल्ले झाली असतील.

कुत्री भावनाशील नसतात किंवा माणसे, घटना अथवा माणसांच्या जगात कमावलेल्या सवयींचे स्मरण ठेवण्याएवढे हुशार नसतात असे कोण म्हणते? जो कोणी असे म्हणाला असेल, त्याने ते मागे घ्यावे! माझ्याबाबत म्हणाल तर मला सर्व काही आठवते... ट्रेसी, बिल, 'सू'

आणि ते अवाढव्य पसरलेले शेत, त्या वेळी तरी मला ते जणू सगळे जगच वाटायचे. ते सगळे कधी-कधी माझ्या स्वप्नात येतात आणि त्याचमुळे तुम्ही मला कधी झोपेत हसताना, रडताना, हिसके देताना आणि कधी खोल उसासे सोडताना पाहता! हल्ली-हल्ली मी 'सू'चा अनेकदा विचार करतो, कारण तानिया आता माझ्यापासून दूर राहू लागली आहे. क्वचितच माझ्याशी ती खेळते, त्यामुळे मस्ती करण्यासाठी एखाद्या सवंगड्याची उणीव मला भासते. जेनिफर तिच्याकडून खूप प्रयत्न करते, परंतु तुम्हाला माहीत आहे की, ती मॉम आहे. त्यामुळे मॉमजवळ 'मस्ती करणे' म्हणजे....!

आता मी शहरात राहतो आणि तिथे जी काही जंगले आहेत, ती काँक्रीटची आहेत आणि तिथे जंगली श्वापदे आणि शिकारी पक्षी हे फक्त प्राणिसंग्रहालयात असतात किंवा पाळीव प्राणी म्हणून बाळगले जातात, त्यामुळे मला माझ्या फ्लॅटमधील सुरक्षिततेबाबत खरं म्हणजे भीती वाटायचे कारण नाही, तरीही त्या जुन्या सवयी, चुकीच्या कल्पना आणि भीती पाठ सोडत नाही. मी त्यातून बाहेर पडू शकत नाही आणि कधी पडू शकेन असेही वाटत नाही.

तुम्हाला आश्चर्य वाटेल की, मी अगदी कळपात राहणारा आणि अत्यंत चपळ असलो, तरी मला माझी स्वत:ची जागा लागते आणि कधी-कधी काही शांत क्षणही. आमचा फ्लॅट हा चांगला ऐसपैस आहे, परंतु अर्थात तो काही राजवाडा नाही, हे अगदी नमुनेदार असे तीन बेडरूम्स असलेले घर आहे. जिथे अर्ध्या तासाच्या अवधीत मला कोणी शोधू शकणार नाही असा, अगदी कोणाचा संपर्क नसलेला कोपरा तिथे शोधणे सोपे काम नाही.

एक दिवस मात्र, अगदी अचानक मला एक परिपूर्ण अशी जागा सापडली. तानियाच्या खोलीत चार पायांचा मोठा पलंग होता, त्यावर झालरीचा स्कर्ट घातल्यागत झाकणारे कव्हर होते आणि ते पलंगाखालची जागा झाकून टाकत होते. ती जागा जेनिफर जादा चादरी आणि ब्लँकेटस मोठ्या प्लॅस्टिकच्या बॅगांतून आणि पेट्यांतून ठेवण्यासाठी वापरते. त्या दिवशी ज्या खेळण्याने मी खेळत होतो, ते पलंगाखाली घरंगळत गेले आणि ते परत मिळवण्यासाठी मी रांगत आत गेलो आणि जवळ-जवळ दोन तास बाहेरच आलो नाही! मला अगदी छान थंड,

अंधारे असे घरकूल त्या ब्लँकेट्सच्या आणि चादरींच्या मऊ बॅगांमध्ये सापडले होते. तो पलंग फ्लॅटमधील इतर भागांपासून झाकलेला होता आणि तिथे मला कोणी त्रास देऊ शकत नव्हते. जरी जेनिफर, जॉन किंवा तानिया यांना मी तिथे आढळलो, तरी ते मला खेचून काढण्यासाठी आतपर्यंत पोहोचू शकणार नव्हते. त्या सर्वांना माहीत आहे की, मला त्रास दिला गेला तर मी चवताळून विचार न करता चावतो, त्यामुळे त्यांना मी स्वत: होऊन बाहेर पडेपर्यंत मला सोडून द्यावे लागेल. सुटका मिळवण्यासाठी आणि काही क्षण शांतता घेण्यासाठी ती जागा अगदी परिपूर्ण अशी होती!

मी त्या जागेला माझे 'घरटे' म्हणायचो आणि ती लपण्याची एकदम मस्त जागा होती. जेव्हा मला एकटे राहावेसे वाटायचे, आजूबाजूला कोणी माझी पाठ थोपटायला, बोलायला किंवा कोणत्याही तऱ्हेने मला त्रास द्यायला नको, असे वाटायचे तेव्हा त्यात मी अदृष्य होऊ शकत होतो. कधी-कधी जास्तच लक्ष दिल्यामुळे कुत्र्यांनाही ताण जाणवतो आणि तो आम्हाला जास्त वाईट ठरतो, कारण आम्ही आमचा ताण नाहीसा करण्यासाठी सुट्टी घेऊ शकत नाही किंवा एखाद्या सिनेमाला जाऊन किंवा अन्य काही करून तो ताण कमी करू शकत नाही. आम्ही स्वत: होऊन कोठे जाऊ शकत नाही आणि कोणी आम्हाला घेऊन जाईल त्याची आम्हाला वाट पाहावी लागते. मालकाच्या मर्जीवर संपूर्णत: अवलंबून असणे हे किती तणावपूर्ण होऊ शकते हे तुम्ही समजू शकाल का? मला वाटते की, मी म्हणूनच असा उद्धट आणि व्यवस्थेच्या विरुद्ध जाऊन लढणारा आहे असे तुम्हाला वाटेल, परंतु देवाची कृपा, माझे मालक हे अत्यंत सहनशील आणि प्रेमळ आहेत. ते माझ्या सर्व मूर्ख लहरी सहन करतात आणि माझ्यावर विनाशर्त प्रेम करतात!

पहिल्यांदा जेव्हा मी माझ्या 'घरट्या'त गायब झालो आणि जेनिफर परत आल्यावर तिला कुठे सापडलो नाही, तेव्हा ती घाबरली. तिने माझ्यासाठी सर्व घर धुंडाळले आणि रडवेल्या स्वरात तिने जॉनला फोनवर सांगितले, 'मला एरिक कुठे सापडत नाही, कसेही करून तो घरातून बाहेर तर पडला नसेल ना? परंतु असे कसे घडू शकेल? माझी अगदी खातरी आहे की, जेव्हा मी सकाळी घरातून बाहेर पडले, तेव्हा

त्याने आपला नाच-गाण्याचा कार्यक्रम केला. मी त्याला त्याचे खाद्य दिले आणि दरवाजा बंद केला! त्यामुळे तो घरातच कुठेतरी असायला हवा, परंतु मी तर सगळीकडे शोधले!'

मी बाहेर पडून माझ्या मॉमला होणाऱ्या त्रासाचा शेवट करावा, असे मला वाटत होते, परंतु माझे घरटे इतके उबदार होते आणि मला इतके छान वाटत होते की, मी जेनिफरच्या प्रेमाखातरही इथून हलायचे नाकारले.

मग तिने माझ्यावर कुरघोडी केली, कारण मी कशामुळे बाहेर पडेन ते तिला अगदी बरोबर माहीत होते. किल्ल्या...! जेनिफरला माहीत आहे की, किल्ल्यांच्या किणकिणाटापासून मी स्वतःला कधी आवरू शकत नाही, कारण त्याचा अर्थ कुणीतरी घरातून बाहेर जातेय असा होतो.

आणि तिच्या अपेक्षेप्रमाणेच घडले. ज्या मिनिटाला मी किल्ल्यांचा तो झुलवणारा किणकिणाट ऐकला त्याच क्षणी माझ्यातील आत्मसंतोष झुगारून ती नेहमीची ऊर्जेची लाट माझ्या शरीरात उसळली आणि तिने माझ्या गेल्या दोन तासांची शांतता आणि मनःस्वास्थ्य नाहीसे केले. मी उठण्याची आणि दरवाज्याकडे धावत जाण्याची ऊर्मी थोपवण्याचा प्रयत्न केला, परंतु ते अशक्य होते, कारण काही झाले तरी मी माझ्या मनातून नकळत उमटणाऱ्या इच्छाशक्तीचा दास आहे!

परंतु मला माझी लपण्याची जागा तिला दाखवायची नव्हती, त्यामुळे मी जेवढे शक्य होते, तेवढे हळूच बाहेर पडलो आणि खोलीत बाहेर आल्यावर जोरात धावलो. मी जेनिफरवर उडी मारली, ते माझ्या त्या 'नृत्य आणि गाण्या'चे नाटक करतच! मी अगदी भोवळल्यागत आणि धाप लागेपर्यंत गोल-गोल फिरत होतो. मला वाटते जॉन ज्याला माझा 'निघता-निघता केलेला हल्ला' म्हणतो त्याचे मी जरा जास्तच जोराचे प्रदर्शन केले, कारण मला अपराधी वाटू लागले होते, परंतु या वेळी तिने त्याला हरकत घेतली नाही. मी घरात सुरक्षित आणि ठीक आहे आणि बाहेर कुठेतरी घर नसल्यागत भटकत नाहीये, हे पाहूनच तिला फार आनंद झाला.

एकदा मी तिला जॉनजवळ मी हरवण्याची भीती व्यक्त करताना ऐकले होते आणि जर तसे घडले, तर माझ्या वागणुकीच्या समस्येमुळे आणि माझ्या अंदाधुंद, विचित्र लहरीमुळे कुणीही मला सांभाळणार नाही, याची तर तिला खातरी होती. मी याबाबत तिच्याशी मनापासून

सहमत होतो आणि मी कधीही न हरवण्याचे आणि बेघर न होण्याचे मनाने ठरवून टाकले होते.

"ओ, एरिक खोडकर मुला," ती मोठ्याने ओरडली. "मी बोलवत होते, ते तू ऐकले नाहीस का? तू कुठे होतास? चल, तू कुठून आलास ते मॉमीला दाखव."

परंतु या गोष्टीला मात्र मी नकार दिला आणि तिच्या उत्तराच्या आग्रहाला लबाडीने चुकवण्यासाठी मी प्रेमाचे मोठे प्रदर्शन केले. मला माहीत होते की, ती ते लवकरच शोधून काढील, परंतु ते घडेपर्यंत तरी माझे ते गुप्त घरटे जितका वेळ मला वापरता येईल, तेवढा वेळ मला त्यावर अवलंबून राहायचे होते. कुणाला माहीत नसलेली अशी स्वत:ची जागा असणे, हे अगदी छान वाटत होते. घरातून चोरलेल्या वस्तू मग ते परत देण्याचे नाकारलेले अंतर्वस्त्र असो किंवा तानियाची मऊ, आवाज करणारी खेळणी किंवा भडक रंगाचे सॉक्स असोत, ते सर्व लपवण्याची ती माझी जागा झाली होती.

माझे माझ्या कुटुंबीयांवर फार-फार प्रेम आहे आणि ते दृष्टीस न पडता एकही दिवस राहण्याची मी कल्पना करू शकत नाही. ते जेव्हा घरी असतात तेव्हा ते मला कधीही एकटे सोडत नाहीत. सबंध दिवसभरात त्यांच्यापैकी कोणी ना कोणी; मला वर उचलून माझ्यावर चुंबनांचा आणि मिठ्यांचा कितीदा वर्षाव करतो, त्याची मी मोजदाद ठेवू शकत नाही. माझी प्रत्येक इच्छा ही त्यांना आज्ञेसारखी वाटते – विशेषत: जेनिफरला. बहुधा माझी घेतलेली काळजी, माझ्याकडे दिले गेलेले लक्ष यांचा मी आनंदाने स्वीकार करतो आणि त्यातील प्रत्येक क्षणाचा आनंद लुटतो. परंतु अशाही काही वेळा असतात की, जेव्हा मला एकटे राहण्याची लहर येते आणि त्या चालू असलेल्या पोरकटपणाचा मला फार वीट येतो, परंतु माझ्या मनाची कोणी पर्वा करत नाही. ते अक्षरश: मला प्रेमाने गुदमरवून टाकतात आणि मी त्यासाठी सदैव तयार असावे, अशीच त्यांची अपेक्षा असते! एखादी चांगली गोष्ट अति झाली की, कुत्र्यांनाही नको वाटते, हे त्यांना समजताना दिसत नाही!

माझ्या आवडत्या खाण्याचा पुडा जेनिफर आपल्या कॉम्प्युटरशेजारी तयार ठेवते, ज्यामुळे मला केव्हाही खाण्याची इच्छा झाली, तर ती माझी मागणी पुरवू शकेल! मला वाट पाहायला लावणे हे अगदी

चुकीचे आहे, असे तिला वाटते! त्यांनी मला 'व्ही.आय.डी.'(व्हेरी इंपॉर्टंट डॉग) असे टोपणनावही दिलंय.

'देवा, इतके कौतुक, इतके प्रेम आणि अनावर लाड होत असताना तक्रार करणारा मी कोण?' ज्या दिवसापासून मी या घरात पाऊल टाकलंय तेव्हापासून मला कोणीही गंभीरपणे शिस्त लावली नाही, तरीही कधी-कधी मी स्वप्न बघतो की, या काँक्रीटच्या जंगलापासून दूर अगदी पट्ट्याच्याही नियंत्रणापासून मी मुक्त आहे. उघड्या शेतातील रानटी फुलांतून, मऊशार गवतावरून तोंडावर वारा घेत मी धावतोय. असा एखादा दिवस मिळावा असे मला वाटते....!

परंतु, 'केक खायचा पण आहे आणि तो शिल्लकही ठेवायचाय,' हे कसे शक्य आहे? आरामदायी, उबदार, प्रेमळ कुटुंबासाठी आणि घरासाठी हक्काचा सौदा! पट्ट्याच्या बाहेरील नियंत्रणासाठी आम्ही स्वातंत्र्याच्या आणि निवडीच्या हक्काचीही किंमत मोजतो.

जेव्हा मी संगमरवरी फरशीवर दोन्ही पंज्यात माझे तोंड ठेवून शांतपणे पडलेला असतो, त्या वेळी हे सर्व विचार माझ्या मनात येत असतात. माझ्या या स्थितीला जेनिफर माझी 'चिंताक्रांत' आणि 'विचारग्रस्त' मुद्रा मानते.

अकरा

हल्ली-हल्ली जेनिफरही आरोग्य आणि व्यायामाविषयी जरा जागरूक झाली होती. समुद्रकिनाऱ्याच्या अरुंद पट्टीजवळ असलेल्या 'ईस्ट कोस्ट पार्क' या मैदानावर ती सायकल भाड्याने घेऊन जायची. मला ही जागा आणि तिथे रांगेत असलेले किनाऱ्यावरचे क्लब, पब्ज आणि कॅफेज हे फार आवडते. तिथे अनेक तरुण मंडळी फळीवर पाय रोवून स्केटिंग किंवा स्पीड बोटला बांधून घेऊन फळीवर तरंगण्याचे खेळ खेळत असायची. किनाऱ्यावरच्या क्लबमधून येणारे संगीत आणि जवळ असलेले छोटे मार्केट यामुळे ही सर्व जागा आनंदी वाटायची. इथलं वातावरण विशेषत: आठवड्याच्या सुट्टीच्या वेळी जंगी पार्टी असल्यागत असायचे.

मी कधीही समुद्रकिनाऱ्यावर गेलेला नव्हतो, जेव्हा प्रथमच माझे पाय त्या दाणेदार मऊ वाळूत बुडू लागले, तेव्हा मी उत्तेजनेमुळे पार वेडावून गेलो. समुद्रावरच्या वाऱ्याने आणलेली खारट हवा घेण्यासाठी माझ्या नाकपुड्या फुलल्या. ज्याला मी 'घर' म्हणत होतो, त्या कॉंक्रीटच्या जंगलाच्या बेटांवर समुद्रकिनाऱ्यावर संथपणे येणाऱ्या लाटा त्या निसर्गाचा एक भाग होता. मी समुद्राच्या किनाऱ्याच्या आणि त्या हलणाऱ्या ताडांच्या झाडांच्या प्रेमात पडलो आणि दर पंधरवड्यातून एकदा तरी जेनिफर मला तिथे घेऊन गेली नाही, तर मी तिला शांतता लाभू देत नाही.

कधी-कधी कामात अत्यंत गर्क असताना ती उसासा सोडते आणि म्हणते की, 'तिने माझी ओळख किनाऱ्याशी करून द्यायला नको होती,

परंतु मला माहीत आहे की, तिचा असे म्हणण्याचा खरोखर हेतू नसतो!' माणसांच्या बाबतीत मला एक गोष्ट लक्षात आली आहे, 'ती म्हणजे माणसांना मनापासून म्हणायच्या नसतात अशा अनेक गोष्टी ते बोलतात.' अर्थात त्यामुळे ज्या त्यांना मनापासून म्हणायच्या नसतात आणि त्यामुळे कधी-कधी चुकीचे इशारे दिले जातात. सुदैवाने मी जेनिफरला इतका चांगला ओळखतो की, ती जे काही बोलते त्याबद्दल ती केव्हा गंभीरपणे विचार करतेय आणि केव्हा नाही, हे मी नेहमीच सांगू शकतो!

ज्याला 'ईस्ट कोस्ट पार्क' म्हणतात तो किनारपट्टीचा भाग ही कुत्र्यांसाठी सौहार्दपूर्ण जागा आहे आणि आठवड्याच्या अखेरीस तेथील एक छोटा भाग कुत्र्यांच्या स्पर्धांसाठी दोऱ्या बांधून राखीव ठेवला जातो, पण जेनिफर आणि मी त्यापासून दूर राहतो. आम्ही त्या जमावाच्या कडेला स्टेजवर हिंडणारी आणि आपले कौशल्य दाखवणारी कुत्री पाहण्यासाठी थोडा वेळ घुटमळलो, तरी त्यात भाग घेण्यासाठी कधीही नाही...! कारण हे उघड आहे! जरी माझी कागदपत्रं मी उत्कृष्ट खेळाडू असल्याचे आणि स्पर्धेतील कुत्र्यांच्या वंशावळीतील असल्याचे जाहिर करत असल्याचे दाखवत असले, तरी माझ्या सर्व कुटुंबीयांनी मी स्वत: त्यापैकी एक असणार नाही, हे मान्य केले आहे.

आणि मला माहीत आहे की, त्यांना त्याबद्दल काही वाटत नाही, मी जो काही आहे, त्यावर ते तरीही प्रेम करतात. मी अशा अनेक कुटुंबांच्या गोष्टी ऐकल्या आहेत की, जे वंशावळ पाहून त्यांच्या सामाजिक दर्जाची खूण म्हणून कुत्रा विकत घेतात आणि त्यांना कुत्र्यांच्या स्पर्धेत जबरदस्तीने ढकलतात. माझ्या कुटुंबाने मात्र त्यांच्या जीवनात प्रेम, आनंद आणावा यासाठी मला घेतले, याचा मला आनंद होतो!

कधी-कधी गंमत म्हणून जोरजोरात कर्कश्श आवाजात भुंकून माझी खास अशी 'बंदुकीच्या गोळ्यांची फेरी' मी बाहेर फेकतो. हे असते 'कॅट वॉकिंग' करणाऱ्या स्टेजवरच्या कुत्र्यांना घाबरवून टाकण्यासाठी! आणि तसेच बऱ्याच वेळा घडतेही. ते चिडलेले मालक आम्हाला शोधण्याआधी जेनिफर मग मला झटकन दूर नेते, परंतु तिच्या चेहऱ्यावरचे ते अस्पष्ट हसू मला सांगते की, तिलाही यामध्ये मजा

वाटत असते.

तिच्या सायकलवरून जाताना, जेनिफर मला पुढच्या बाजूला बांधलेल्या जाळीच्या तारांच्या टोपलीत ठेवते. जसे आम्ही वेगाने जाऊ लागतो, थंड वाऱ्यामुळे माझ्या तोंडावरचे केस उंच उडू लागल्यावर मला वाटते की, जणू काही मी उडतोय! ती अगदी छान आणि स्वच्छंद भावना होती. हे करण्यासाठी आम्ही इतके दिवस वाट का पाहिली म्हणून मी जेनिफरवर डाफरतो.

सायकलसाठी तयार केलेल्या मार्गावरून निदान एक तासभर तरी आम्ही नेहमी जातो. समुद्रात मावळणारा सूर्य बघण्यासाठी मग एका खडकाजवळ थांबतो. आकाशात केशरी, लाल आणि पिवळ्या रंगांच्या इंद्रधनुष्याचे पट्टे असतात आणि त्यांचे ते सौंदर्य श्वास रोखून धरायला लावते! सूर्याचे शेवटचे किरण क्षितिजाखाली नाहीसे होईपर्यंत आम्ही वाट पाहतो आणि मग संथपणे सायकलिंग करून परत भाड्याच्या सायकलीच्या दुकानाकडे येतो.

मग सायकल परत केल्यावर जेनिफर आणि मी त्या सपाट मैदानातील दगडी बाकावर तंगड्या पसरून बसतो. जहाजांचे दिवे लागण्याची आम्ही वाट पाहात असतो. काळोखात बुडालेल्या समुद्राला आणि आकाशाला प्रकाशाची रेघ रेखाटणाऱ्या लुकलुकत्या दिव्यांच्या मंद प्रकाशात स्वत:ला बुडवून टाकतो. मालकीण आणि कुत्रा एकमेकांशेजारी बसलेले, त्या अंधारणाऱ्या आकाशावर आमच्या आकृत्यांच्या बाह्यरेषा अगदी संपूर्ण मेळ साधून कोरलेल्या असतात. हृदय, मन आणि आत्म्यांचे... ते अगदी अद्‌भुत असे मीलन असते!

वर आकाशात जवळच्या विमानतळावरून उड्डाण करणारी किंवा उतरणारी विमाने दिसत असतात. त्यांची ती अस्पष्ट घरघर मला धातूच्या पक्ष्यात बसून दूरच्या प्रदेशात आणि अनिश्चित जीवनाकडे उड्डाण करून नेणाऱ्या प्रवासाची आठवण करून देते.

विमानतळावर आता गर्दीची वेळ आहे आणि उड्डाणासाठी किंवा उतरण्यासाठी गोल घिरट्या घालणाऱ्या विमानांनी आकाश भरलेले आहे. थोडा वेळ आम्ही त्यांना पाहात शांतपणे बसून राहतो. थोड्या वेळाने मी जोरजोरात धापा टाकू लागतो, कारण आता वाऱ्याची झुळूक येण्याचे थांबलेले असते आणि उष्ण कटिबंधातील दमट रात्र माझ्या

अंगावरील केसांमधून आत झिरपू लागते.

मग जेनिफर उठते आणि ते हवेहवेसे वाटणारे शब्द बोलते, “चला, आपण एखादे भरपूर बर्फ घातलेले थंड पेय घेऊ या!” अशा वेळी एखादी स्त्री आमच्याजवळ येऊन म्हणते, “काय सुंदर कुत्रा आहे हा! पण तुम्ही त्याचे केस जरा लांब ठेवा!”

मी रागाने तिच्याकडे बघत फुत्कारतो, “हो, गरम पाण्याच्या वाफेत स्नान करताना केसाळ कातडीचा कोट वापरून पाहा आणि मग बघू या, तुला किती छान वाटते ते!”

मी काय म्हणतो ते तिला समजत नाही, पण ती मागे जात घाबरत शेरा मारते, ‘पण तो तसा प्रेमळ नाही, नाही का?’

कुत्र्याला काय वाटते, ते या लोकांना समजत नाही. उष्णता वेगळी राखणाऱ्या दोन स्तरांच्या केसाळ कातडीचे वजन अंगावर असणे आणि तेही या अयनवृत्तावरील उन्हाळ्यात! देवाचे आभार की जेनिफर शहाणी आहे. जेव्हा मी केसाळ कातडीच्या भाराने दबल्यासारखा दिसतो आणि जेव्हा उष्णतेची लाट आम्हाला सतावते, तेव्हा ती मला माझ्या सोनेरी बटा कापण्यासाठी नेहमी डॅनीकडे नेते.

कधी-कधी तो ते केस जरा जास्तच कमी करतो आणि मग माझे केस विचित्र बारीक दिसू लागतात. केस कापल्यामुळे मला अगदी उघडे पडल्यासारखे आणि बारीक झाल्यागत वाटते. केस कापल्यावर पहिला आठवडाभर मी आरशात स्वत:ला बघायचे टाळतो, कारण मला माहीत असते की, मी चांगला दिसत नाही, परंतु तो सर्व केसांचा भार उतरल्यावर मला फार हलके वाटते, हे मात्र नक्की!

खरं तर हा ‘आधी पिल्लू की आधी अंडे’ असा पेच आहे. माझ्या अंगावर पॉमेरॅनियनचा परिपूर्ण केसाळ कोट असल्यावर मी अगदी फारच छान दिसतो, परंतु मला त्या दमट, उष्ण भाजणाऱ्या हवेत इतकं गरम वाटते आणि अंगावर वजन असल्यागत वाटते की, मी धड श्वासही घेऊ शकत नाही; मग मी बराचसा वेळ एखाद्या थंड पृष्ठभागावर पडून धापा टाकीत काढतो. माझा वेळ सौंदर्य हवे की निवांत आराम देणारी त्वचा यात निवड करण्यात जातो. आणि अर्थातच मी दुसऱ्या गोष्टीची निवड करतो, त्यामुळे कधी-कधी जेव्हा जेनिफर कामात फार गर्क असते आणि मला वेळेवर डॅनीकडे न्यायला विसरते, तेव्हा तिला

हे कळावे यासाठी मी प्रयत्न करतो!

उन्हाळा असो वा नसो मला बाहेर जायला आवडते. दिवसातून कमीतकमी एकदा तरी जर मी घरातून बाहेर पडलो नाही, तर मी अक्षरश: वेडा होतो. माझ्या आवडत्या जागा म्हणजे कुत्र्यांना मज्जाव नसलेली दोन स्थानिक कॉफीची दुकाने! 'नेहमी येणाऱ्या'ला ज्या तऱ्हेने सौजन्य दाखवले जाते, ते सर्व तेथे माझ्या वाटणीला येते. त्या दुकान मालकांना माहीत आहे की, माझ्यामुळे माझे कुटुंब दिवसातून एकदा तर क्वचित दोनदाही येते, त्यामुळे ते मला चांगल्या तऱ्हेने वागवतात. जेनिफरला मला घरात ठेवणे सहन होत नाही, त्यामुळे जिथे कुत्र्यांना आणलेले चालते, अशा तीन उघड्यावरच्या रेस्टॉरंटपैकी एका रेस्टॉरंटमध्ये आमच्या कुटुंबाला खावे लागते. ते माझे इतके लाड करतात! तिथे गेल्यावर 'अति महत्त्वाचा कुत्रा'(V.I.D.) अशी मला शाही वागणूक मिळते!

दोन आठवड्यांपूर्वी मला एक भीतिदायक अनुभव आला; खरं सांगायचे तर बहुधा माझी ती लायकीच होती! तानियाने मला फिरायला नेले, तिने मला उचलून घेण्याचे नाकारल्यामुळे आणि मला चालावे लागल्यामुळे मला तिचा राग आला होता. रस्त्यावरची ती खडबडीत खडी माझ्या पंज्यांना टोचत होती आणि तिचे लक्ष वेधावे म्हणून मी माझ्या बांधलेल्या पट्ट्याशी धडपडत होतो, परंतु तिचे लक्ष नव्हते. आताच्या आडवयाच्या मुलांच्या आवडत्या करमणुकीत – म्हणजे तिच्या मित्रमैत्रिणींना सेल फोनवर एसएमएस पाठवण्यात – ती गुंतली होती.

त्या दुपारी आधी जेनिफरने मला अंघोळ घातली होती आणि काही कारणामुळे माझ्या गळ्याचा पट्टा जास्त सैल ठेवला होता. शेवटचा झटका देऊन मी त्यातून स्वत:ला बाहेर काढले आणि सरळ रस्त्यावरून पुढे गेलो. मी सरळ जाऊन काही काळ नाहीसा होईन आणि तिला धडा शिकवीन, असा विचार करून मी धावत सुटलो. तानियाला शिक्षा करायची या नादात मी इतका गुंतलो होतो की, मी प्रत्यक्षात कुठे धावत सुटलो होतो, तेच मी पाहिले नाही!

मी हरवलो हे ताबडतोब तिच्या लक्षात आले, कारण दोरी हलकी झाली होती आणि ती माझ्या मागून धावत सुटली. मी परत यावे

यासाठी ती जोरजोरात ओरडत होती, त्यामुळे मला जास्तच जोरात धावावेसे वाटले. एक कार माझ्याकडे येईपर्यंत मी रस्त्यावर पोहोचलो होतो, ते माझ्या लक्षात आले नाही. क्षणभर मला थिजल्यासारखे झाले; वाटले की सारे संपले. माझ्या मृत्यूची बातमी झळकतानाही मला दिसू लागली, 'एरिक, पॉमेरॅनियन कुत्रा वारला, वय चार वर्षे. मृत्यूचे कारण मूर्खपणाचे धाडस....'

छे, छे, मरण्याचे माझे वय नाही. मी फार तरुण आहे. मी किंचाळत रस्त्यावर पडलो आणि स्वतःला जितके जमिनीलगत ठेवता येईल तेवढे ठेवले. मी मांजरांना एखाद्या अरुंद फटीतून जाताना पाहिले होते, तसे मी केले. मग मी माझे डोळे बंद केले आणि ती कार माझ्या अंगावरून जाण्याची आणि त्याचबरोबर माझ्या हाडांचा, मांसाचा आणि केसांचा चुरा होण्याची किंवा सुरक्षितपणे यातून वाचण्याची वाट पाहू लागलो. जे माझ्या वाटणीला येणार होते, ते कोणत्याही तऱ्हेने घडो, माझी तीच लायकी होती. मला स्वतःचे जरा फाजील लाड पुरवणे कमी करणे शिकायला हवे होते आणि माझा गर्वही कमी व्हायला हवा होता. माझ्या चेहऱ्याला दुखापत झाल्यानंतर स्वतःचेच नाक कापण्याची शिक्षाही मला व्हायला हवी होती.

मी माझा श्वास रोखून धरला. एक भयानक धुळीचा झोत, पेट्रोलचा वास, भाजणारी हवा आणि भीतिदायक काळसर सावली माझ्यावरून पुढे गेली आणि त्याच्या पाठोपाठ आणखी दोन. रहदारीचे दिवे लाल होईपर्यंत हे सर्व घडत होते आणि तो वाहनांचा प्रवाह थांबला.

जेव्हा माझ्या वरची हवा मोकळी झाली, तेव्हा माझ्या लक्षात आले की, गाड्यांची रांग आता थांबली होती आणि कसेही असो, मी अजून जिवंत होतो. मी धडपडत पायांवर उभा राहिलो आणि सरळ पदपथावर तानियाच्या किंचाळणाऱ्या आवाजाच्या दिशेने धावलो. ती ओरडत होती, "पटकन, एरिक! चल लवकर घाई कर....!"

मी रस्ता पार केला आणि तेवढयात रहदारीचे दिवे हिरवे झाले. अनेक तऱ्हतऱ्हेच्या आकारांच्या वाहनांचा लोंढा पुन्हा सुरू झाला. भीतिदायक अशा सैन्यासारखे ते गुरगुरत माझ्याकडे धावत येत होते.

तानियाने मला उचलून हातात घेतले आणि मला घट्ट मिठी मारली. या पूर्वी तिने कधीही मला इतका दुबळा आणि भेदरलेला पाहिला

नव्हता. माझी ही स्थिती समजण्यासारखी होती, कारण एका रहदारीच्या मोठ्या रस्त्यावरून तीन वाहने माझ्यावरून वेगाने जोरात पुढे गेली होती! ती वाहने निघून गेल्यावर माझा अगदी चेंदामेंदा झालेला दिसेल, मी सपाट झालेला दिसेन अशी तिची कल्पना होती. पण मी जिवंत उड्या मारत परत आलेला पाहून ती आनंदाने वेडी झालेली होती. मागचे ते वर्ष जवळजवळ तिने माझ्याकडे दुर्लक्ष केले होते. ती त्या अडनिड्या वयाच्या, बंडखोर समस्यांत गुंतलेली असल्याने तिच्या जगात मला जागा नव्हती. कारण मी कुटुंबातील एक निव्वळ कुत्रा होतो.

आत्ता झालेल्या अपघातात माझे तसे काही नुकसान झालेले नव्हते. माझ्यावरून धडाडत गेलेल्या त्या वाहनांमधून बाहेर पडलेल्या गरम हवेच्या धुराने फक्त माझ्या पाठीवरचा केसांचा एक पट्टा पोळला गेला होता आणि ती दूषित हवा माझ्या फुप्फुसात गेली होती इतकेच. मी जराही दुखापत न होता निसटलो होतो. माझ्यासारख्या एका वात्रट कुत्र्याच्या बाबतीत असा चमत्कार घडणे योग्य नव्हते आणि त्यामुळेच त्या दिवसाच्या उरलेल्या वेळात मी मुकाट झालो होतो.

"मूर्ख मुलगा! पुन्हा असे कधी करू नको, कळले ना?" तानिया रागाने माझ्यावर किंचाळली. जेव्हा ती चिडते, तेव्हा तिचा आवाज इतका कर्कश्श होतो. इतका कर्कश्श होतो की, तुमचे कान फुटतील! परंतु या वेळी मला माहीत होते की, ती चिडली होती, ते केवळ तिला सुटल्यासारखे वाटत होते म्हणून; उरलेल्या वाटेवर तिने मला उचलून घरी नेले आणि मला खाली ठेवायला ती धजली नाही.

त्या प्रसंगानंतर आम्ही पुन्हा एकमेकांच्या जवळ आलो, कारण मी मरणाच्या किती जवळ गेलो होतो, हे तानियाने अनुभवले होते आणि मीही आयुष्य इतके निष्काळजीपणे गृहीत न धरण्याचे शिकलो.

जेनिफरला हे सांगायचे नाही असा आम्ही दोघांनी घरी जाताना करार केला. जर आम्ही हे सांगितले तर पुन्हा कधीही तानियाला एकटीने मला घेऊन जाण्याची परवानगी तिने दिली नसती, परंतु आम्ही जेनिफरपासून कधीही फार काळ काहीही लपवू शकत नाही. ती ते शोधून काढतेच!

मी जे काही केले त्यावरून तिने मला चांगलाच दम दिला आणि

मला ताकीद दिली, 'तुला मांजरासारखे नऊ जीव आहेत असे वाटते ते मला माहीत आहे, परंतु त्यातील बहुतेक सर्व तुझे जगून झाले आहेत. तेव्हा माझा तुला एकच सल्ला आहे, एरिक आणि तो म्हणजे आपल्या जिवाकडे लक्ष दे!'

मी तिच्याकडे अगदी प्रेमळ, गोड कटाक्ष टाकला, परंतु मी आतल्याआत गुरगुरत होतो, 'ए, बाई, कटकट करायची थांबशील का? मी मागचे धरून फक्त चारच जीव आजपर्यंत जगलो आहे आणि आता जुगार करायला माझ्याकडे अजून पाच जीव आहेत!'

जेनिफरला माझे ते हळूहळू गुरगुरणे ही क्षमायाचना वाटली आणि तिने मला थोपटले, 'मला माहीत आहे, एरिक की, तुला वाईट वाटतेय आणि मी तुला क्षमा केलीय, पण ही न घाबरता रस्त्यावर धावण्याची आणि तुझ्यापेक्षा तीन-चारपट आकाराने मोठ्या असलेल्या कुत्र्यांना आव्हान देण्याची तुझी बेदरकार प्रवृत्ती तू सोडली नाहीस, तर तुला काहीतरी होईल याची मला भीती वाटते!'

देवा, माणसे कधी-कधी किती मठ्ठ होऊ शकतात! परंतु जर त्यांना त्यात आनंद वाटत असेल, तर मग ते तसेच असू दे, काही झाले तरी आमच्या दृष्टीने आमचा मालक आमच्यावर चिडण्यापेक्षा आमच्याबाबत आनंदी असणे, हे जास्त चांगले!

जेनिफरला सुखी करण्यात नक्कीच फायदे असतात, परंतु ती जेव्हा निराश असते, तेव्हा मी त्याची परतफेड पुष्कळ प्रेम दाखवून करतो. तिच्या मनाची स्थिती मला नकळत समजते. जेव्हा ती निराश आणि दुःखी असते, तेव्हा तिच्या भावना जणू माझ्यात येतात आणि खरंच मला जाणवतात. आमचा बंध हा असा आहे.

अशा वेळी मी माझा खोडकरपणा थांबवून तिला चिकटून बसतो आणि मी तिथे आहे हे तिला जाणवून देतो, एक असा मायाळू जिवंत प्राणी जो कधीही तिची प्रतारणा करणार नाही आणि जर मला लहर आली, तर तिला बरे वाटावे म्हणून मी तिला गुदगुल्या करतो; मग ती खदखदून हसू लागते तेव्हा वाटते, 'हास्य हे सर्वांत उत्तम औषध आहे.' या म्हणीत खरंच तथ्य आहे.

मी फक्त एक कुत्रा आहे आणि तोही लहानगा! त्यामुळे मी माझ्या कुटुंबासाठी फार काही करू शकत नाही, परंतु कधी-कधी जेनिफर

आपल्या मैत्रिणींना सांगताना मी ऐकतो, 'माझ्याजवळ एरिक आहे, म्हणून मला इतका आनंद आहे आणि तो जरी अगदी लहानगा असला तरीही तुम्ही विश्वास ठेवणार नाही कदाचित, पण त्याची केसाळ कातडी थोपटल्यावर मला इतका शांतपणा मिळतो! तो मला तणाव देतो आणि त्याच वेळी तो मला तणावमुक्तही करतो!'

हे शब्द ऐकल्यावर मला एवढा अभिमान वाटतो आणि आपण उपयोगी असल्याबद्दल बरेही वाटते, कारण काही थोड्या अंशी का होईना, मी जेनिफरच्या जीवनात फरक केलाय. कदाचित आमचे मालक याकडे त्या दृष्टीने पाहातही नसतील, परंतु आपण उपयोगी आहोत आणि आपली गरज आहे, ही भावना कुत्र्यांनाही आवडते, त्यामुळे आमच्या घराचे संरक्षण करण्याबाबत मी अगदी पाठपुरावा करतो. मला वाटते की, आपल्या घरात कुणाला येऊ देण्याबाबत आणि माझ्या कुटुंबीयांच्या वस्तूंना स्पर्श करण्याबाबत अटकाव करणे, हे माझे कर्तव्य आहे. माझे कुटुंब माझ्यावर प्रेमाचा आणि काळजीचा बिनशर्त जो वर्षाव करते त्याची परतफेड करण्याचे जे काही मार्ग आहेत त्यांपैकी हा एक आहे!

जॉन आणि जेनिफर यांनी पुन्हा-पुन्हा माझ्याकडे खुलासा केलाय – हे आपले पाहुणे, हे आपले मित्र आहेत. त्यांना घरी आपण आमंत्रित केले आहे आणि ते नुकसान करणार नाहीत, परंतु त्यांचे ऐकण्याचे मी नाकारतो. माझा हा अगदी निश्चयच आहे की, जोपर्यंत माझ्या शरीरात श्वास आहे, तोपर्यंत मी सर्वांना दूर ठेवण्याचा प्रयत्न करीन, ज्यामुळे माझ्या कुटुंबीयांना कधीही इजा होणार नाही. मी जे काही करतो, त्यामुळे आई-वडिलांना आणि तानियाला जास्त समस्या निर्माण होतात आणि संरक्षणाऐवजी शरमच वाटते, हे काही मी मान्य करू शकत नाही. जेव्हा मी एखादा निश्चय करतो, तेव्हा माझी दुसऱ्या तऱ्हेने खातरी पटवणे जवळजवळ अशक्यच असते!

विशेषत: जेनिफरला कोणी स्पर्श केलेला मला मुळीच आवडत नाही. जिला एका पुरुषाने संरक्षण देण्याची गरज आहे, अशी एक स्त्री म्हणून मी तिच्याकडे बघतो! मग भले हा 'पुरुष' माझ्यासारखा दोन फूट उंच व सात किलो वजनाचा असेना! एकदा एक पोस्टमन पार्सल द्यायला आला. तो जेव्हा जेनिफरजवळ तिची सही मागण्यासाठी गेला,

तेव्हा मला वाटले की, तो तिच्यावर हल्लाच करतोय. रागाने मी त्याच्यावर उडीच घेतली आणि माझे दात त्याच्या चवड्यात खुपसले. नशिबाने त्याने बूट घातलेले होते, त्यामुळे माझ्या दातांनी पुरेसे रक्त काढले नाही, अन्यथा माझ्या कुटुंबीयांवर कायदेशीर खटला भरला गेला असता!

जेव्हा तो गोंधळ शमला, तेव्हा जेनिफर मला म्हणाली की, माझ्या निष्ठेबद्दल आणि तिचे संरक्षण करण्याच्या माझ्या चांगल्या हेतूंबद्दल ती ऋणी आहे, परंतु भविष्यात मी फक्त गुरगुरण्यावर थांबू शकेन का? मी माझे डोके जोरात हलवले, नाही, माझ्यासारख्या छोट्याकडून गुरगुरणे हे तेवढेसे पुरेसे नव्हते.

'जेव्हा तुम्ही माझ्याइतके लहानसे असता, तेव्हा जास्त भयंकर आणि आक्रमक कृती गरजेची असते,' अशी तक्रार मी केली. 'त्यामुळेच माझी शक्ती आणि आक्रमकता अमलात आणण्यासाठी मी भोवती नाचतो. माझ्या दातांचा उपयोग करतो.'

"नुसते गुरगुरणे, भोवती नाचणे आणि भुंकणे ठीक आहे, पण 'शत्रू'ला स्पर्श न करणे याचे काय?" तिने विचारले.

मी त्याबाबत विचार केला आणि स्पर्श न करता निव्वळ घाबरवण्याची युक्ती म्हणून नाचाबद्दल आमचे एकमत झाले, त्यामुळे रक्त काढले जात नाही, कोणाला इजा होत नाही आणि माझे कुटुंब कोर्टात दावा दाखल होईल, या भीतिच्या छायेतही वावरत नाही!

बारा

"मला खातरी आहे की, ते एरिकने घेतलंय; पण त्याने ते कुठे टाकले ते त्याला आठवणार नाही. हे लक्षात घे की, तो एक कुत्रा आहे!"

"काही शब्दांपलीकडे कुत्री जास्त काही ओळखू शकत नाहीत, त्यामुळे त्याला गोंधळवून टाकण्यात अर्थ नाही!"

या सर्व समजुतींचा मला खरंच त्रास होत होता, 'निव्वळ कुत्रा' हे म्हणण्यामागे लोकांचा काय अर्थ असतो? विचार करणे, आठवून गोष्टी करणे, हृदयाला जाणवणे आणि प्रेम करणे यासाठी देवाने आम्हाला मेंदू दिला आहे. भले, ते मेंदू दुसऱ्यांच्या मेंदूपेक्षा थोडे लहान आहेत! होय, जेनिफरच्या बाथरूममधून चोरलेला तो साबणाचा तुकडा मला आठवतो... तो कुठे दिसला नाही, कारण तो परत करण्याचे मी नाकारले. त्याचा वास छान असल्यामुळे तो मी माझ्या 'घरट्या'त अगदी सुरक्षितपणे लपवलेला आहे.

कुणालाच हे माहीत नाही, पण 'हरवलेल्या' बऱ्याच वस्तू माझ्या 'घरट्या'त लपवलेल्या आहेत. छान वासाच्या गोष्टींची चोरी केल्याशिवाय मला अगदी राहवत नाही. मला ज्या सापडतील त्या अत्तराच्या बाटल्या, वासाचे साबण आणि जेनिफरच्या फुलांच्या औषध शास्त्रातील पुड्या आणि इतकेच नव्हे; तर तानियाचे तऱ्हेतऱ्हेचे खोडरबर आणि कागद हे मी अधूनमधून ढापतोच. माझ्या घरट्यात अशा छान गोष्टींची रेलचेल आहे. मोज्यांचा अपवाद सोडता जॉनच्या वस्तूंना मी क्वचितच हात लावतो. माझ्यासारख्या न राहवून चोरी करणाऱ्याला त्याच्या त्या वस्तू

कंटाळवाण्या वाटतात. त्यात जराही कल्पकता नसते, त्यात रंगही नसतो आणि गंधही.

जेव्हा-जेव्हा जेनिफर तानियाच्या पलंगाजवळ जाते, तेव्हा माझ्या चेहऱ्यावर चिंतेचे भाव का दिसतात, हे जेनिफरला कळत नाही. कारण माझी ही लूट सापडेल आणि ती ते सर्व जप्त करील, अशी मला भीती वाटते! पण अजूनपर्यंत तरी हे घडलेले नाही आणि कधी-कधी मला वाटते की, तिला हे माहीत आहे, पण गोष्टी आहेत तशाच राहू दे अशी तिची भूमिका आहे, कारण माझे 'वैयक्तिक अवकाश' माझ्या दृष्टीने किती महत्त्वाचे आहे हे ती जाणते!

मला भीती वाटते ती जॉनची! कारण त्याला कुत्र्याचे 'वैयक्तिक अवकाश' वगैरे गोष्टींबद्दल काही आदर नाही किंवा आस्थाही नाही. जर त्याला मी काय करतो ते कळले, तर तो अगदी आनंदाने माझ्या लूट ठेवलेल्या घरट्यावर धाड घालील! बरेचदा तो अगदी असंवेदनाक्षम असतो. अगदी खास पुरुषाच्या मनोवृत्तीतून त्याचा असा विश्वास आहे की, ज्या कुत्र्याला चांगले घर आणि कुटुंब आहे, त्याला तक्रारीला वाव नाही की आणखी कशाची गरज नाही.

ज्या वस्तू मी पळवल्या आहेत; त्या मी कुठे ठेवतो ते मी 'कुत्रा असल्यामुळे मला आठवत नाही' असा माझ्यावर जे आरोप करतात, त्या माझ्या कुटुंबाच्या सदस्यांना मला सांगावेसे वाटते की, हे न आठवण्याएवढा मी मूर्ख नाही, परंतु त्या मी द्यायचे नाकारतो आणि मला काय वाटते, ते मी तुम्हाला सांगू? त्यांना वाटते त्यापेक्षा मी त्यांच्यावर कुरघोडी करतो.

जे लोक माझ्या बरोबर राहतात त्यांना माहीत आहे की, मी फार पटकन रागावतो आणि रागावण्यासाठी मला फारसे कारण लागत नाही. मी जास्त सहनशील असायला हवे आणि असे सतत चिडणे हे हृदयासाठी वाईट आहे, परंतु माझा नाइलाज आहे. वयाच्या तिसऱ्या वर्षापासून मला माझ्या कमकुवत हृदयासाठी 'फोर्टकोर' घ्यावे लागतेय आणि आयुष्यभर ती घ्यावी लागणार आहे. गोळीचा चौथा हिस्सा जेनिफरला माझ्या घशात कसाबसा घालावा लागतो किंवा त्यासाठी तिला मला प्रत्येक दिवशी लाच द्यावी लागते!

मी जेनिफर आणि तानियाला एका 'टक लावून पाहण्या'च्या

प्रसंगाबद्दल बोलताना ऐकले. दोन मुलांची मारामारी झाली, कारण त्यांच्यापैकी एकाने दुसरा त्याच्याकडे टक लावून पाहतो, याबद्दल हरकत घेतली. ही एक पुरुषी गोष्ट आहे आणि विचार करताना मला हे जाणवते की, आम्हा पुरुष कुत्र्यांनाही कुणी असे आमच्याकडे टक लावून पाहिले, तर आवडत नाही. काही क्षण जरी असे टक लावून बघितले, तरी आम्हाला केस ताठ होण्याइतका राग येतो. पुरुष हे पुरुषच असतात आणि नर कुत्रे आणि पुरुष यांच्यात काही सारख्यावृत्ती आढळतात! कधी-कधी तानिया आणि जेनिफर मुद्दाम टक लावून बघून मला राग आणण्याचा प्रयत्न करतात, हे मला माहीत आहे आणि म्हणून मला राग येऊ देण्याचे समाधान त्यांना न देण्याचा माझा प्रयत्न असतो, पण मी हे करू शकत नाही, मी जास्त काळ धीर धरू शकत नाही.

फार तर फार दहा सेकंद माझा संयम टिकू शकतो, मग माझ्या घशाच्या तळाशी असलेले गुरगुरणे वाढू लागते आणि मला कळण्याआधीच मी त्रासदायक भुंकणे सुरू करतो आणि गोल फिरून माझा राग व्यक्त करतो.

जेनिफर किंवा तानिया त्यांच्यापैकी कोण असे टक लावून पाहत आहे त्यावर हे अवलंबून असते, पण ती मला गोल फिरता-फिरता मध्येच पकडते आणि मला शांत करण्यासाठी म्हणते, 'ठीक आहे एरिक, ठीक आहे, आम्ही जरा गंमत केली! तुला काही विनोद वगैरे समजत नाही का?'

दुसरी गोष्ट मला आवडत नाही, ती म्हणजे मला एखादी गोष्ट देऊन ती परत घेण्याची माकडचेष्टा ते माझ्याशी करतात! माझ्यासमोर खाद्य पदार्थ धरायचा आणि तो मी उचलण्याआधी परत हिसकवायचा. त्यांना ही गंमत आणि करमणूक आहे असे वाटते, परंतु मला हे अगदी अपमानकारक वाटते! मी सामान्यत: हे दोन-तीनदा सहन करतो, पण जेव्हा ते चौथ्यांदा हे करतात तेव्हा मी चिडणे, हे स्वाभाविक आहे आणि मग मी त्यांच्यावर गुरगुरतो!

'थोडीफार प्रतिष्ठा असलेल्या माझ्यासारख्या गरीब कुत्र्याची प्रतिष्ठा धुळीत मिळवण्यासाठी त्याला असे चिडवणे हे चांगले नाही, हे तुम्हाला माहीत नाही का?'

माझ्या भुंकण्याच्या स्वरावरून आपण जरा जास्तच ताणले हे त्यांना कळते आणि ते माझ्याकडे तो खाद्यपदार्थ टाकतात, त्यामुळे माझा राग कमी होतो आणि त्यांना मी क्षमा करतो, पण अशा गोष्टी मी विसरत मात्र नाही!

काही वेळा मी अगदी लबाडीने, कावेबाजपणे मला जे काही हवे त्यासाठी अगदी अटीतटीचा सौदा करतो. असे काही दिवस येतात जेव्हा मी खूप स्थूल झालो आहे म्हणून जेनिफर मला काही खाद्यपदार्थ द्यायचे नाकारते. जेव्हा मी खरंच चिडतो किंवा अविचारी होतो किंवा दोन्हीही, तेव्हा मी जेनिफरची अंतर्वस्त्रे ठेवलेल्या पिशवीकडे जातो. मी मागच्या पायांवर उभा राहून त्या बॅगपर्यंत पोहोचू शकतो. मी तिचे आवडते रेशमी पायमोजे शोधतो आणि ते तोंडात घट्ट पकडून ते तिच्याकडे घेऊन येतो आणि ते फाडण्याची धमकी तिला देतो.

ती अगदी व्याकूळ होऊन ते पाहात असते, पण तिला हे ठाऊक असते की, काहीतरी बदल्यात दिल्याशिवाय मी ते मोजे तिला परत करणार नाही; त्या मोज्यांची मी काळजी घ्यावी, अशी डोळ्यांनी विनवणी करतच ती खाण्याच्या पदार्थांच्या डब्याजवळ पोहोचते आणि म्हणते, 'हे बघ, एरिक, आपण एक सौदा करू या. तू या खाद्यपदार्थाच्या बदल्यात मला मोजे द्यायचे; कबूल?'

हे माझ्या पथ्यावरच पडते, कारण तेच तर मला हवे असते! ते मोजे टाकण्याआधी तो खाद्यपदार्थ माझ्याजवळ ठेवण्याची मी वाट पाहतो. मला माहीत आहे की ही लबाडी आहे, पण काही वेळा मला जे काही हवे असते, ते मिळवण्याचा हा एकच मार्ग असतो!

काही वेळा मी नाण्यांचा प्रयोग करतो, कारण मला माहीत आहे की, जेनिफर आणि जॉन माझ्या तोंडात नाणे पाहिले तर पार घाबरून जातात. मी ते गिळून स्वत:ला इजा करून घेईन अशी त्यांना भीती वाटते, परंतु अर्थात मी काही असा मूर्ख नाही आणि ते गिळण्याचा माझा इरादाही नसतो. जवळून बघितले, तर मी माझ्या दातांनी ते नाणे माझ्या तोंडात घट्ट पकडलेले असते आणि मी ते पाहिजे तेव्हा थुंकू शकतो, ते त्यांना माहीत नसते! त्यांना वाटते की, त्यांनी माघार घेऊन 'बदल्यात' खाद्यपदार्थ दिला नाहीतर मी ते गिळेन.

अर्थात त्यांचाही मुद्दा बरोबर आहे. मी धोका पत्करताना एक गोष्ट

लक्षात घ्यायला हवी की, अशा घटनांमध्ये अपघात घडू शकतात. माझी पकड जराही सैल झाली, तर ते नाणे घरंगळत माझ्या घशातून खाली जाऊ शकते आणि मग ते बाहेर पडावे यासाठी बराच काळ थांबावे लागेल किंवा ते काढण्यासाठी मला एका यातनामय आणि महागड्या शस्त्रक्रियेला तोंड द्यावे लागेल!

महागडे मोजे, जेनिफरचे नाणे किंवा एखाद्या वेळी कात्रीही परत मिळवल्यावर जेनिफर हसून सवाल करते! 'कोण म्हणते की, कुत्री धंदा करू शकत नाहीत? बघा हा कठीण सौदा कसा करतो ते!'

मला सहन न होणारी दुसरी गोष्ट म्हणजे अन्याय, विशेषत: मी जे केलेले नसते त्याबद्दल माझ्यावर चुकीचा आरोप केला जातो. त्या वेळी मला खरोखरच राग येतो! जेव्हा तानिया एका अवघड अवस्थेतून जात होती, तेव्हा ती प्रत्येक चुकलेल्या गोष्टीचा आरोप माझ्यावर करत होती आणि मोकळी होत होती. बऱ्याच वेळा मी तिला ते करू देत नव्हतो. मला बोलता येत नसले तरी काय झाले? मी स्वत:चे कोणत्या ना कोणत्या तऱ्हेने समर्थन करू शकतो. उदाहरणार्थ, जर का काही हरवले असले किंवा फुटले असले तर ती म्हणायची, 'ते एरिकनेच केले असणार! मूर्ख मुलगा!'

मला हे कळत नाही की, निष्कारणच माझ्यावर 'वाईट मुलगा' हे लेबल का लावले जाते? अशावेळी मी जेनिफरकडे जातो आणि माझे निरपराधित्व भुंकून सांगतो. माझे म्हणणे तिने स्वीकारल्याशिवाय आणि तानियाकडून कबुलीजबाब सक्तीने येईपर्यंत मी थांबत नाही.

तानियावर मी प्रेम करतो, कारण ती कुटुंबाची एक सदस्य आहे, तरीही या तिच्या 'थापेबाजी'नंतर आणि लबाडीनंतर मला तिच्याबद्दल वाटणारे प्रेम थोडे कमीच झालेय. मला राग आला होता, कारण तानिया ही माणूस आहे. तिला देवाने तोंड आणि वाणी दिली आहे, पण त्याचा उपयोग एका असाहाय्य आणि आपले म्हणणे माणसांपर्यंत पोहोचवू न शकणाऱ्या अशा कुत्र्याच्या माथी दोष देण्यासाठी वापरणे योग्य नाही ना....

परंतु मी एक प्रामाणिक कुत्रा आहे आणि मी काही चुकीचा वागलो, तर त्याची जबाबदारी मी नेहमीच स्वीकारलेली आहे. जर ती घरी आल्यावर तिला मी गुपचूप एका कोपऱ्यात बसलेला दिसलो, तर

माझ्या डोळ्यांमध्ये मी केलेल्या अपराधांचे स्पष्ट प्रतिबिंब असते किंवा मी स्पीकर्सच्या मागे दडलेला असतो. डोळ्यात एखादा गुन्हा केल्याचा चोरटेपणा असतो तेव्हा तिला ताबडतोब कळते की, मी घरातील महत्त्वाचा असा एखादा कायदा मोडलेला आहे. ती माझ्या चुकीच्या कृत्यांचा पुरावा मिळवण्यासाठी शोधण्याचे नाटक करते. तिला ते सापडले की, ती त्याच्याभोवती थोडा वेळ फिरते आणि हाका मारते, ''एरिक, इकडे ये!''

ही शिक्षेची वेळ असते आणि एखाद्या मर्दाप्रमाणे त्याला सामोरे जायला हवे हे मला माहीत असते, मी हळूच, जवळजवळ चार पायांवर रांगतच म्हणा ना तिच्याजवळ पोहोचतो आणि क्षणार्धात मी माझे चार पाय हवेत सोडून पाठीवर लोळण घेतो आणि न चुकवता येणाऱ्या गोष्टीची वाट पाहतो.

ही माझी 'शरणागती' आणि 'तुम्हाला जे काही माझे करायचे ते करा' अशी पूर्ण पश्चात्तापाची आणि क्षमायाचनेसाठी केलेली शरीराची हालचाल तिला आणि जॉनला पाझर फोडल्यावाचून राहात नाही; मग बहुतेकदा माझ्या मागच्या पायांवर थोड्याशा थपडा आणि ताकीद यावर माझी सुटका होते.

मला जोरात थपडा देण्याची आणि मला दुखापत करण्याची गरज नाही, हे त्यांना माहीत आहे, त्यामुळे गुन्हा जर फारसा गंभीर स्वरूपाचा नसेल, तर बऱ्याच वेळा थपडा हलक्या किंवा मध्यम स्वरूपाच्या असतात. तो अपमान, ढुंगणावर चापट्या खाल्ल्यामुळे येणारा खजीलपणा आणि तानियाचे ते मानभावीपणे हसणे, ही पुरेशी शिक्षा असते.

कधी-कधी मी शिस्त लावून घ्यायला तयार असलो आणि त्याची वाट पाहात असलो, तरी ती पार थकलेली असते. मग त्या 'गुन्ह्याच्या' जागेवरून काही न बघितल्याचे नाटक करत ती निघून जाते. कारण तिने ते पाहिले तर तिला मला शिक्षा करावी लागते ना! मी वाट पाहात थांबतो; खरं म्हणजे, मी केलेल्या एवढ्या मोठ्या गुन्ह्यातून मी सुटलो, यावर माझा विश्वास बसणे कठीणच जाते. जरी माझी उघडपणे कानउघाडणी झाली नसली तरीही मी तिच्याभोवती असताना काही वेळ काळजीपूर्वक वागतो!

काही वेळा तानिया निषेध करत हे सगळेच बिघडवते, 'काहीतरी

चूक करून तो एरिक कोपऱ्यात लपून बसलाय; तू त्याला शिक्षा करणार नाही?' या प्रश्नावर मग जेनिफर तिच्याकडे रागाने बघते आणि 'प्लीज गप्प राहा. आज त्याला धडा शिकवण्याइतके माझ्यात त्राण नाही. मी खूप थकलेय, त्यामुळे मी त्याकडे लक्ष देणार नाही.' असे काहीसे सुचवणाऱ्या नजरेने पाहते. तिला वाटते की, तिची नजर मी पाहिलेली नाही, परंतु मी ते पाहिलेले असते, त्यामुळे अधिकृत शिक्षेपेक्षा ती नजर मला अधिक पश्चात्तापदग्ध करते. माझ्या लक्षात येते की, मी माझ्या मॉमला दुखावलेय आणि ती एवढी थकलेली असताना माझ्या गुन्ह्याची तिला 'दखल' घ्यायला लावलेय.

स्वत:ला अवास्तव महत्त्व देणाऱ्या एखाद्या नखरेल स्त्रीसारखे तानिया जेव्हा वागते, तेव्हा ती खरंच फार त्रासदायक ठरते! त्यामुळे मला ती आता आवडेनाशी झालीय. तिच्या या लहरींपासून आणि 'हटवादीपणा'पासून ती जेनिफरची सुटका का करत नाही, हे मला समजत नाही. अगदी मीसुद्धा त्यासाठी प्रयत्न करतोय. मला असे वाटू लागलेय, आडवयाचे कुत्रे हे आडवयाच्या मुलामुलींपेक्षा जास्त चांगले असतात! 'ताणापासून मुक्ती देणारा'असे जॉन आणि जेनिफर मला म्हणतात यात काही आश्चर्य नाही!

तानिया आणि मी सध्या 'भावंडांचे वैमनस्य' या मानसिक अवस्थेतून नक्कीच जातोय. आपल्या आई वडिलांना प्रिय व्हावे, यासाठी मी ज्या तऱ्हेने प्रयत्न करतो तसे ती काही करताना दिसत नाही, मात्र तिच्यापेक्षा त्यांनी माझ्याकडे जास्त लक्ष दिले की, ती गाऱ्हाणे गाते!

जॉन हा जरा जास्त अंधश्रद्धाळू आहे आणि त्याची खातरी पटलीय की, मी त्याला शुभ नशीब देणारा शुभंकर आहे! जेव्हा 'तो एखादा मोठा व्यवहार करायला जाण्याआधी माझे 'शुभगुणी' डोके थापटतो, तेव्हा ते काम नेहमी पूर्ण होते' असे तो जेनिफरशी बोलत असताना मी ऐकलेय! ते काम नेहमीच पुरे होते! एक दिवशी तो वैतागून परत आला आणि शपथेवर सांगू लागला की, तो नेहमीच्या पद्धतीप्रमाणे माझ्या डोक्यावर थोपटायचे विसरल्यामुळे त्याचे काम बिघडले! मी माझ्या स्वत:च्या या गुणावर विश्वास ठेवावा की नाही, हे मला खरंच माहीत नाही, परंतु या अशा दैवी गोष्टींबद्दल कुणी थट्टा करत नाही! काहीही झाले तरी माझ्या कुटुंबाच्या उपयोगी पडल्याचा मला नेहमीच आनंद होतो!

तेरा

वेळप्रसंगी कुत्र्यांचीही अत्यंत आवडती अशी एखादी वस्तू असते, हे मला माहीत आहे, कारण माझ्याही तशा दोन वस्तू आहेत – त्यांपैकी एक अशी गोष्ट आहे जी मला आवडते याचा मला फारसा अभिमान वाटत नाही, पण मी त्याबाबत स्वत:ला आवरू शकत नाही. मला बायकांची अंतर्वस्त्रे आवडतात! जेनिफर आणि तानियाच्या अंतर्वस्त्रांच्या टोपलीवर माझ्या पडणाऱ्या धाडीला त्या इतक्या कंटाळल्या की, त्यांनी त्यांचे कपडे घट्ट बंद करता येणाऱ्या कपाटात अगदी खोल आत आणि कुत्र्यांच्या चौकस, घाणेरड्या आवडत्या वस्तूंच्या सवयीपासून लपवून ठेवले!

तरी पण मी एखादी ब्रा, पॅन्टी किंवा मोजे त्यांच्या हातातून अपघाताने पडेल किंवा त्यांना त्यांचे आतले कपडे पळवणाऱ्या कुत्र्याचा विसर पडेल म्हणून लक्ष ठेवून वाट बघत असतो! आणि जेव्हा त्या निष्काळजीपणे या वस्तू खुर्चीवर टाकतात, तेव्हा काही क्षणांतच मी तो कपडा चावण्यासाठी आणि खेळण्यासाठी एखाद्या निर्जन अशा कोपऱ्यात किंवा माझ्या घरट्यात घेऊन जातो! जेनिफरचे असे काही कपडे हे रेशमी आणि फारच महागडे आहेत आणि जेव्हा तिला ते सापडत नाहीत, तेव्हा ती खूप रागावते. काही वेळा मला तिच्याबद्दल वाईट वाटते, त्यामुळे मी ते महागडे कपडे मला त्यांचा कंटाळा आला की, परत करतो.

बायकांच्या त्या अंतर्वस्त्रांच्या मऊ, रेशमी स्पर्शात काहीतरी खास आहे, विशेषत: जेनिफरच्या! त्यापासून मी दूर राहू शकत नाही, ते

जितके जास्त झिरझिरीत तितके मला जास्त सुख वाटते, परंतु माझ्या मॉमला आणि तानियाला त्या गोष्टींची गरज आहे, हे मला माहीत आहे आणि ते खरंच महागडे आहेत, त्यामुळे एखादा अपघात वगळता ते फाटू नयेत, म्हणून मी काळजी घेतो.

मी ही अंतर्वस्त्रे चोरून स्वत:वर 'विकृत', आडमुठा, घाणेरडा कुत्रा असा शिक्का मारून घेऊन स्वत:चा अध:पात का करतो, हे माझ्या मॉमला कळू शकत नाही! काही वेळा मी माझ्यावर नियंत्रण ठेवण्याचा प्रयत्न करतो, कारण 'विकृत' म्हणवले, जाणे हा काही चांगला लौकिक नाही, परंतु ज्या मिनिटाला मी पॅन्टी, ब्रा किंवा मोजे आजूबाजूला पडलेले पाहातो, मी पार वेडावून जातो आणि मग माझे सारे सद्‌हेतू हे वाऱ्यावर उडत जातात! तेव्हा देवा, मला मदत कर. मला वाटते की, मी नक्कीच विकृत असणार आणि ते म्हणतात तसा आडमुठाही! जेव्हा मी मोठा आणि शहाणा होईन, तेव्हा मात्र मला ही सवय सोडायलाच हवी! परंतु या घडीला मला त्या सुखांचा उपभोग घेण्याचा तारुण्यसुलभ आनंद घेऊ दे....

अंतर्वस्त्रे या गोष्टीला एक गमतीची बाजू आहे...! अर्थात तुम्ही त्याकडे कसे बघता, त्यावर ते अवलंबून आहे. माझ्या त्या 'स्वैराचारा'नंतर जर जेनिफर त्या वस्तू उचलायला विसरली तर अनपेक्षितपणे आलेल्या पाहुण्याला बैठकीच्या खोलीत फरपटत नेलेल्या ब्रा किंवा पॅन्टीच सापडतील; त्या कोचावरच्या उशांच्या मागे खोचलेल्या असतील किंवा कॉफी टेबलाच्या खाली सापडतील. जेव्हा हे घडते, तेव्हा ते फारच लाजिरवाणे असते. जेनिफर या आपल्या पाहुण्यांना तिच्या कुत्र्याचे, एरिकचे बायकांच्या अंतर्वस्त्रांविषयी वाटणाऱ्या आकर्षणाबद्दल सांगते आणि ते हसण्यावारी नेते. त्यांचा त्यावर विश्वास बसतो की नाही, हे मला ठाऊक नाही, परंतु कमीतकमी प्रत्येक जण त्यावर भरपूर हसतो!

एक दिवस माझ्या कुटुंबात चर्चा सुरू झाली की, त्यांच्यात असलेल्या त्या 'विकृत' प्राण्याला फक्त बायकांच्याच अंतर्वस्त्रांबाबत आर्कषण होते की, पुरुषांच्याही? त्यामुळे त्यांनी जॉनच्या एक-दोन चड्ड्या इकडे-तिकडे टाकून माझी परीक्षा घ्यायचे ठरवले, पण मला त्यात काहीच स्वारस्य नव्हते. पुरुषांची अंतर्वस्त्रे अगदी जाडीभरडी, अकल्पनीय, बेढब आणि बेरूप असतात. शहाणा कुत्रा अशा गोष्टींकडे

कशाला जाईल? त्यांना हवे होते, ते उत्तर मिळाले आणि त्यांनी मला नुसतेच विकृत नव्हे, तर निश्चितपणे बाईलवेडा ठरवले!

"बघ, मॉम, एरिक लाजतोय!" तानिया आनंदाने किंचाळली आणि तिचे बरोबर होते.

जेव्हा-जेव्हा मला लाज वाटते, तेव्हा-तेव्हा माझ्या कानांचा अंतर्भाग हा गडद गुलाबी होतो. माझा सर्व चेहरा गरम झाल्यासारखा वाटतो. तुम्ही त्याला 'लाजणे' असे म्हणू शकाल! काही झाले तरी माझा चेहरा केसांनी झाकलेला असल्यामुळे मी लाजतोय हे माझ्या कानांचा अंतर्भाग लाल होण्यावरूनच तुम्ही सांगू शकाल!

माझी आणखी एक घाणेरडी सवय म्हणजे घरातील सर्व कचऱ्याचे डबे धुंडाळायचे. 'एरिकसारख्या उत्तम प्रतीच्या देखण्या कुत्र्याने हे असे करू नये' असे जेव्हा जेनिफर म्हणाली तेव्हा मला लाज तर वाटलीच, पण अपमानही वाटला. तिचे अर्थातच बरोबर आहे. मी छान पलंगावर वातानुकूलित खोलीत आरामात झोपतो आणि जपानहून विमानाने मागवलेले पदार्थ आणि जेवण मला हाताने भरवले जाते, त्यामुळे कचरा धुंडाळण्याचे मला काहीच कारण नाही! पण तुम्हाला काय माहीत? प्रत्येकाला अगदी कुत्र्यांनाही अशा काही घाणेरड्या सवयी असू शकतात.

टॉयलेटसाठी कोपऱ्यात ठेवलेले वर्तमानपत्र प्रत्येकवेळी मी वापरल्यावर बदलावे याबद्दल माझा कटाक्ष असला तरी ज्या मिनिटाला मी कचऱ्याचा डबा बघतो, त्या मिनिटाला मी वेडा होतो! या घाणेरड्या सवयीतून मला बाहेर काढण्याचा प्रयत्न जेनिफरने सोडून दिला. ती घरातील प्रत्येक उलथलेला कचऱ्याचा डबा उचलताना इतकी थकली की, तिने सर्व कचऱ्याचे डबे साठवणीच्या खोलीत ठेवले. आता मी पोहोचू शकणार नाही, अशा ठिकाणी कुटुंबाचा कचरा भरलेल्या प्लॅस्टिकच्या पिशव्या ठेवलेल्या आहेत आणि माझे सफाई कामगाराचे दिवस संपले आहेत!

जिकडे-तिकडे प्लॅस्टिक बॅग्ज टांगल्यामुळे आमचा फ्लॅट हा अगदी अव्यवस्थित आणि 'असंस्कृत' दिसतो अशी सुरुवातीला मॉमने कुरकुर केली. तिने आणलेले ते क्रोमचे सुंदर कचऱ्याचे डबे हे आता फक्त साठवण्याच्या खोलीत होते, याचे दुःखही ती करायची, परंतु त्या सर्व

कुटुंबाला आमच्या फ्लॅटमधील प्रत्येक दरवाज्याच्या खुंटीला अडकवलेल्या प्लॅस्टिक बॅगची सवय करून घ्यावी लागली आणि याला कारणीभूत होतो मी!

"आता टाकलेल्या वस्तूतून शोधायला त्याला दुसरे काहीही उपलब्ध नाही," जेनिफर म्हणाली. खरे म्हणजे तिने मला जास्त ओळखायला हवे होते!

एका ढगाळ पावसाळ्याच्या दिवशी जवळजवळ सबंध दिवस मला एकट्याला घरात ठेवल्यामुळे मी खरंच कंटाळलो, माझ्याकडे 'दुर्लक्ष' केल्यामुळे मी रागावलो होतो, त्या वेळी धुण्याच्या कपड्यांची टोपली धुंडाळताना होणाऱ्या उत्तेजनेचा मला शोध लागला. बिचाऱ्या जेनिफरला भयानक धक्का बसला. ती घरी परतल्यावर ती उपडी पडलेली टोपली आणि सर्व घाणेरडे कपडे मधल्या अंगणात जिकडे-तिकडे पसरलेले पाहून ती खरंच चिडली. मी ते का केले, ते तिला समजेना. कचऱ्यासाठी प्लॅस्टिकच्या पिशव्या जिकडे-तिकडे टांगून ठेवणे ही एक सोपी गोष्ट होती, परंतु धुण्याच्या कपड्यांची टोपलीही आता लोंबकळत ठेवावी लागणार की काय?

"एरिक!" ती उसासा सोडत म्हणाली. "प्रत्येक दिवशी घरात उच्छाद मांडण्यासाठी तू नवे-नवे मार्ग शोधून काढतोस! तू मेरीआन्टीचा कुत्रा स्कार्लेटसारखा का नाहीस? निदान, थोडासा अधिक सर्वसामान्य वागण्याचा प्रयत्न तरी का करत नाहीस?"

ज्यांच्यावर मी प्रेम करतो त्या माझ्या सर्व कुटुंबाचे – माझी मॉम, माझे डॅडी आणि तानिया – यांचे गंध धुण्याच्या कपड्यांच्या टोपलीत असतात, त्याचा मी तिला कसा खुलासा करणार? हे गंध खास आहेत आणि त्यांच्यामुळे मला खोलवर उबदार, सुरक्षित आणि छान वाटते. ते मला शेतावरच्या माझ्या दुसऱ्या आईच्या, ट्रेसीच्या गंधाची विशेषत्वाने आठवण करून देतात. प्रत्येकाला वाटते की, मी तिला विसरलो आहे, पण मी विसरलेलो नाही.

तानिया अर्थात नेहमीची माझ्या दुष्कृत्यांची बातमी मोठमोठ्याने ओरडत सर्व जगाला सांगत फिरते, 'एरिक पुन्हा धुण्याच्या कपड्यांच्या टोपलीत आहे!'

खरं ती मुलगी अगदी वात्रट बनत चाललेली आहे. मला आश्चर्य

वाटतेय की, तिच्यासारखी गोड मुलगी इतकी दुष्ट कशी काय झाली? जर का ती कुटुंबाची सदस्य नसती, तर मी तिच्याकडे संपूर्ण कानाडोळा केला असता. जेनिफरला हे दिसत नाही, परंतु नेमकी समस्या काय आहे, ते मला माहीत आहे. तिला तिच्या आईचे माझ्यावरचे प्रेम पाहावत नाही आणि ती एक प्रकारची आम्हा भावंडांतील दुष्मनी आहे. फक्त इथे आमच्यातील एक जण कुत्रा आहे!

कधी-कधी जेव्हा ती मला जेनिफरच्या मांडीवर पाहते, तेव्हा ती बाजूने येऊन मला मांडीवरून ढकलण्याचा प्रयत्न करते! माझी मन:स्थिती चांगली असेल, तर मी माघार घेतो आणि तिला ते करू देतो, परंतु काही वेळा मीही हलकटपणे वागतो आणि बसूनच राहतो, तिला दया येईल अशा फसव्या चेहऱ्याने मदतीसाठी तिची विनवणी करतो आणि ते ती टाळू शकत नाही.

''एरिकशी तू अशी धसमुसळेपणे वागू नकोस,'' जेनिफर तानियाला रागावते. ''तो इतका छोटा आहे की, जर तो पडला तर त्याचे एखादे हाड तुटेल!''

मी 'जिंकलो,' अशा आविर्भावात तानियाकडे बघून कुत्सितपणे हसतो, परंतु यामुळे आमचे नाते सुधारण्यात काहीच मदत होत नाही! परंतु तिची अपेक्षा तरी काय आहे? तिने मला लाथाडले तरी मी ते निमूटपणे सहन करावे?

समस्या ही आहे की, कुत्रा आणि मुलाचे वय या दृष्टीने आम्ही एकाच पिढीतील आहोत, त्यामुळे तानिया आणि मला खरं काय चाललंय ते माहीत आहे आणि आम्ही एकमेकांना बनवू शकत नाही. माझ्या त्या 'दयेच्या' नाटकाला जेनिफर कशी बळी पडते, हे ती आरपार पाहू शकते; जेव्हा ती रागाने दात चावत आणि हातपाय आपटत दूर जाते, तेव्हा मला खूप समाधान मिळते. जेनिफरने तिला अगदी पार बिघडवून टाकलेय आणि कोणीतरी त्या पोरीला शिकवायला हवे की, तिला जे हवे ते नेहमीच मिळेल असे नाही. जरी तिला हे एक कुत्रा दाखवू शकला तरी चालेल. तिने जास्त जबाबदारीने वागायला शिकायला हवे आणि स्वत:मध्ये कमी गुंतायला हवं, ते तिच्याच हिताचे आहे!

जेनिफर तिचे खूप लाड करते आणि काही वेळा अशा लाडाने तिचे

काय होईल, याची मला काळजी वाटते. आधीच तिच्यात आत्मकेंद्रिततेचे आणि हट्टीपणाचे बी रुजलेले मी पाहू शकतोय. दयाळूपणा आणि उदारपणाची वृत्ती त्याखाली दबली जातेय. आडवयाच्या मुलांनी दयाळूपणे व औदार्याने वागणे, ही सध्याची 'वृत्ती' नाही, असे एक दिवस तिने मला सांगितले!

कुणीतरी असेही विचारू शकेल की, अशा तऱ्हेने बोलणारा मी कोण आहे? कारण जेनिफर माझेही अति लाड करते आणि मी निर्लज्जपणे ते स्वीकारतो, परंतु मी वेगळा आहे, जरी मला माझ्याबद्दल काहीही वाटत असले, तरी अखेरीस मी अगदी एक कुत्रा आहे, माझ्या आयुष्याची दोरी फारतर पंधरा वर्षांची आहे आणि मला जीवनात जबाबदाऱ्यांना तोंड द्यावे लागत नाही किंवा समाजाला मी काही देणे लागत नाही. माझी काळजी घेण्यासाठी नेहमीच कोणीतरी असेल. माझे काम म्हणजे पाळीव लाडका कुत्रा म्हणून जगत माझ्या कुटुंबीयांना सुखी करणे इतकेच आहे.

परंतु तानिया ही माणूस आहे आणि जर सर्व व्यवस्थित झाले तर तिचे आयुष्य हे सत्तर ते ऐंशी वर्षांचे आहे. तिच्यावर मग जबाबदाऱ्या येतील शिवाय समाजासाठी तिने मदत करणे, हे अपेक्षित आहे. तिने त्याचबरोबर स्वतःची काळजी घ्यायला हवी. तिने या जगात जगायला शिकायला हवे आणि इतके स्वार्थी आणि लाडावलेले असणे, ही काही या दृष्टीने चांगली सुरुवात नाही!

मी जेव्हा तिथे डोळे अर्धवट मिटून पडलेला असतो, तेव्हा 'माझ्या मनात काय चालले आहे' असे विचार जेनिफरच्या मनात येतात. हे अशा प्रकारचे विचार माझ्या मनात असतात हे तिला कदाचित कळलेले आवडेल, काहीवेळा विचार गंभीर, कधी-कधी हास्यास्पद आणि कधी-कधी अगदी दुष्टही असतात. परंतु हो! कुत्री विचार करतात आणि जेव्हा त्यांना दिसते की, गोष्टी व्यवस्थित मार्गाने जात नाहीत, तेव्हा ते आपल्या कुटुंबीयांची काळजी करतात!

परंतु हे सर्व उगाचच विचार करणे आहे, कारण जेव्हा तुम्ही या सर्वांचा विचार कराल तेव्हा कुटुंबातील कुत्र्याचा उपदेश कोण ऐकेल?

चौदा

प्राण्यांसाठी असलेली हॉटेल्स, त्यांना सांभाळणारी पाळणाघरे याविषयी या कुटुंबात खूप चर्चा सुरू होती. ते नेमकी का, त्याचा मी विचार करत होतो. माझ्या नावाचा अनेकदा उल्लेख झालेला मी ऐकला, परंतु मी आल्यावर ते नेहमी हळू आवाजात बोलत त्यामुळे मला त्रास वाटायचा. कुणी माझ्याबद्दल बोलले आणि ते काय आहे, त्यासंबंधी मला सुगावा लागला नाहीतर ते मला आवडत नाही. जेव्हा कुठे काही कुजबूज चालते आणि काय घडतेय, ते मला कळत नाही, तेव्हा त्या शेतावरील अनुभव मला आठवतो. तेथे जे काय चालले होते आणि त्याचा शेवटी जो परिणाम झाला, याच्या मला आलेल्या अनुभवावरून मी अगदी पार हवालदिल होऊन घाबरून गेलो आहे.

अरे देवा, ते दुसरा कुत्रा आणण्याचा तर विचार करत नाहीयेत ना? जर त्यांनी असे केले, तर मी जागेपणीचा प्रत्येक क्षण हा त्या कुत्र्याला घरातून पळवून लावणारे कृत्य करण्यात खर्च करीन, असे गंभीरपणे ठरवले.

'जेनिफरला चांगले माहीत आहे की, मला दुसरा कोणी कुत्रा माझ्यापासून एक मीटर अंतरावरही डोळ्यासमोर नको असतो किंवा त्याचा आवाजही! त्यामुळे जर तिने हे केले, तर मग त्यानंतर जे काही घडेल त्याची तिने तयारीच ठेवावी!' मी विचार केला. माझ्या निष्ठेची आणि प्रेमाची होणारी ही प्रतारणा पाहून मी पार चिडलो होतो. ठीक आहे, मी अगदी काही परिपूर्ण कुत्रा नाही, परंतु जर त्यांना दुसरा कुत्रा आणायचा होता, तर त्यांनी मला आधी याबाबतचे माझे मत तर विचारायला हवे होते!

शेवटी त्या नव्या कुत्र्याला मी काय करीन याचा विचार करण्यात मी इतका वेळ घालवला की, मी त्यांचे संभाषण ऐकण्याचेही विसरून गेलो. मी असे धरूनच चाललो होतो की, ते दुसरा कुत्रा आणण्यासंबंधीच होते!

मग जेनिफर फोन करू लागली आणि ती पाळीव प्राण्यांच्या निवासाचा खर्च, पिंजरा किंवा एकट्यासाठी वातानुकूलित खोली याबद्दल विचारताना मी ऐकले आणि माझ्या लक्षात आले की, ती दुसरा कुत्रा आणत नसून मला कुठेतरी ठेवण्याचा बेत चालू होता. याचा मला धक्काच बसला....

मी धावत जाऊन तिला पंज्यांनी स्पर्श केला. का? ते मला दूर का नेत होते? मी तर एवढ्यात काही नवे किंवा नेहमीपेक्षा जास्त वाईट असे काहीच केले नव्हते. ते मला कुठे नेत होते? मला उत्तरे हवी होती, त्यांना असे वाटते का की, कुत्र्यांना काही जाणीव होत नाही आणि त्यामुळे त्यांना कुत्र्यांकडे खुलासा करावा लागत नाही?

जेनिफरने माझ्या या पुढच्या 'ट्रीप'बद्दल काही खुलासा किंवा बोलणे करणे तर नाकारलेच, पण सर्वांत वाईट बाब म्हणजे ती माझ्या विनवण्या करणाऱ्या डोळ्यांकडे पाहण्याचेही टाळत होती; हे काही चांगले लक्षण नव्हते, कारण जेव्हा जेनिफर माझ्या बाबतीत काही गुन्हा करते, तेव्हा ती कधी चांगली बातमी नसते, परंतु मला मिठी मारत ती म्हणाली, ''काळजी करू नको, एरिक, माझ्यावर विश्वास ठेव, हे फक्त थोड्या दिवसांसाठीच असेल.''

त्यामुळे माझे थोडे समाधान झाले, परंतु थोडे दिवस असो अथवा अनंत काळ असा काय फरक पडणार होता? मला कोणत्याही 'सहलीला'जायचे नव्हते किंवा माझ्या कुटुंबापासून एक रात्रही दूर राहायचे नव्हते. त्यांचा विरह मला खूप जाणवलेच शिवाय माझ्या त्या सर्व मूर्खपणाच्या गोष्टी कोण चालवून घेणार होते? मी अगदी निराश झालो. माझ्या मॉमने तिच्यावर विश्वास ठेवायला सांगितला होता, परंतु ती माझ्या डोळ्याला डोळा का देत नव्हती? त्याचा अर्थ तिला काहीतरी लपवायचे होते!

हा माझ्या अहंकाराला मोठा धक्काच होता. मी भले स्वतःला मोठा पुरुषश्रेष्ठ समजत होतो किंवा त्या कुटुंबातही अनिवार्य असल्याचे मला वाटत होते, पण अखेरीस मी सर्वस्वी त्यांच्यावर, त्यांच्या दयेवर अवलंबून

होतो आणि ते माझे मालक आणि माझे धनी हे माझे नशीब ठरवणार होते, अगदी मी जगावे, मरावे किंवा मी कुठे जावे ते!

तो विचार खच्ची करणारा होता. मी इतका निराश झालो की, मी माझे आवडते खाद्यपदार्थही नाकारले. जेनिफर काळजीत पडली; अखेर एक-दोन दिवसांनंतर तिला ते आणखी सहन होईना. मला कशाचा त्रास होतोय, हे तिला अर्थात माहीत होते. ती मला तलावाच्या बाजूला घेऊन गेली, त्यामुळे हे तानियाच्या कानावर पडून माझ्या दुर्दैवावर ती कुत्सितपणे हसू शकणार नव्हती.

"तर, एरिक, आपण बोलू या," मला उचलून घेत आणि त्या तलावाभोवती असलेल्या बैठ्या खुर्च्यांपैकी एकीवर बसत, मला आपल्या मांडीवर घेत ती म्हणाली. "तानिया आणि मी पुढच्या आठवड्यात लंडनच्या सहलीवर जात आहोत आणि जॉनही कामाच्या निमित्ताने बाहेर जात आहे. आम्ही बाहेर असताना आम्हाला तुझी देखभाल करायला कोणीतरी विश्वासार्ह हवाय, त्यामुळे आम्ही आजूबाजूला तुला ठेवण्यासाठी उत्तम जागा बघतोय, पण त्यांपैकी एकही चांगली नसल्याने मी तुला मेरीआन्टीच्या घरी ठेवायचे ठरवलंय; तिथे निदान तुला पिंजऱ्यात बंद ठेवण्यात येणार नाही आणि तुला घरचे वातावरण मिळेल."

"त्याशिवाय तिथे तू जास्त सुरक्षित असशील आणि तुला कोणत्याही संसर्गजन्य रोगाची भीती असणार नाही. तुला मॉली माहीत आहे, ती खालच्या मजल्यावरील शिह झू, ती कुत्र्यांना होणाऱ्या खोकल्याने अक्षरश: मरणासन्न झाली. आणि हा संसर्ग तिला पाळीव प्राण्यांच्या पंचतारांकित हॉटेल्सपैकी एका हॉटेलमध्ये झाला. माझा काही या हॉटेल्सवर पुरेसा विश्वास नाही."

हे ऐकून पहिल्यांदा, मला अगदी सुटल्यासारखे वाटले. माझ्या कुटुंबाचे अजूनही माझ्यावर प्रेम होते आणि त्यांना मी हवा होतो. त्यांना काही काळासाठी बाहेर जाणे गरजेचे होते, म्हणून ते फक्त माझ्या काळजीपोटी कुणी मिळेल का ते शोधत होते, परंतु तरीही त्यांनी माझ्यासाठी शोधून काढलेल्या उपायाची मला धास्तीच वाटली आणि मी जेनिफरला एक ढुशी मारली आणि रडवेला होत विचारले, "मेरीआन्टी? म्हणजे मला मायक्रोओव्हनमध्ये टाकण्याची धमकी देणारी?"

जेनिफरने माझ्या चेहऱ्यावरचे ते भीतीचे भाव पाहिले आणि ती हसली, "तू त्या मायक्रोओव्हनचा विचार पुन्हा करत आहेस, होय ना? अरे, ती निव्वळ गंमत करत होती. खरं तर ती मनाने फार चांगली आहे, फक्त कधी-कधी बोलताना ती वाहवत जाते."

मी माझे डोके जोरजोराने हलवले. तिच्या दंडावर पंजे ठेवत माझे शरीर एका बाजूने दुसऱ्या बाजूला हलवले. तिने जे काही आता सुचवलेय त्याला माझी हरकत आहे, हे तिने ओळखले.

"नाही, नाही, मेरीआन्टी नको!" मी तक्रार केली.

मला मध्येच थांबवत ती म्हणाली, "तू क्षणभर थांबशील का? तू तुझ्या त्या हलण्याने मला भोवंडल्यागत करतोयेस!"

मी माझा थयथयाट ताबडतोब थांबवला, आता मला तिला खूश करायला हवे होते, कारण माझे आयुष्य तिच्या हातात होते आणि असा राग दाखवणे, ही त्या दृष्टीने चांगली गोष्ट नव्हती!

"परंतु खरंच," जेनिफर पुढे म्हणाली. "सर्व गोष्टींचा विचार केल्यावर तीच जागा तुझ्यासाठी उत्तम आहे. मेरीआन्टीने तिचा स्वतःचा कुत्रा, स्कार्लेट आपल्या शेजारी राहणाऱ्या मैत्रिणीच्या घरी ठेवण्याचे ठरवले आहे, त्यामुळे दुसऱ्या कुत्र्याशी तुझा संबंध येणार नाही आणि तुला काही कळण्याआधीच आम्ही परतसुद्धा येऊ!"

मला तिच्यावर विश्वास ठेवायलाच हवा होता, कारण तोच एक मार्ग होता. मी कितीही हरकत घेतली, चांगल्याची आशा केली आणि पटकन माझी सुटका होईल अशी प्रार्थना करत राहिलो, तरी शेवटी माझी रवानगी मेरीआन्टीच्या घरीच होणार होती!

तानिया सध्या आश्चर्य वाटावे, इतकी गोड वागत होती. ती पुन्हा-पुन्हा सर्व ठीक होईल आणि तिला माझा विरह जाणवेल याची मला खातरी देत होती, त्यामुळे मी अगदी भावनावश झालो. आमच्यातील मतभिन्नता आणि परस्परांवर चिडणे, त्या आठवड्यात बाजूला सारून आम्ही पुन्हा मित्र झालो. बऱ्याच कालावधीनंतर आमच्या परस्पर संबंधातील तो अगदी उत्तम आठवडा होता.

एका अर्थी तो प्रसंग घडण्याआधी त्यांनी मला सूचना दिली किंवा माझ्या नशिबात काय आहे, हे जेनिफरकडून मी जबरदस्तीने वदवून घेतले हे चांगलेच झाले, कारण जसे दिवस जाऊ लागले, तशी मला

घरापासून काही काळ दूर घालवावा लागणार या कल्पनेची सवय होऊ लागली.

जेव्हा जेनिफर आपल्या बॅगा बिछान्यावर ठेवून सामान भरू लागली तेव्हा निराश होण्याऐवजी मी उत्तेजितच झालो. मला फारशा प्रिय नसलेल्या ठिकाणी काही काळ जावे लागणार याबाबतचे विचार मी बाजूला सारले आणि जणू मी त्यांच्याबरोबर जातोय, अशी खोटी कल्पना करत सामान भरण्याच्या गडबडीत सामील झालो. मी मोज्यांसारख्या छोट्या वस्तू उचलून आणून दिल्या आणि जेनिफर आणि तानियाचे लक्ष नाही, असे वाटून सामानातून मोठे मोजे आणि अंतर्वस्त्रे मी बाहेर काढली, परंतु त्यांचे लक्ष होते आणि त्यांचे सामान विस्कटल्याबद्दल माझी चांगलीच कानउघाडणी झाली, परंतु मी काही ते मनाला लावून घेतले नाही, कारण लवकरच जेव्हा मी मला अप्रिय असणाऱ्या ठिकाणी जाईन तेव्हा ही 'कानउघाडणी' मला स्वर्गीय संगीत असल्यागत वाटणार होती!

माझी 'रवानगी' कोणत्या दिवशी होणार होती, हे मला नक्की ठाऊक नव्हते, परंतु रोज सकाळी उठल्यावर 'तो दिवस आज आहे का' असा विचार करत चालणाऱ्या अविरत तर्कवितर्कांमुळे मी जरासा बेचैनच होतो. आम्ही कुत्री एक प्रकारे दैववादी असतो. आम्ही आमच्या नियंत्रणाबाहेर असलेल्या गोष्टींचा स्वीकार करतो आणि जमवून घेतो. आजचा दिवस तो नाही असे आढळल्यावर मी जरा शांत होऊन, काळजी सोडून द्यायचो आणि उरलेला दिवस मजेत घालवायचो.

पण, शेवटी ज्याला मी घाबरत होतो तो दिवस उगवल्याचे मला कळले, कारण जेनिफरने – ती ज्याला 'कुत्र्याची बॅग'म्हणायची – ती बाहेर काढली. ती कॅनव्हासची खांद्यावर टाकायची निळी बॅग होती. बॅगेच्या पुढच्या बाजूला एका मोठ्या हाडाचे चित्र होते. जेव्हा ती मला समुद्रकिनाऱ्यावर किंवा बागेत सहलीला घेऊन जायची तेव्हा त्या बॅगेत माझी खेळणी, पाण्याची बाटली, टॉवेल, खाण्याचे जिन्नस ठेवायची. या वेळी तिने आत जास्त वस्तू ठेवल्या, कारण मी लांबवरच्या सहलीसाठी जाणार होतो. बॅगेत तिने कुत्र्याच्या अन्नाचे काही डबे ठेवले आणि माझे आवडते मऊ खेळणे, म्हणजे पुष्कळ चावल्यामुळे चेंदामेंदा झालेला आणि ज्याचे दोन्ही डोळे आणि एक कान जाग्यावर नव्हते,

असा ससाही ठेवला.

माझी 'जाण्याची बॅग' मॉम भरत असताना ते बघून मला अगदी दुःखी वाटत होते, कारण एकतर मी माझ्या घरात अगदी आरामात आणि सुखात होतो. माझ्या आयुष्यात अशी फाटाफूट अगदी आठवड्यासाठीही मला नको होती. मला माझ्या मॉमची उणीव जाणवणार होती. मध्यरात्री तिने माझे केलेले लाड, 'स्थूल कुत्री व हृदयरोग' या विषयावरील जॉनच्या लांबलचक प्रवचनाकडे दुर्लक्ष करीत माझ्या रजईखाली लपवून ठेवलेला खास खाऊ अशा आमच्या दोघांमधील खास गोष्टींची उणीव मला भासणार होती.

मी माझे पुढचे पाय जेनिफरच्या गुडघ्यांवर ठेवले आणि आर्त नजरेने तिच्याकडे पाहिले.

ते कुठे जात होते आणि ते मला त्यांच्याबरोबर का नेत नव्हते?

जेनिफरला बहुधा मला काय म्हणायचंय ते समजले आणि ती म्हणाली, "माझ्याबरोबर तुला न्यावे असे मला फार वाटते, परंतु आम्ही लंडनला जातोय आणि तुला सात दिवसांसाठी एकांतवास पत्करावा लागेल! सात महिने पिंजऱ्यात बंद होऊन राहण्यापेक्षा मेरीआन्टीकडे एक आठवडा काढणे चांगले नाही का?"

पूर्ण सात महिने पिंजऱ्यात बंद राहायचे? शक्य नाही! शेवटी मला कबूल करावे लागले की, मेरीआन्टीबरोबर एक आठवडा काढणे, हा नक्कीच चांगला पर्याय होता आणि मी त्यासाठी तयारही झालो.

हे उघड होते की, ही अनिच्छेची भावना दोन्ही बाजूंना होती, कारण जेनिफरला मी मेरीआन्टीबरोबर फोनवर बोलताना ऐकले. मेरीआन्टीचा आवाज एवढा मोठा होता की, तो त्या टेलिफोनमधून बाहेर पडून खोली भर पसरला होता.

"तो कुत्रा अगदी त्रासदायक आहे हे तू जाणतेसच," ती कुरकुरत होती. "इथे त्याला नियम पाळावे लागतील आणि त्याने हे समजले पाहिजे की, इथे त्याला कोणी हाताने भरवणार नाही आणि कोणत्याही परिस्थितीत त्याला कोणाच्याही बिछान्यात झोपण्याची परवानगी नाही! तो वात्रट, घाणेरडा प्राणी मी केवळ तुझ्यासाठी घेत आहे, हे ध्यानात ठेव!"

तिने मला आता 'घाणेरडा प्राणी' म्हटले का? त्या बाईच्या त्या

जाड्याभरड्या आणि रूक्ष आवाजाचा मला इतका तिटकारा होता! पैशाने सर्व विकत घेऊ शकणाऱ्या श्रीमंत व्यापाऱ्याची ती पत्नी आहे, यावर विश्वास ठेवणे कठीण जावे इतकी ती एकदम गडबडी, बेंगरूळ आणि बडबडी होती!

मला तिथे पाठवण्याबद्दलच्या तिच्या उघड-उघड नाराजीमुळे माझ्या मणक्यातून शिरशिरीची लहर गेली आणि 'एकशे-एक डाल्मेशियन्स' या सिनेमातील चेटकीण क्रुएल्लाचा विचार माझ्या मनात आला. तो सिनेमा मी आणि तानियाने एक दिवस टी.व्ही.वर पाहिला होता. ती स्त्री खरोखरच दुष्ट होती आणि मेरीआन्टी मला थेट तिची आठवण करून द्यायची! जरी जेनिफरने मला पुन्हापुन्हा आश्वासन दिले होते की, ती इतकी काही वाईट नाही, तरी त्याबाबत माझी खातरी पटली नव्हती, परंतु त्यातल्यात्यात बरी गोष्ट ही होती की, निदान ती मला काही इजा होऊ देणार नव्हती, कारण तिला जेनिफरला उत्तर द्यावे लागले असते.

शेवटी एकदाचा तो दिवस उजाडला. त्या सर्व कुटुंबाने मला मेरीआन्टीच्या घरी नेले. प्रत्येक कुत्र्याने पाहात राहावे असे ते स्वप्नातीत घर होते, ज्यात कुणी हरवूनही जाईल अशा दोन मजल्यांवरील हवेशीर खोल्या! झाडांनी, फुलांनी आणि मऊ गवताने भरलेली बाग! तिथे एका झाडावरून दुसऱ्या झाडावर उडणाऱ्या छोट्या चिमण्या होत्या आणि त्या आपल्या गाण्यांनी आमची करमणूक करत होत्या. आम्ही जवळ जाताच दोन खारी झाडांवर धावत-पळत गेल्या. हे देवा, मला माझ्या पहिल्या घराची, ऑस्ट्रेलियातील त्या शेताची, इतकी आठवण करून दिली की, कोणत्याही क्षणी माझी दुसरी मॉम ट्रेसी झुडपातून धावत मला भेटायला येईल असे मला वाटू लागले; जणू काही मधली पाच वर्षे गेलीच नव्हती आणि तीन हजार मैल आणि समुद्रही आमच्यामध्ये नव्हता!

मग मेरीआन्टी आम्हाला भेटायला बाहेर आली आणि या स्वर्गावर जणू एक उदास ढग उतरला आणि त्या क्षणाची ती अलौकिकता नाहीशी झाली. जणू काही ती त्या चेटकिणीच्या दुष्ट जादूने नाश पावली होती. ती दृष्टीस पडताच मी थरथरलो. मला माझ्या स्वत:च्याबद्दल रागच आला. इकडे-तिकडे फिरणारा, घरातील सर्वांना लबाडीने गुंडाळणारा तो मर्दानी कुत्रा कुठे बरं हरवला?

"तू छान राहशील," तानिया कुजबुजली. "तुला ती म्हण माहीत

आहे ना, तिचे भुंकणे हे तिच्या चाव्यापेक्षा वाईट आहे? मेरीआन्टी अशी आहे! ती दाखवते त्यापेक्षा ती खरंच जास्त दयाळू आहे.''

मला सोडून जायचे म्हणून जेनिफर दुःखी होती. त्यांना वेळेवर विमानतळावर जायला हवं, असे जॉन त्यांना पुन्हा-पुन्हा सांगत होता, तरी ती माझ्या सवयींबद्दल, माझ्या भीतीबद्दल, माझ्या हृदयाच्या औषधांबद्दल आणि माझ्या डॉक्टरांबद्दल माहिती देत बराच वेळ घोटाळत राहिली.

मी तिला चिकटून राहिलो आणि तिला सोडायचे नाकारले आणि जेवढे शक्य होते, तेवढे केकाटत होतो. माझ्या कुटुंबाची दूर जाण्याची आणि या तिऱ्हाईत लोकांबरोबर या अनोख्या जागी मला एकटे ठेवण्याची वेळ प्रत्यक्षात आली तेव्हा मी घाबरलो. जेनिफरला, जॉन किंवा तानियाला काही झाले, तर आणि ते मला घ्यायला कधीच परत आले नाहीत तर? मग मला या घरात ते हजारो नियम आणि कायदे संभाळत कायमचे राहावे लागणार होते का?

परंतु तुम्हाला माहीतच आहे की आम्ही कितीही लढा दिला तरी कुत्री कधी जिंकत नाहीत, आमचे मानवी मालक चांगल्या किंवा वाईट मार्गाने नेहमीच आमच्यावर कुरघोडी करतात. जी कुत्र्यांशी फार चांगली वागते, असे म्हणतात ती मेरीआन्टीची एक मोलकरीण लिसा पुढे झाली आणि तिने जेनिफरकडून मला घेतले. मला हे मान्य करावे लागेल की, तिने हे अगदी सहजपणे केले. शांतपणे तिने माझे पंजे जेनिफरपासून सोडवले आणि माझ्या मॉमपासून प्रत्यक्षात दूर केले, ती माझ्या वाढत जाणाऱ्या किंकाळ्यांनी आणि ओरडण्यांनी जराही विचलित झाली नाही. तिने मला शहाणपणाने स्वयंपाकघरात आणले, त्यामुळे माझे कुटुंब जाताना मी पाहू शकणार नव्हतो आणि मोठे अवडंबरही माजवणार नव्हतो.

स्वयंपाकघरातूनही माझ्या तीक्ष्ण कानांनी आमच्या कारचा दरवाजा बंद करण्याचा ओळखीचा आवाज हेरला आणि त्या कारमागून पळण्यासाठी मी मोकळे होण्याची धडपड केली, परंतु लिसाने मला घट्ट पकडले. तिला जेनिफरसारखा काहीच गंध येत नव्हता. तिच्या शरीराला येणाऱ्या मानवी घामाच्या एक प्रकारच्या नैसर्गिक वासात टॅल्कम पावडरचाही वास मिसळलेला होता, परंतु तो गंध काही वाईट नव्हता. तुमच्या माहितीसाठी सांगतो, लिसाचा वास 'आईचा' होता आणि माझ्या

लक्षात आले की, जर मी स्वत:ला तसे वाटू दिले, तर मला तिच्याबरोबर आरामदायी वाटेल, परंतु माझे शरीर ताठरले होते, ते नापसंतीच्या निर्धाराने! हा निर्धार इतका दृढ होता की, आपण हातात जिवंत कुत्रा नाही तर वाळलेला ओंडका किंवा सुकवलेले मास घेऊन जातोय, असे मला हातात घेतलेल्या लिसाला वाटत होते. नंतर तिनेच मला हे सांगितले तेव्हा आम्ही खूप हसलो.

जेव्हा आमच्या कुटुंबाची कार गेटमधून बाहेर जात होती, तेव्हा तिने मला अगदी वेळेवर स्वयंपाकघराच्या खिडकीशी नेले. मी पुन्हा जोरजोराने ओरडायला सुरुवात केली. मला त्या दिवसाची आठवण झाली, जेव्हा मी वाहनात होतो आणि माझ्या छोट्या मागच्या पायांवर उभा राहून माझ्या रडणाऱ्या आईला, ट्रेसीला अगदी छोटा ठिपका होत दूरवर नाहीसे होताना पाहिले होते.

जेव्हा माझ्या लक्षात आले की माझे कुटुंब निघून गेलेय आणि गोंधळ घालून, जोराचा आवाज करून मेरीआन्टीचे मत माझ्याविषयी कलुषित केल्याने माझे काही भले होणार नाही तेव्हा मी ओरडण्याचे थांबवले, कारण जेनिफर आणि जॉन मला घेऊन जायला येईपर्यंत मी संपूर्णपणे तिच्या ताब्यात होतो.

मी दुसऱ्या एखाद्या कुत्र्यासारखा आहे, व्यवहारीपणे जगणारा आणि मला माहीत होते की, इथे मी माझ्या नेहमीच्या तऱ्हेवाईकपणे, रागीटपणे आणि दादागिरी करणारा म्हणून राहू शकत नव्हतो. जर का मला मुलासारखे नव्हे, तर कुत्र्यासारखे कसे जगायचे यावर काही नवे धडे घ्यायला हवे असतील, तर हाच तो खरोखर क्षण होता.

पंधरा

मेरीआन्टीने पहिली गोष्ट कोणती केली असेल, तर ती म्हणजे माझ्यासाठी नियम ठरवले. ती म्हणायची की, तिच्या घरात कुत्रे हे कुत्र्यांसारखे वागतात, त्यामुळे पलंगावर झोपणे, गालिच्यांवर शू करणे आणि त्यातून निसटणे, हातांनी भरवणे असले लाड नाहीत, जास्त ओरडणे नाही, बोलल्याशिवाय बोलायचे नाही, टेबलावरच्या उरलेल्या गोष्टींसाठी विनवण्या चालणार नाहीत, नाच-गाण्याचा कार्यक्रम नाही आणि जिथे कुत्र्यांना परवानगी आहे, अशाच रेस्टॉरंट्समध्ये जाण्यासाठी लाडीगोडी लावायची नाही, ही 'नाही' यादी खूप मोठी होती.

माझ्या रोजच्या कार्यक्रमाची आणि जी मी माझी सामान्यपणे जगण्याची रीत समजत होतो, ती उद्ध्वस्त करणारी लांबलचक यादी ऐकली आणि मी मेरीआन्टीबरोबरचे दोन आठवडे कसे काढणार होतो, ते मला कळेना. जेनिफर एकच आठवडा असे म्हणाली होती, परंतु ते प्रत्यक्षात दोन आठवडे असल्याचे नंतर लिसाने मला सांगितले. ही ताटातूट एकच आठवड्यासाठी आहे असे सांगितले, तर ते मला जरा कमी दुःखदायक होईल म्हणून जेनिफर माझ्याशी खोटे बालली होती. माझ्याशी तू कसे खोटे बोलू शकलीस मॉम? मी सुरुवातीला जेनिफरवर चिडलो, पण नंतर तिचे बरोबर आहे, हे मला कबूल करावे लागले. जर का मला कळले असते की, ती ताटातूट दोन आठवड्यांएवढी लांबलचक आहे, तर मी कदाचित तीव्र प्रतिकार केला असता आणि प्रत्येकाला व्याकूळ केले असते.

पहिले काही दिवस मी पार गोंधळलेला होतो. मी कुठे झोपायचे

होते ते मला माहीत नव्हते किंवा मी कसे खायचे तेही! मग माझ्या लक्षात आले की, जरी मी शक्तीचे प्रदर्शन केले आणि माझ्या पसंतीबद्दल सांगितले असते, तरी मी त्यांच्यावर अवलंबून होतो.

त्या रात्री मी पार घाबरलो होतो, अक्षरश: हबकलो होतो, कारण ते घर इतके मोठे होते की, त्यात मी हरवून गेलो! ते सर्व कुटुंब वरच्या मजल्यावर झोपायचे. मला झोपण्यासाठी त्यांनी एक मोठी कुत्र्याची टोपली मेरीआन्टीचा मुलगा रॉबर्ट याच्या झोपण्याच्या खोलीबाहेर ठेवली होती. मला ती आवडली नाही, कारण त्या टोपलीला दुसऱ्या कुत्र्याचा वास येत होता. मी वैयक्तिक स्वच्छतेबाबत अगदी चोखंदळ आहे आणि ज्या टोपलीला दुसऱ्या कुत्र्याच्या शरीराचा वास येतोय त्यात झोपत नाही, हे बहुधा जेनिफर त्यांना सांगायचे विसरली असावी.

मी झोपावे आणि जेनिफरच्या गंधाने मला आरामदायी वाटावे म्हणून जेनिफरने आपले काही कपडे माझ्यासाठी दिले होते, परंतु त्या हलकट मेरीआन्टीने ते मूर्खपणाचे आहे म्हणून ऐकण्याचे नाकारले आणि ते कपडे बाजूला ठेवले. त्या दिवशी पहिल्यांदाच मला वाटले की, मी जर बॉक्सर असतो, तर किती बरे झाले असते. मी तिला तिच्या तोंडावर ठोसा ठेवून दिला असता! ती इतकी असंवेदनशील असल्याबद्दल मी तिच्यावर खूप चिडलो होतो. माझे हे सात किलोचे शरीर निकामी, शक्तिहीन आहे, हे तिने मला त्या दिवशी दाखवून दिले!

जेव्हा मी झोपतो तेव्हा मला आसपास लोक लागतात आणि आमच्या घरात, स्वयंपाकघराच्या मागच्या बाजूला असलेल्या धुण्याभांड्यांच्या खोलीत, मला टॉयलेटला जाण्याची गरज पडली, तर सोय म्हणून नेहमी दिवा ठेवलेला असतो, परंतु मेरीआन्टीच्या घरातील लोकांचा रात्रीच्या वेळी दिवा ठेवण्यावर विश्वास नव्हता, त्यामुळे प्रत्येक जण झोपी गेल्यावर ती सर्व जागा अंधारमय व्हायची. जो काही उजेड येत होता, तो बाहेरच्या रस्त्यावरील दिव्यामुळे! आणि ते अधिक भयावह होते, कारण घरात येणारे दिव्यांचे अस्पष्ट पट्टे यामुळे भिंतींवर भीतिदायक सावल्या निर्माण करत होते त्यामुळे मला खरंच भीती वाटत होती.

जर मी ती भयानक कुत्र्याची टोपली सोडून घुसण्यासाठी दुसरी जागा शोधली नाही आणि त्या भिंतीवरच्या भुतासारख्या सावल्यांना

बाहेर ठेवले नाही, तर मला एक मिनिटाचीही झोप येऊ शकणार नाही हे मला कळून चुकले. त्या अस्पष्ट दिव्याच्या उजेडात मी एक छोटा सोफा मेरीआन्टीच्या बेडरूमच्या बाहेर पाहिला. त्यावर बऱ्याच मऊ उशा होत्या. त्याला ती आपला टी.व्ही. कोच म्हणायची.

तिला आपल्या सोफ्यांबद्दल विशेषच ममत्व वाटायचे आणि तिने हे आधीच स्पष्ट केले होते की, त्यांच्यावर चढायला मला कोणत्याही परिस्थितीत परवानगी नव्हती, परंतु भिंतीवरच्या त्या भीतिदायक अशा सावल्यांना मी इतका घाबरलो होतो की, मेरीआन्टीच्या कुत्र्यांच्या नियमावलीतील महत्त्वाचा नियम मी मोडायचा ठरवले. त्या उबदार, खोल आणि आकर्षक टी.व्ही. सोफ्यावर उडी मारली आणि त्या मऊ दबणाऱ्या उशीत माझे तोंड लपवले. मेरीआन्टी आणि तिचे सोफ्याचे वेड गेले उडत! सकाळ होण्याआधीच, तेही मेरीआन्टी उठण्याआधी आणि इतर कुणाला सुगावा लागण्याआधी मी जागा होऊन त्यातून खाली उतरेन याविषयी मला खातरी होती!

परंतु जरी त्या उशांमुळे भिंतीवरच्या भीतिदायक सावल्या माझ्यापासून लपवल्या गेल्या आणि शारीरिकदृष्ट्या मी आरामदायी झालो तरी मी बराच वेळ माझ्या कुटुंबाचा विचार करत जागा होतो. ते कुठे असतील? त्यांना माझी आठवण येत असेल का? जिच्या विरहाचे ते वेदनामयी दुःख मला जाणवत होते त्या जेनिफरला विशेष करून काही जाणवत असेल का? माझ्या डोळ्यात रात्रभर जमलेले अश्रू बाहेर पडले आणि माझ्या चेहऱ्यावरून हळूहळू ओघळले. मी माझ्या मॉमचा – जेनिफरचा चेहरा माझ्यासमोर आला आणि तिचा लहान मुलासारखा आवाज विचारत होता, 'कुत्रे रडू शकतात असे तुला वाटते का?'

'होय, मॉम, कुत्रेही रडतात आणि जर तू मजा करत असशील आणि माझा विचार करत नसशील, तर मला असे वाटते की, तू मला आता रडताना पाहावेस, कारण मला इतके एकाकी आणि माझ्या कुटुंबीयांपासून दूर गेल्यासारखे वाटतेय,' मी झोपेच्या स्वाधीन होता-होता पुटपुटलो.

माझा शेवटचा विचार होता, 'दोन आठवडे! हे दोन आठवडे हे नक्की किती दीर्घ होते? आता या क्षणी तरी मला ते न संपणारे वाटत होते.'

ज्या मिनिटाला मी डोळे उघडले, तेव्हा माझ्या लक्षात आले की, मी जरा जास्त झोपलो होतो आणि मला गुन्हा करताना पकडले गेले होते. मेरीआन्टी माझ्यासमोर उभी होती. तिचे हात ज्या तऱ्हेने दुमडलेले होते, ते फारसे शुभसूचक नव्हते. मी माझा स्नायू हलवण्याआधीच तिने मला पकडले आणि सरळ जमिनीवर टाकले

"मूर्ख कुत्तरडा!" ती ओरडली. "मी तुला सोफ्यावर चढण्याबद्दल काय सांगितले होते? तू मला असा पुन्हा सापडता कामा नयेस!"

मी रागाने तिच्याकडे पाहिले, परंतु या वेळी जेनिफरला देतो तसे उलट उत्तर दिले नाही, परंतु तिला चीड येईल, असे कृत्य मात्र मी आवरू शकलो नाही... ते म्हणजे तिच्या तोंडावर पर्वा न करता जांभई देणे. त्यामुळे मला ती चिडल्याचे खोल समाधान मिळाले! त्या 'क्रुएल्ला'शी होणाऱ्या माझ्या अनेक भांडणांपैकी हे एक पहिले भांडण होते. हे नाव मी तिला पुढील दिवसांत ठेवले होते. शेवटी मी माझी झोपण्याची समस्या रात्रीच्या वेळी नोकराणीच्या खोलीत – लिसाच्या बिछान्यात – झोपून सोडवली. तिथे वातानुकूलित यंत्र नव्हते, तरी तिथे असलेल्या जोरदार पंख्यामुळे ते वातावरण मला सुसह्य झाले.

मला भूक लागली होती आणि मला माझी सकाळची न्याहरी हवी होती, परंतु माझे खाण्याचे पदार्थ कुठे आहेत, हे मला माहीत नव्हते आणि ते मला कोण देणार हेही! शेवटी मी ठरवले की, लिसा हा उत्तम मार्ग होता. मी खाली स्वयंपाकघरात तिला शोधण्यासाठी दुडदुडत आलो. काही झाले तरी 'क्रुएल्ला'आन्टी बरोबर वर राहण्यापेक्षा दुसऱ्या कुठेही राहणे चांगले होते.

ड्राईव्ह वे वर एका कारचा आवाज झाला. दोन आठवड्यांचा काळ हा इतका पटकन संपला असेल असे वाटत नव्हते, तरी ती जेनिफरची कार नाही ना हे बघण्यासाठी मी धावलो. अशी आशा करण्याबद्दल मला कोणी दोष देऊ शकत नव्हते. मी माझ्या कुटुंबासाठी झुरत होतो. लिसाने मला पाहिले आणि ती म्हणाली, "ही तुझ्या मॉमीची कार नाही रे बाबा! बिचारा एरिक, ये माझ्याबरोबर. तुझा नाश्ता माझ्याकडे आहे."

माझ्या खाण्यापिण्याचे कोण बघणार ही माझी काळजी त्यामुळे संपली. लिसाने माझे सकाळचे खाणे दिले, ते इतके चांगले कधीच

वाटले नव्हते. त्या पहिल्या दिवसाच्या अखेरीस मी त्या घरातील प्रत्येकाचा अभ्यास केला आणि कोणाला टाळायचे आणि कोणाला मस्का मारायचा या निर्णयाप्रत पोहोचलो.

लिसा ही माझी अत्यंत गोड आणि सर्वांत चांगली दोस्त होती. मेरीआन्टीला कोणत्याही परिस्थितीत टाळणे आवशक होते, परंतु तिचा नवरा टॉनअंकल, माझ्या त्याच्या बायकोबराबरच्या भांडणात उपयोग करून घेण्यासारखा होता. ज्याला संरक्षणाची गरज आहे असा मी एक छोटा असाहाय्य प्राणी आहे अशा दृष्टीने तो माझ्याकडे पाहायचा आणि तो सारखा मेरीआन्टीला माझ्याशी असे कोरडेपणे वागल्याबद्दल आणि जणू काही मला भावना नसल्यागत मला नावे ठेवल्याबद्दल रागे भरायचा.

जरी तो प्रत्येकाबाबत आणि त्याच्याभोवतीच्या प्रत्येक गोष्टीबद्दल अलिप्त दिसत असला, तरी तो माणूस म्हणून उत्तम ठरला. मेरीआन्टी त्याच्याबद्दल अविरत तक्रार करत राहायची, त्याला अलिप्ततेचा प्रमुख सूत्रधार म्हणायची. जो कोणी तिचे बोलणे ऐकेल त्याला सांगायची की, भूकंप होऊन घर खाली कोसळले, तरी टॉनअंकल तो टी.व्ही. त्याच्या पायाशी कोसळेपर्यंत टी.व्ही.समोर बसून वाहिन्या बदलत राहील!

'हं, मेरीआन्टी काही अंशी माझ्याबाबत बरोबर होती.' कारण मी जेव्हा चिडायचो तेव्हा मी अगदी दुष्टपणे वागायचो आणि माझी एक अशी इच्छा होती की, जेवढ्या वेळा शक्य होईल तेवढ्या वेळा तिला त्रास द्यायचा. हे करण्याचा मार्ग मला तसा लवकरच सापडला.

जेव्हा-जेव्हा ती माझ्या जवळून जायची आणि त्याचवेळी टॉनअंकल आसपास आहे हे मी पाहायचो, मी एका कोपऱ्यात दयनीयपणे केकाटत जाण्याचे उत्तम नाटक करायचो. टॉनअंकल तत्परतेने माझी बाजू घेत उठायचा आणि मेरीआन्टीने मला काय केले, हे विचारायचा.

"मी त्या कावेबाज लबाड प्राण्याला स्पर्शही केला नाही," ती माझ्या विजयी हास्याकडे रागाने पाहात म्हणायची. "तो कसा हसतोय ते तुला दिसत नाहीये का? तो मला शिक्षा करण्याचा प्रयत्न करतोय हे उघड आहे. इतका कावेबाज प्राणी मी कधी पाहिलेला नाही."

"म्हणे प्राणी! मला नाव आहे, हे तुला ठाऊक आहे का बाई!" मी हळूच पुटपुटलो आणि माझ्याबद्दल वादविवाद करण्यासाठी त्यांना

सोडून निसटलो.

टॉनअंकल नसताना तिला अडचणीत टाकण्याच्या माझ्या दुष्टपणाबद्दल कुणाशी तरी फोनवरून तक्रार करताना मी मेरीआन्टीला ऐकले, परंतु ती काही तशी खरंच फार रागावलेली नव्हती, हे मी पाहू शकत होतो. खरं तर तिला एका गोष्टीचा अगदी अभिमान वाटत होता, ती म्हणजे ज्या कुत्र्याची ती काळजी घेत होती, तो तिची 'अपकीर्ती' करणाऱ्या आणि तिच्यावर मात करणाऱ्या क्लृप्त्यांचा विचार करण्याइतपत हुशार होता! ती माझ्याबद्दल बढाया मारत असावी असे दिसत होते! मला धक्काच बसला! मी तिच्यावर मात करू शकतो म्हणून तिला खरंच माझ्याबद्दल आदर वाटत होता का?

काहीशी गंमत वाटून मी माझी मान हलवली. या वेड्या, अनाकलनीय आणि ज्यांचे भाकीत करता येत नाही, अशा माणसांना कोण समजून घेणार?

त्यानंतर मला असे वाटले की, ती माझ्याकडे नव्या आदराने पाहू लागली आणि मला असे अपमानित करण्याची तिची हिंमत होत नव्हती. आमच्यातील संबंध थोडे सुधारले. कुत्री ही स्वाभाविकपणे जुळवून घेणारी असतात, कारण त्यांना मार्गच नसतो, जगण्यासाठी जुळवून घ्यायचे आणि वाट पाहायची. आम्ही बराच काळ वाट पाहण्यात घालवतो. कुणीतरी आम्हाला अन्न द्यावे म्हणून, आम्हाला फिरायला बाहेर न्यावे म्हणून, आमच्याशी खेळावे म्हणून, आम्हाला नीटनेटके ठेवावे म्हणून आणि सगळ्यात कठीण व त्रासदायक म्हणजे आमचे मालक परत यावे यासाठी. तिथे ही काळजी असते की, जर त्यांना काही झाले आणि ते परत आले नाहीत तर? मी त्यांच्याशिवाय कसा जगू शकेन?

त्या दोन आठवड्यांत मी कधीच नीट झोपलो नाही. माझे कुटुंब मला घेण्यासाठी परत आले आणि मी तयार नाही असे व्हायला नको, म्हणून माझा एक कान नेहमी तयारीत असायचा. जेव्हा-जेव्हा ड्राईव्ह वे वर एखादी कार यायची किंवा कोणी दरवाज्याशी यायचे, मी लगेच जेनिफर, जॉन किंवा तानिया आले नाहीत ना, हे बघण्यासाठी चोरून बाहेर यायचो. त्यांचा विरह मला इतका जाणवत होता की, माझे शरीर त्या ओझ्याने जड झाले आहे, असे मला वाटायचे.

मी कसा आहे, हे जाणून घेण्यासाठी ते एक दिवसाआड फोन करत होते हे मला माहीत होते, कारण मेरीआन्टी बोलताना मी ऐकले होते, 'काळजी करू नको, तो छान आहे, तो चांगला कणखर आहे बघ!'

माझ्या कुटुंबाची बातमी समजावी म्हणून मी नेहमीच फोनच्याभोवती घोटाळत असायचो आणि जेव्हा ते फोन करायचे तेव्हा माझे हृदय आनंदाने भरून यायचे, कारण याचा अर्थ ते जिवंत होते आणि ठीक होते. ते माझी आठवण काढत होते आणि ते मला घ्यायला येतील, हे मला माहीत होते. एक-दोनदा मेरीआन्टीला मला फोन देण्यासंबंधी त्यांनी सांगितले हे मला कळले होते, परंतु मेरीआन्टीच्या बाबतीत तसे घडण्याची शक्यताच नव्हती, म्हणजे ती काही दुष्ट वगैरे होती असे नव्हे, परंतु कुत्रा आणि माणूस यांच्यातील नाते हे इतक्या थराला नेण्यावर तिचा विश्वास नव्हता.

परंतु एक दिवस एक विलक्षण गोष्ट घडली. जेव्हा फोन वाजला तेव्हा मेरीआन्टी बाहेर गेलेली होती आणि फोन लिसाने घेतला. मी तिथे नेहमीप्रमाणे घोटाळत असलेला तिने पाहिले आणि तिने मला जवळ बोलावले.

''एरिक, तुझी मम्मी फोनवर आहे! तुला तिच्याशी बोलायचंय?''

अरे, नक्की बोलायचंय!

मला जेनिफर किंवा अगदी जॉन आणि तानियाशी बोलण्यासाठी दुसऱ्यांदा बोलावण्याची जरूर पडली नाही. लिसाने फोन माझ्या कानाजवळ धरला. माझी आवडत्या मॉम जेनिफरचा आवाज हजारो मैलांवरून माझ्याकडे आला. ती मला सांगत होती की, 'तिथे नीट राहा,' आता घरी जाण्यासाठी फक्त एकच आठवडा उरला होता. मला वाटले की, जणू काही मी मरून स्वर्गात गेलोय.

मी त्या फोनच्या रिसिव्हरवर पंज्याने जोरात ओरखडले आणि तो फोन त्याच्या जागेवरून हलला. मला तिला पाहायचे होते, मिठी मारायची होती, तिचा चेहरा माझ्या जीभेने लाखो वेळा चाटायचा होता, परंतु आमच्यामध्ये हजारो मैलांचे अंतर होते आणि माझ्याजवळ जे काही होते, ते फोन नावाचे यंत्र जे चमत्कार करून तिचा आवाज माझ्यापर्यंत पोहोचवत होते.

मी रडलो आणि भुंकून माझ्या उत्तरात तिचा, जॉन आणि तानियाचा विरह मला किती जाणवतोय हे तिला सांगितले. ती खरंच मला ऐकू

शकत होती का?

लिसाने माझ्या कानापासून फोन दूर केला तेव्हा मी किंचाळलो. ''ये आणि मला लवकर घेऊन जा, मॉमी!''

आपण सर्व कसे गरजेवर जगणारे प्राणी आहोत आणि आपण जगण्यासाठी पटकन बदललेल्या परिस्थितीशी जुळवून घेतो, हे किती विलक्षण आहे! पहिल्या दिवशी स्वयंपाकघरात माझ्या भांड्यात लिसाने ठेवलेले अन्न खाण्यास मी नकार दिला. मला नेहमीप्रमाणे भरवायला हवे होते. मेरीआन्टीने नियमावर बोट ठेवून मला स्वत:लाच खायला हवे असा आग्रह धरला नसता तर मला वाटते की, त्या प्रेमळ हृदयाच्या लिसाने माघार घेऊन मला भरवलेही असते.

''ते अन्न तिथेच ठेव, त्याला जर का खरंच भूक लागली, तर तो ते खाईल,'' मेरीआन्टी म्हणाली. तिचे बरोबर होते, हे कबूल करायला मला आवडत नाही.

मला दिवसातून तीनदा अल्पोपाहार देण्याची लिसाला परवानगी होती. तिने आणखी एक तुकडा चोरून मला दिला होता. यावर मी दोन जेवणांपर्यंत तग धरला, परंतु काहीशा चपळ आणि वजनदार असलेल्या माझ्यासारख्या कुत्र्यासाठी ते पुरेसे नव्हते आणि मला खरंच भूक लागली होती, पण जेव्हा मेरीआन्टीने शांतपणे ते मी न शिवलेल्या अन्नाचे कुत्र्याचे भांडे नेऊन कचऱ्याच्या भांड्यात रिकामे केले, ते पाहून मी अगदी प्रक्षुब्ध झालो. तो कचऱ्याचा डबा 'कुत्र्यांपासून सुरक्षित' राहावा यासाठी तिने झाकणावर जड, संगमरवरी फरशी ठेवलेली होती. अगदी नरकात जाण्याची वेळ आली, तरीही कचऱ्यासाठी माझ्या मॉमसारख्या प्लॅस्टिकच्या पिशव्या अडकवण्याची पाळी कुत्र्यामुळे आणण्याच्या अवस्थेला ती जाणार नव्हती!

माझ्या पोटातील भुकेमुळे गुरगुर जास्त वाढत होती आणि मी माघार घेऊन स्वत: खायला तयार होतो, परंतु माझ्या स्वाभिमानाने मला मागे खेचले. माझ्या बरोबरच्या या युद्धात मेरीआन्टीचा जय व्हावा, अशी माझी इच्छा नव्हती. हे दोन दिवस चालले, परंतु तिसऱ्या दिवशी मी इतका भुकेला झालो होतो की, मी आणखी लढा देऊ शकत नव्हतो.

'माझा जय होईल हे मला माहीत होते,' असे भाव खुशाल मेरीआन्टीच्या तोंडावर येऊ दे, मला इतकी भूक लागली होती की, मी

त्याची पर्वा करत नव्हतो. तिने जेवणाचा वाडगा खाली ठेवताच मी सर्व चट्टामट्टा केले आणि माझ्या पराजयाच्या जखमा चाटून पुसण्यासाठी मी स्वयंपाकघरात नाहीसा झालो. अशा परिस्थितीत अगदी कुत्र्यालाही व्यवहारी बनावे लागते. 'लिसा, परमेश्वर तिच्यावर दया करो!' मला 'चांगला मुलगा' असे म्हणाली, मेरीआन्टीच्या सूचनांना न जुमानता तिने मला कुत्र्याच्या अन्नाचा एक तुकडा बक्षीस म्हणून दिला, त्यामुळे मला काही अंशी तरी मेरीआन्टीवर पलट वार केला असे वाटले.

दिवसातील माझा बराचसा वेळ खालच्या मजल्यावरील बागेत फुलपाखरांच्या किंवा पक्ष्यांच्या मागे किंवा शेजारच्या घरातील मांजराला आव्हान देत किंवा लिसा काम करत असताना तिच्याभोवती फिरत मी घालवत असे, परंतु हे निव्वळ वेळ घालवणे होते. मी करत असलेल्या कोणत्याही गोष्टीत माझा आत्मा किंवा मन नव्हते आणि मला असेही काही करायचे नव्हते, ज्यामुळे माझ्या खुणा या घरावर उमटतील... कारण ते घर माझे नव्हते.

मला नाच आणि गाण्याचा कार्यक्रमही करायचा नव्हता. जर कोणी भेटायला आले तर मी नुसता डोकावायचो आणि ते माझे कुटुंबीय नाहीत, हे पाहिल्यावर अगदी नमनाचे भुंकणेही न करता मी सरळ स्वयंपाकघरात नाहीसा व्हायचो. ते माझे घर नव्हते आणि त्या घरातील कोणाचे संरक्षण करण्याची अपेक्षा माझ्याकडून नव्हती किंवा या घरात भेटायला येणाऱ्या कुणाला थांबवण्याचाही मला हक्क नव्हता.

मेरीआन्टीने प्रत्येकाजवळ फुशारकी मारत 'एका भांडकुदळ कुत्र्याला नमवण्या'चे सर्व श्रेय आपल्याकडे घेतले. माझ्यात झालेल्या बदलाबद्दल जेनिफरला सांगितले, यापुढे गाणे आणि नाचण्याचा कार्यक्रम नाही, स्वतःच्या हाताने जेवायचे, कुणाशीही मारामाऱ्या करायच्या नाहीत, मग तो माणूस असो वा कुत्रा, हे ऐकून माझ्या मॉमला खरंच काळजी वाटली असे तिने मला नंतर सांगितले, कारण मी आजारी किंवा फारच निराश झालो असलो, तर मी गप्प-गप्प आणि आज्ञाधारक होतो, हे जेनिफरला माहीत आहे.

एकदा जेव्हा मी एक वर्षाचा होतो, तेव्हा जॉन माझ्या या वाढत्या मनस्वीपणामुळे इतका चिडला की, त्याने मला 'आज्ञापालन शाळे'मध्ये पाठवायचे ठरवले. तो अनुभव असा होता की, जेनिफर, मी आणि

प्रशिक्षक बराच काळ तो विसरू शकलो नाही.

आयुष्यात जोमात पुढे जात असताना आणि अगदी छान वाटत असताना मी उद्धट होतो, मला माझ्या परिपूर्ण वंशावळीची आणि ढंगाची जाणीव होती. मला फाजील आत्मविश्वास होता आणि मी बेबंद होतो. तेव्हा जॉनला प्रकर्षाने वाटले की, एखाद्या जम बसलेल्या 'आज्ञापालन शाळे'मध्ये जिथे 'बेबंद' कुत्र्यांना सरळ करण्यात बरेच यश येते, अशा ठिकाणी मला काही काळ ठेवल्यास माझ्यात चांगली मूल्यं हळूहळू रुजतील.

या 'आज्ञापालन शाळे'मध्ये तुम्हाला चाबकाने मारून लाचार करतात, असे मी ऐकलं होते. मला म्हणायचाय तो 'आज्ञापालन' हा शब्द असा आहे की, त्याला लष्करी पद्धतीच्या शिस्तीचा वास आहे आणि कोणत्याही कुत्र्याला थरकाप भरवायला तो पुरेसा आहे.

मला तेथे जायचे नाही असे मी जॉन आणि जेनिफरला सांगितले, मला 'आज्ञापालनाच्या प्रशिक्षणाची' गरज नव्हती, कारण मी स्वतःच माझ्यात सुधारणा करणार होतो आणि चांगला होणार होतो, परंतु माझा शब्द त्यांना पुरेसा नव्हता. मी माझा शब्द इतक्यांदा मोडला होता की, त्या भुंकून दिलेल्या आश्वासनाला काहीही किंमत नव्हती!

त्यामुळे मी लाथा झाडत, भुंकत असताना माझे गाठोडं कारमध्ये टाकून उपनगरात जिथे ते प्रशिक्षणकेंद्र होते, तिथे नेण्यात आले. मी खूप चिडलो होतो. कारण नेहमीचेच, माझे कुणीही ऐकत नव्हते आणि माझ्यासाठी काय चांगले हे त्यांनी स्वतःच ठरवले होते. आम्ही त्या शाळेजवळ जात असतानाच मी ठरवले की, या शाळेतून मला घालवण्यात येईल, असे वर्तन करायचे.

ती शाळा माझ्या अपेक्षेप्रमाणे लष्करी कॅम्पसारखी होती. त्याच्याभोवती एक मजबूत कुंपण होते आणि त्याचे एकमेव प्रवेशद्वार म्हणजे ठोकलेल्या लोखंडाचा बेढब दरवाजा होता आणि त्याला मी पूर्वी कधी न पाहिलेली अशी मोठी कुलुपे होती. मी त्या तुरुंगासारख्या सोयींकडे पाहून थरथरलो आणि माझ्या लक्षात आले की, येथून बाहेर फेकले जाण्यासाठी मला माझ्या सर्व बुद्धिमत्तेची आणि मोडतोड करण्याच्या कसबाची गरज पडेल. रीतसर नावनोंदणी झाल्यावर आणि प्रवेश घेतल्यावर त्यांनी जॉन किंवा जेनिफरला माझ्याबरोबर येऊ दिले नाही, परंतु ते दोघे

बाहेरून काचेच्या तावदानातून पाहू शकत होते.

"माझे नाव 'केव्हिन' आहे आणि आज मी तुझा प्रशिक्षक आहे, एरिक," ज्या माणसाने मला आत घेतले तो म्हणाला.

मला त्याचा तिरस्कार वाटू लागला आणि मी त्याला अगदी छळायचे ठरवले, जेणेकरून ते मला लवकरात लवकर काढून टाकतील. 'देवा, हा किती मूर्ख माणूस आहे,' केव्हिनकडे अगदी टक लावून पाहात आणि गुरगुरताना माझ्या मनात आले.

त्या जागेत कुत्र्यांचा भरणा होता. बहुतेक सर्व माझ्यासारखे वागणुकीची समस्या असलेले होते, त्यामुळे तेथील जमाव हा गोंगाट करणारा, गुरगुरणारा, भुंकणारा होता. सुरुवातीच्या निरीक्षणानंतर मी ठरवले की, समस्या निर्माण करण्याचा उत्कृष्ट मार्ग म्हणजे एक तऱ्हेचे बंड पुकारणे! कुत्र्यांचा गोंधळून अस्वस्थपणे फिरणारा जमाव हा कोणत्याही सबबीखाली मारामारी करण्यास तयार असतो, त्यामुळे ते सोपे जाणार होते. कुत्र्यांच्या बंडामुळे या केंद्राची काय अवस्था होऊ शकेल या विचाराने मी हसलो, माझे दुष्ट विचार माझ्या चेहऱ्यावर बहुधा दिसले असावेत, कारण केव्हिन माझ्याकडे चिंताग्रस्त मुद्रेने पाहात असल्याचे मला दिसले.

"हा अगदी संभाव्य छळ असावा," मी त्याला त्याच्या सहकाऱ्याशी बोलताना ऐकले. "बहुतेक पॉमेरॅनियन्स हे तसे असतातच तेव्हा त्याच्यावर लक्ष ठेव."

तो ज्या तऱ्हेने माझ्या जातकुळीची बदनामी करत होता, ते संतापजनक होते. मी मुद्दामच ठरवले की, जर तो एखाद्या पॉमेरॅनियनकडून त्रास अपेक्षित करत असला, तर मी त्याला निराश करू शकत नव्हतो!

त्या प्रशिक्षकांनी त्या कुत्र्यांना नियंत्रणात आणेपर्यंत मी वाट पाहिली आणि मग केव्हिनकडून सुटून त्या असंतुष्ट कुत्र्यांच्या रांगेकडे धावत सुटलो. गोष्टी हाताबाहेर जाऊन मी जास्त मोठ्या आणि आक्रमक कुत्र्यांच्या पायदळी तुडवला जाऊ नये यासाठी मी लहान कुत्र्यांमध्ये राहण्याची काळजी घेतली.

माझा नाच आणि गाण्याचा कार्यक्रम हा चळवळीच्या खात्यातील सर्वांत गाजलेला होता, त्यामुळे वादळी दंगा उसळला, कारण ती कुत्री त्यांना सवय नसलेल्या नियंत्रणातून सुटण्यासाठी एकदम कृतिशील झाली. उडणारे केस, विचकलेले दात आणि कर्णकर्कश्श केकाटणे

यांचा एकच हलकल्लोळ उडाला.

त्या प्रशिक्षकांवर जोरजोरात हुकूम सोडण्याची आणि दुखापत होण्याआधी त्या कुत्र्यांना वेगवेगळे करण्याची भयानक वेळ आली. दरम्यान केव्हिनने मला घट्ट पकडले आणि माझ्यावर एवढे तोंडसुख घेतले की, त्यानंतर माझे कान कित्येक तास तापले होते. तो चांगल्याच शिव्या देऊ शकत होता आणि हे माझे भाग्य होते की, माझे कुटुंबीय त्या काचेच्या तावदानापलीकडून माझी खरोखरच काय लायकी होती, ते ऐकू शकत नव्हते.

सर्व ठाकठीक होण्यास आणि त्या कुत्र्यांना बसवण्यासाठी जवळजवळ अर्धा तास लागला. माझ्यावर चिडलेल्या प्रशिक्षकांनी मला वेगळे केले आणि मला एकट्यालाच एका कोपऱ्यात ठेवले. केव्हिन माझ्यावर नजर ठेवून होता, परंतु मला ते सोयीचेच होते, कारण दुसऱ्या अस्वस्थ, लाळ गळणाऱ्या कुत्र्यांबरोबर राहण्याचा मला तिरस्कार होता. मी कुत्र्यांचे बंड उभारूनसुद्धा मला अजून घालवण्यात आले नव्हते– हे मला पटत नव्हते. दुसरी योजना 'ब' अमलात आणण्याची वेळ आल्याचे मी ठरवले.

ज्या ठिकाणी आम्ही व्यायाम करत होतो, त्या ठिकाणचा उघडा दरवाजा बघून माझ्या डोक्यात एक दुष्ट कल्पना आली. मी 'बसा, उभे राहा आणि बसा' हा कार्यक्रम चालू असेपर्यंत थांबलो. नंतर इतर कुत्र्यांच्या मागे जात, त्यांच्यावर भुंकत, त्यांच्यावर अपमानांचा वर्षाव सुरू केला, 'जाड्या', 'कुरूप', 'सुरकुतलेला', 'वाशेळा', 'टकलू', 'जबडा ओघळणारा' मी मनात जे आले ते सर्व बोलत होतो आणि अपेक्षेप्रमाणे ती चांगल्या वंशावळीतील आणि निर्दोष, बहुतेक लाडावलेली तीस निरनिराळी कुत्री चिडली. 'बसा, उभे राहा आणि बसा' हा कार्यक्रम त्यांनी वाऱ्यावर सोडला आणि मी केलेल्या अपमानांचा बदला घेणे सुरू केले. एक गलेलठ्ठ लाळ गळणारा आणि खरोखरच कुरूप असलेल्या अशा बुलडॉगसारख्या एका कुत्र्याने शिव्या देण्यास सुरुवात केली आणि काय सांगू? तो केव्हिनसारखाच शिव्या देत होता! तो कोणत्या तऱ्हेच्या कुटुंबातून आला होता, हे तो दाखवत होता आणि मी त्याला तसे सांगितले!

जेव्हा गोष्टी हाताबाहेर गेल्या तसा मी गेटकडे धावत गेलो. ते

ढकलून पूर्ण उघडले आणि ती तीस किंचाळणारी, केकाटणारी कुत्री जोरात माझ्या मागे लागलेली असताना त्या प्रशिक्षणाच्या क्षेत्रातून बाहेर पडलो...! ही स्थिती अगदी भयानक होती, कारण जर का, ते माझ्यापर्यंत पोहोचले, तर मी या माझ्यापेक्षा तिप्पट मोठे असलेल्या कुत्र्यांच्या पायदळीत अगदी चेंदामेंदा होईपर्यंत चेंगरला जाण्याची शक्यता होती किंवा त्या बुलडॉगसारख्या कुत्र्याकडून माझा चावून चोथा होण्याचीही शक्यता होती. त्याला मी 'सुरकुतलेला, टकलू आणि ओघळलेल्या जबड्याचा' म्हटले होते. मी पेटवलेल्या या आक्रमक परिस्थितीत कोणीही मला सोडणार नव्हते आणि माझ्या 'ब' योजनेमध्ये दुसऱ्याकडून मी मारले जाणे किंवा गंभीररीत्या जखमी होणे अपेक्षित नव्हते. सुदैवाने मला एक लिहिण्याचे टेबल दिसले. तिथे खालच्या बाजूला जागा होती. शेतावर जशी मांजरे करताना मी पाहिले होते, तसे जर का मी स्वत:ला चपटे केले, तर त्या खाली मी कसाबसा रांगत जाऊ शकलो असतो. मी आत पुरता रांगत जातोय न जातोय तोच, मला जाणवले की, अजून बाहेर असलेली माझी शेपूट कुणीतरी अगदी जोरात खेचत होते. एक कुत्रा माझ्यापर्यंत पोहोचला होता आणि तो माझी शेपूट उखडून काढण्याच्या प्रयत्नात होता! देवा, मला जगातील अगदी पहिला शेपूट नसलेला पॉमेरॅनियन बनायचे नव्हते. वेदनेने किंचाळत मी जोरात खेचले आणि माझी शेपूट सोडवली. तोपर्यंत वीस एक कुत्र्यांची धापा टाकत असलेली नाके मला फाडण्यासाठी तिथे आली.

ते प्रशिक्षक आणि त्यांच्याबरोबर जेनिफरही आली. पाठोपाठ अनेक ओरडणारी आणि तक्रार करणारी कुत्रीही. फक्त मी सोडून बाकीच्या सर्व कुत्र्यांना त्या प्रशिक्षण भागात परत आणण्यात आले.

जेनिफर मला बोलवताना मी ऐकले, ''ठीक आहे, आता तू बाहेर येऊ शकतोस.''

मी जे काय केले होते, हे जाणून मला माझ्या शेवटच्या निवाड्याच्या दिवसाला तोंड द्यावे लागणार म्हणून मी जरा कांऽऽ कूंऽऽ केली. जेनिफरसुद्धा बहुधा मला शिक्षा केल्याशिवाय सोडणार नव्हती, त्यामुळे मी तिच्याकडून मला शिक्षा जास्त असणार नाही, हे वचन घेईपर्यंत निश्चयाने आत राहिलो. मला खरंच भीती वाटत होती, कारण मी माझ्या मर्यादा या वेळी ओलांडल्या होत्या, याची मला जाणीव होती.

विशेषत: जर का एखाद्या कुत्र्याला या पळापळीत दुखापत झाली असली तर...! माझ्या कुटुंबापुढे एक लांबलचक आणि भल्यामोठ्या रकमेचे पाळीव प्राण्याच्या डॉक्टरांचे बिल येऊ शकले असते आणि त्यामुळे मी खरंच काळजीत होतो. देवा, या गोष्टीचा विचार मी उन्मत्तपणा सुरू करण्याआधी का केला नव्हता?

शेवटी मी शरणागत अवस्थेत रांगत बाहेर आलो. जेनिफरने ताबडतोब आपले दिलेले वचन मोडले आणि माझ्या आयुष्यात पहिल्यांदा मला तिच्याकडून ढुंगणावर चापट्या खाव्या लागल्या. घरी पोहोचल्यावर भयानक परिणामांना तोंड द्यावे लागेल, असा इशाराही मिळाला.

मी जरा जास्तच असंतोष निर्माण करणारा होतो आणि मी जे काही नुकसान केले होते, त्याची भरपाई करावी लागणार असल्याने त्या केंद्रात मला प्रवेश मिळू शकणार नाही, हे माझ्या आई-वडिलांना सांगण्यासाठी केव्हिन तिथे आला होता.

जेनिफर आणि अगदी जॉननेही घरी परतताना मला दूषणे दिली आणि त्यांनी परवानगी देईपर्यंत माझ्या तोंडून आवाजही निघता कामा नये, अशी मला ताकीद दिली. जेव्हा आम्ही घरी पोहोचलो, तेव्हा 'आपले काय चुकले हे पाहण्यासाठी आणि विचार करण्यासाठी' त्यांनी मला स्वयंपाकघरात हद्दपार केले. माझ्या दुष्ट वागण्याची ही शिक्षा असल्याचेही जॉन म्हणाला.

मला कुठल्या एका गोष्टीचा तिटकारा येत असेल, तर ती म्हणजे माझ्या कुटुंबीयांकडून होणारे दुर्लक्ष आणि जेनिफरला हे माहीत होते की, माझ्याशी बोलणे बंद करणे, ही खरडपट्टी काढण्यापेक्षा आणि अगदी ढुंगणावर चापट्या मारण्यापेक्षा जास्त मोठी शिक्षा होती. तिचा विचार बरोबर होता. मी इतका निराश झालो की, माझ्या अन्नाची मागणी करण्याची हिंमत न करता मी त्या स्वयंपाकघराच्या थंड जमिनीवर झोपी गेलो. माझी तशीच सवय आहे. जेव्हा मी खरंच निराश होतो, तेव्हा मी कुठल्यातरी जागेत रांगत जातो आणि ती निराशा झोपून घालवतो.

तर माझे 'आज्ञापालनाचे प्रशिक्षण' सुरू होण्याआधीच संपले आणि त्यापेक्षा जास्त काय चांगले झाले, तर जेनिफर आणि जॉनने त्या विषयाचा उल्लेख करण्याचीही कधी हिंमत केली नाही.

सोळा

आणि आभाळ भरलेल्या त्या दिवसाची सुरुवात रिमझिम पावसाने झाली. त्या कशानेही माझा उत्साहभंग झाला नाही. कारण आदल्या रात्री लिसाने मला सांगितले होते की, आज जेनिफर आणि जॉन मला घ्यायला येणार होते. ती काहीशी दुःखी वाटली, कारण मला वाटते मी आवतीभोवती असण्याची, प्रत्येक कामातील माझ्या ढवळाढवळीची आणि मांजरांना छळण्याची तिला सवय झाली होती. तिने मला सांगितले की, मी स्कार्लेटपेक्षा जास्त मजेशीर होतो. तो फारच आज्ञाधारक होता, त्यामुळे त्याच्यामध्ये काही मजा नव्हती आणि अगदी मेरीआन्टीनेही कुरकुरत कबूल केले की, सर्व तऱ्हेच्या बाचाबाचीत मला पाहण्यात तिला मजा यायची. ते कबूल करण्यापेक्षा ती मरण पत्करेल, असे मला वाटत होते, परंतु तिच्या पद्धतीने तिलाही माझा विरह जाणवेलच.

प्रामाणिकपणे सांगायचे झाले तर मला माहीत होते की, मी लिसालाही कधीच विसरू शकणार नाही आणि मेरीआन्टीच्या तीक्ष्ण नजरेपासून माझे गुन्हे लपवण्यासाठी आम्ही केलेले छोटे-मोठे कटही! एक दिवस तर तिने मी केलेल्या कृत्याचा दोष आपल्यावर घेतला आणि त्यामुळे मी भावनावश झालो. नेहमी कोणत्याही बाबतीत कुत्र्यावर दोष येतो आणि खोट्या आरोपांपासून माझे संरक्षण करण्याची मला सवय आहे, परंतु मी जे केले, त्याचा दोषारोप घेण्यास तयार झालेला असा कोणताही माणूस मी यापूर्वी बघितला नव्हता!

जेव्हा मेरीआन्टीची मौल्यवान गुलाबाची झुडपे खणलेली पाहिली,

तेव्हा तिने मी सापडण्याआधी ती पुन्हा एकत्र लावून टाकली. त्याशिवाय आम्ही काही खरंच विक्षिप्त गोष्टींतही सहभागी होतो. एक दिवस ती त्या भागात साफसफाई करत असताना लिसाने जेवणाच्या खोलीतील वेदीवरील एक छोटे धातूचे भांडे खाली काढले आणि तिने आतली राख मला दाखवली.

"ऐ बघ, एरिक," ती कुजबुजली. "ही राख मेरीआन्टीच्या सासऱ्यांची आहे! कल्पना कर की, एक मेलेला माणूस आत आहे!"

माणसापेक्षा पाचपटीने वेगाने वृद्ध होणाऱ्या कुत्र्याला मृत्यूची भीती वाटते आणि त्यामुळे हे ऐकताना मी घाबरलोच. मी त्या भांड्यापासून दूर होण्यासाठी उडी मारली आणि माझ्या त्या अचानक हालचालीने ते भांडे लिसाच्या हातून निसटले.

ती राख भांड्यातून उडत असताना बघून आम्ही दोघं थिजलोच, लिसाचे मागे-पुढे हलणारे हात न कळत ते पकडण्याचा प्रयत्न करत होते. ती राख पकडत असताना ती इतकी हास्यास्पद दिसत होती की, मला अचानक हसण्याची इच्छा झाली, परंतु तिला झालेल्या त्या अपार दुःखाचा आदर करत मी ती दाबली. लिसा आता या अडचणीत ज्यामुळे सापडली होती, ती माझी चूक होती.

सर्वांत भयानक म्हणजे आम्हा दोघांना माहीत होते की, जे काय आता घडले ते कळले, तर मेरीआन्टी खूप चिडेल. लिसाने झटकन एक छोटा ब्रश घेऊन जेवढी जमेल तेवढी राख त्या भांड्यात गोळा केली. त्यात छोट्या कोळशाच्या शेगडीतील थोडी राख मिसळली. हे भांडे त्याच्या पूर्वीच्या थरापर्यंत भरले जावे, यासाठी तिने ती शेगडी ताबडतोब सुरू केली.

हे आता आमचे दोघांचे छोटेसे गुपित होते की, मेरीआन्टीचा सासरा आता त्याच्या त्या भांड्यात काही कोळशाची राख सहभागी करून घेणार होता! हे मी चुकून बाहेर सांगू नये, यासाठी तिने मला ताकीद दिली. 'देवा, ती हे विसरली की काय की, मी कुत्रा आहे आणि मी जी भाषा बोलतो, ती कुणाला समजत नाही?' शिवाय मला लिसाचा फारच लळा लागला होता, त्यामुळे मी तिच्याबद्दल कधीच सांगणार नाही. तिचे हे गुपित माझ्याकडे खरोखरच अगदी सुरक्षित असेल!

परंतु त्या दिवसानंतर मी त्या कुटुंबाच्या वेदीपासून अंतर ठेवूनच

राहू लागलो, कारण 'बाटलीत भरलेले भूत' माझ्याकडे टक लावून बघतेय, या कल्पनेने मला त्याची भीतीच वाटायची. मी माझी मॉम कुणाशी तरी वादविवाद करताना म्हणाल्याचे ऐकले होते की, कुत्री मृत व्यक्तींचा आत्मा पाहू शकतात. ते खरं आहे की नाही हे मला ठाऊक नाही, कारण मी प्रत्यक्षपणे काही पाहिलेले नाही, परंतु मला त्यांचे अस्तित्व जाणवलेले आहे.

एकदा मला मॉम कारमधून फिरायला घेऊन गेली आणि घरी परत येताना तिने जुन्या स्मशानातून येणारा जवळचा रस्ता घेतला; तिथे गच्च अंधार होता. ती स्मशानभूमी आहे हे मला कुणी सांगितले नव्हते, परंतु त्या रस्त्यावर वळताच मला अस्वस्थ वाटू लागले आणि मी जेव्हा घाबरतो, तेव्हा जसे केस माझ्या पाठीच्या कण्यावर उभे राहतात तसेच ते उभे राहिले.

"ए, मॉम, मागे वळ, आपण या जागेपासून दूर जाऊ या, मला खरंच भीती वाटतेय!" मी केकाटलो... परंतु त्या स्मशानातून यू टर्न घेण्यासाठी तेथे गाडी घातल्याशिवाय ती मागे वळू शकत नव्हती. यू टर्न घेणे, हे त्यापेक्षाही वाईट ठरले असते, त्यामुळे आम्ही पुढे जातच राहिलो, परंतु ज्या तऱ्हेने ती सरळ समोर बघत होती, यावरून तिला तो रस्ता पकडल्याचा पश्चात्ताप होतोय असे मला दिसू शकले.

एक काळपट अस्तित्व कारच्या उजव्या बाजूच्या खिडकीतून आमच्याकडे पाहात असल्याचे मला जाणवले आणि मी किंचाळलो. तिथे चिकटलेल्या सावलीवर मी उडी मारून तिला घालवून लावण्याचा प्रयत्न केला, परंतु माझ्या शरीराने त्या खिडकीच्या थंड काचेला तेवढा स्पर्श केला. आमच्याकडे टक लावून पाहात; आम्ही त्या स्मशानभूमीच्या रस्त्यावरून बाहेर पडेपर्यंत आणि त्या हव्याहव्याशा मुख्य रस्त्याच्या झगमगाटात येईपर्यंत ती सावली तिथेच थांबली. माझे केस ताठ उभे राहिले होते आणि तोंडातून फेस येत होता. तो मी त्या काळ्या सावलीवर जोरात 'हल्ला' केला होता त्यामुळे! मला कळत नव्हते की, जास्त भयानक कोण दिसत होते, ते भूत की मी!

त्यानंतर लवकरच माझा अतींद्रिय शक्तींशी दुसरा संबंध आला. आमच्या गृहसंस्थेतील चौथ्या मजल्यावर एक जपानी कुटुंब होते.

त्यांना एक छोटा साधारण चार वर्षांचा मुलगा होता. मी पाहिलेल्या मुलांपैकी ते छान, फार गोड स्वभावाचे असे मूल होते. मला तो आवडत असल्याने मी त्याला स्पर्श करून द्यायचो आणि काही मर्यादेपर्यंत माझ्याशी खेळून द्यायचो, हे तसे विलक्षण होते, कारण मी सर्वसामान्यपणे मुलांचा तिटकारा करतो.

जेव्हा जेनिफर मला बाहेर घेऊन जायची, तेव्हा त्याची आई त्याला पोहायला किंवा निव्वळ खेळण्यासाठीच न्यायची – तेव्हा बऱ्याचदा आमची गाठ पडायची. मासाओ, तो लहान मुलगा हा आमच्या बाजूने चालायचा. एकदा जेनिफरने त्याला मला धरू दिले; तेही मी चालवून घेतले, ते अगदी थोड्या वेळासाठी! कारण तिला भीती वाटत होती की, मी हलकटपणे वागेन आणि त्याला चावेन. मासाओने मला हातात घेतले होते, तो सर्व वेळ ती घाबरून आमच्याभोवती घुटमळत होती. तो मात्र निव्वळ आनंदाने हसत होता, परंतु मी त्याला एकदाही चावलो नाही.

काही असो, ज्याच्याशी एखादे असभ्य वर्तन करावे, असे तुम्हाला वाटणार नाही, असा मासाओ हा मुलगा होता. तो मरण पावल्यावर मी त्याला सुखी करू शकलो म्हणून मला आनंद वाटला.

एक दिवस काहीतरी भयानक घडले... मासाओ त्याच्या चौथ्या मजल्यावरच्या बेडरूममधून पडला, त्याची कवटी फुटली आणि तो ताबडतोब मृत्युमुखी पडला. कुणाचाही यावर विश्वास बसेना. त्या सकाळी आम्ही लिफ्टमध्ये भेटलो होतो. तो नुकतेच 'पॉमेरॅनियन' हा शब्द किंवा जपानीमध्ये 'पॉमचान' बोलायला शिकला होता आणि तो शब्द तो पुन्हा-पुन्हा घोकत होता आणि सर्वांना हसवत होता आणि तो असा एकाएकी मेला?

अशक्य! मी ते नाकारत गोल-गोल फिरलो, परंतु ते खरं होते. मासाओचे निधन झाले होते. त्या भागातील सर्व रहिवाशांना, ज्यात माझाही समावेश होता, कमालीचे दुःख झाले. तो गुटगुटीत, आनंदी छोटा मुलगा हा आमच्या जीवनाचा एक भाग होता, तो त्याच्या दंतविहीन हास्याने आणि इंग्लिश बोलण्याच्या आकर्षक प्रयत्नाने सर्वांना हसवायचा. ज्याच्यावर न चिडता मी त्याला मला हात लावून देत होतो, असे ते एकच मूल होते. मी त्याच्या अंत्यदर्शनासाठी गेलो

तेव्हा त्या खोलीत मी जाऊ शकलो नाही, कारण कुत्र्यांना तिथे जायला परवानगी नव्हती. मी त्याला आता पुन्हा बघू शकणार नव्हतो... निदान मला तरी असे वाटले!

त्याच्या मृत्यूनंतर थोड्याच दिवसांनी माझ्याबाबत काही विलक्षण गोष्टी घडू लागल्या. मला मासाओची स्वप्ने पडू लागली. ती स्वप्ने आणि भास इतके खरे होते की, मी त्याला प्रत्यक्षात माझ्यासमोर हसत आणि नेहमीप्रमाणे हात हलवत आणि त्याच्याबरोबर येण्यासाठी सांगत उभा असलेला पाहिला. तो आता जिथे होता तिथे एकाकी होता आणि त्याला माझ्यावाचून चुकल्याचुकल्यासारखे वाटत होते.

ही स्वप्ने तशी त्रासदायक होती आणि त्यांच्याविषयी जेनिफरला काही सांगण्याचा किंवा तिचा सल्ला घेण्याचा काही मार्गच नव्हता. ती एक अशी वेळ होती, जेव्हा मला कुत्रा आणि त्याच्या मालकात बोलण्याची – संवाद करणारी समान भाषा नाही, त्यामुळे दुःख झाले. देवा, कुत्रा माणसाशी बोलू शकेल, असा शोध या जपानी माणसांनी लवकर लावावा, असे मला तीव्रपणे वाटतेय.

त्या अपघातानंतर सात दिवसांनी एका रात्री गोष्टी फार पुढच्या थराला पोहोचल्या. कुटुंबाचे नुकतेच जेवण संपले होते, तेव्हा एक अस्तित्व मला माझ्या सर्व अंगभर जाणवले. ते मला झपाटण्याचा प्रयत्न करत होते. मी किंचाळलो, पण तोंडातून काही किंकाळी आली नाही आणि मी जमिनीवर कोसळलो. मी माझे डोळे फिरवले होते आणि माझा श्वास अडकला होता. जणू काही कोणीतरी माझी मान आवळत होते. दूर अंतरावरून मी जेनिफरची आणि जॉनची धावपळ ऐकली, त्यांनी मला उचलले. घाबरलेल्या आवाजात त्यांनी पाळीव प्राण्याच्या डॉक्टरला तातडीच्या नंबरावर फोन केलेला मी ऐकला.

मला अगदी स्वच्छ दिसत होते की, तो मासाओ होता – जो मला त्याचा सवंगडी म्हणून न्यायला आला होता, जी स्वप्ने होती ती त्याबद्दल होती, मासाओ मला सांगत होता की, तो माझ्यासाठी येत आहे. 'नाही,' मी ओरडलो, मला अजून जायची इच्छा नाही, मी काही आयुष्य संपवलेले नाही, मी त्या लहान मुलाशी बोलू लागलो, मला घेऊन जाऊ नको म्हणून विनवणी करू लागलो. मला माहीत होते की, मासाओ ऐकेल, कारण तो अगदी गोड आणि दयाळू मुलगा होता, जो

कधी कोणाला जाणूनबुजून दुखवायचा नाही. माझे बरोबर होते!

मी माझ्या प्राणांची विनवणी करत असताना मला ते जडशीळ अस्तित्व अचानक उठलेले जाणवले आणि माझ्या घशातील ती गुदमरल्याची भावना ताबडतोब कमी झाली. माझा श्वास पुन्हा सामान्य झाला आणि मी जेनिफरच्या हातातून धडपडत मोकळा झालो. मासाओने माझ्या विनवण्या ऐकल्या होत्या आणि मला जीवनदान दिले होते! त्याचा तो दुःखी चेहरा हळूहळू परत गेला आणि दूरवर अस्पष्ट झाला. त्यानंतर मी त्याच्याबद्दलची स्वप्ने पुन्हा पाहिली नाहीत.

तर हो; मला वाटते की, कुत्र्यांना भुते जाणवतात आणि दिसतातही!

परंतु जेव्हा मी मेरीआन्टीकडून घरी जात होतो, तेव्हा माझ्या जिवंत मनापासून त्या दिवशी मासाओ आणि भुते फार दूर होती. मी माझे कुटुंब पुन्हा भेटणार म्हणून इतका उत्तेजित झालो होतो की, सबंध सकाळभर मी काही स्वस्थ बसू शकलो नव्हतो. त्या ओळखीच्या कारचा आवाज ऐकण्यासाठी मी माझे कान ताठ केले होते. जे घडायचेच होते, ते नेमके घडले. मी घराच्या मागच्या बाजूला निर्सगाच्या हाकेला उत्तर देण्यासाठी गेलो असताना! माझ्या तीक्ष्ण कानांनी जेनिफरच्या कारचा आवाज ऐकला आणि तिची कार चालवण्याची पद्धतही ओळखली, त्यामुळे मी सैरावैरा धावत सुटलो. माझ्या न संपलेल्या कार्यक्रमाचे ठिपके माझ्या मागून सर्व वाटेवर पडले होते! जेव्हा माझ्या पायाभोवतीच्या केसांना माझ्याच 'शू'ची घाण येऊ लागली, तेव्हा नंतर मला पश्चात्ताप झाला, परंतु त्या क्षणी दुसरे काही महत्त्वाचे नव्हते.

ते दोन आठवडे अगदी दीर्घ आणि माझ्या दृष्टीने शिक्षणाचे होते. या काळात मी स्वतःहून जेवायला शिकलो होतो आणि नोकराच्या खोलीत रात्री दिवा नसताना किंवा खोली वातानुकूलित नसताना झोपायला शिकलो होतो. कुणीही मला कुठेही बाहेर घेऊन जात नव्हते, तेव्हा बागांतून भटकत पक्षी आणि शेजारच्या मांजरांना घाबरवत, माझे स्वतःचे खाद्यपदार्थ चोरून माझी करमणूक मला स्वतःलाच करून घ्यावी लागत होती, परंतु यामुळे हे सिद्ध झाले होते की, मी ते करू शकत होतो. 'त्याला माझ्याबरोबर काही दिवस ठेव आणि तो कुत्रा बदललेला असेल,' हे मेरीआन्टीचे म्हणणे बरोबरच होते.

परंतु हेही खरं होते, जेव्हा मी माझ्या घरी परतेन तेव्हा पूर्ववत

होईन, म्हणजे जेवण हाताने भरवणे, वातानुकूलित खोलीत पलंगावर झोपणे, माझे कुटुंबीय माझ्याशिवाय कुठे जाणार नाहीत, याची खातरी करून घेणे. दोन आठवडे मेरीआन्टीकडे काढल्यावर मी पुन्हा एकदा स्वत:ला 'बिघडवून' टाकण्यासाठी तयार होतो आणि या वेळी मला वाटले की, मी त्यास पात्र होतो.

मेरीआन्टीने मला शिस्त लावण्याचे सुरू केलेले काम तिच्यादृष्टीने चांगले असले, तरी ती त्याबाबत जेनिफरवर दबाव आणणार नाही, अशी मला आशा आहे. जरी तिने प्रयत्न केला तरी ती यशस्वी होणार नाही, कारण जेनिफरला माझ्या छोट्या पंज्याभोवती कसे गुंडाळायचे, ते मला माहीत आहे आणि ती काही मला विरोध करू शकत नाही. शेवटी मी ही काळजी करायला नको होती, कारण माझ्या कुटुंबाला त्यांनी मला मेरीआन्टीकडे टाकले होते, म्हणून इतके अपराधी वाटत होते की, त्यांनी मला बिघडवण्यात आणि माझे लाड करण्यात काहीअंशी वरची पातळी गाठली होती. तो घरी परत जाण्याचा कार्यक्रम हा एक तऱ्हेचा खरोखरच सोहळा होता!

त्या फारच भावनिक स्वागतानंतर आणि माझ्या कुटुंबीयांना शेकडो वेळा जिभेने चाटून झाल्यावर पहिली गोष्ट मी केली, ती म्हणजे जेनिफरकडे मेरीआन्टीच्या तोंडावरच तिच्याबद्दल तक्रार करायची. किती दुष्ट, कृतघ्न कुत्रा होतो मी!

कुरकुरत आणि पंजे मारत त्या मेरीआन्टीकडे चोरट्या नजरेने बघत मी जेनिफरला माझ्या तक्रारी सांगितल्या, त्यामुळे सर्वांनाच हसू आले. मी काय करत होतो, ते त्यांना बरोबर कळले होते!

आश्चर्य म्हणजे मेरीआन्टी जवळ आली आणि तिने खेळकरपणे मला कानावर चापट मारली.

"बघ, कशा माझ्याबद्दल चहाड्या करतोय ते," ती प्रेमळपणे म्हणाली. "हे सांगायलाच हवे की, जेव्हा त्याने घरातील कायदे मोडले आणि मग त्याला शिस्त लावावी लागली, ते सोडून मी त्याला स्पर्शही केला नाही किंवा दटावलेही नाही, परंतु ढुंगणावर बारीकशा चापट्या माराव्या लागल्या!"

मी तिच्याकडे नव्या आदराने पाहिले आणि ठरवले की, मेरीआन्टी तशी काही वाईट नव्हती आणि मी मनात ठरवून टाकले की, जेव्हा

पुढच्यावेळी ती भेटायला येईल, तेव्हा तिला त्रास द्यायचा नाही.

माझी घरापासूनची दूर अशी ही पहिली ट्रीप त्यातील सुरवातीच्या काही समस्या आणि मेरीआन्टीबरोबर झालेली छोटी भांडणे वगळता फार वाईट नव्हती! सर्वांत महत्त्वाचे म्हणजे मी स्वत: हे सिद्ध केले होते की, कोणत्याही परिस्थितीत मी जिवंत राहू शकेन!

सतरा

आज माझा वाढदिवस आहे आणि मी कुत्र्यांची आठ वर्षे पुरी केली आहेत, यावर माझा विश्वास बसत नाही. माणसाच्या वर्षांच्या दृष्टीने विचार केला तर मी किती वर्षांचा आहे याचा हिशोब करायची मला भीती वाटते, कारण देव न करो, मी मध्यमवयाचा होवो! मी पाच-सहा वर्षांपूर्वी होतो, तसाच वागतो आणि माझी शक्तीही तशी कमी झालेली नाही. माझ्या विचारात आणि वागण्यात मला कोणतेही मोठे बदल झालेले जाणवत नाहीत आणि आश्चर्य वाटते, म्हणजे मी पूर्वीपेक्षा जास्त चपळ झाल्यासारखे वाटते.

माझ्या कुटुंबाला माझ्यासाठी एक छोटी मेजवानी द्यावी असे वाटत होते, कारण आठ हा तसा शुभ आकडा होता. आपण कुणाला बोलवायचे? तानियाने योग्य मुद्दा उपस्थित केला. मी इतर कुत्र्यांच्या बाबतीत इतका खुनशी होतो की, त्या मेजवानीचा शेवट आनंदात न होता मारामाऱ्या, गुरगुरणे आणि धमक्यात नक्कीच झाला असता! शिवाय मी त्या पाहुण्यांचे स्वागत न करता धमक्या देऊन माझ्या पाहुण्यांना पळवून लावण्याची शक्यता होती, कुत्रे असोत किंवा माणसे! त्यामुळे शेवटी आम्ही शांतपणे कुटुंबीयांचा रात्रीचा घरीच जेवणाचा बेत ठरवला – त्यात माझे आवडते चिकन आणि आइस्क्रीम केकचा बेत होता. वर्षे कशी पळाली होती! हे काही फार वर्षांपूर्वी घडलंय असे वाटत नव्हते. मी हे असे केसाळ पिल्लू होतो आणि माझ्या अस्थिर पायांवर उभा राहून माझी मॉम, ट्रेसीचा निरोप घेण्यासाठी हात हलवत होतो. ती पाळीव प्राण्यांना घेऊन जाणारी व्हॅन मला माहीत असलेल्या आणि ज्यांच्यावर माझे प्रेम होते, त्यांच्यापासून

एका अनिश्चित भविष्यकाळाकडे दूर नेत होती.

परंतु आयुष्याच्या या मार्गावर थोडेसे धक्के बसले, तरी माझे आयुष्य चांगले गेले. माझ्याकडे तक्रार करण्यासाठी खरोखर काही नाही! फक्त एकच, दिवस, महिने, वर्षे ही इतक्या वेगाने जातायत की, मला त्याची भीती वाटतेय. जेनिफर म्हणते की, हल्लीच्या दिवसांत पाळीव प्राण्यांच्या डॉक्टरकडून चांगली देखभाल झाल्यास कुत्री पंधरा वर्षांपेक्षाही जास्त काळ जगतात, परंतु देवा, मला एवढं पुष्कळ जगायचंय आणि शंभरी गाठायचीय का? त्याबद्दल मात्र विचार करण्याची गरज आहे. विशेषकरून मी पॉपचा जेव्हा विचार करतो आणि त्याच्यासारखा झाल्याची कल्पना करतो!

एकदा मी जेनिफरबरोबर फिरायला गेलो होतो. आम्हाला शेजारच्या भागातील एक कुत्रा भेटला. तो गोल्डन रिट्रायव्हर होता, त्याचे नाव 'पॉप' होते. तो इतका म्हातारा होता की, तो एखाद्या गोगलगायीसारखा आपल्या अस्थिर पायांवर हळू चालत होता. त्याचे केस गळाले होते आणि तिथे निव्वळ सुरकुतलेली कातडी होती. त्याचे डोळे आणि चेहराही सैल झालेला आणि गळत असलेला होता. तो ही एके वेळी जसा मी आता आहे तसा एक चपळ, सुंदर कुत्रा असणार.

कधीतरी मी त्याच्यासारखा हळूहळू नाश पावणारा, दुःख आणि वेदनाग्रस्त वृद्ध होईन, या कल्पनेने मला शहारे येत असत, जिवंत राहण्याची मला इच्छा नाही; पण मरायला आणि माझे कुटुंब सोडायला मी घाबरतो. हल्ली-हल्ली मी म्हातारा आणि बेढब व्हायला इतका घाबरतो की, प्रत्येक दिवशी आरशात स्वतःला पाहतो, माझे डोळे, नाक, तोंड आणि केसाळ कातडी सर्व अजून ठीकठाक आहे, याची खातरी करून घेतो.

मला माझ्या सुंदर पॉमेरॅनियन नाक-डोळ्यांबद्दल, माझ्या रुंद छातीबद्दल आणि माझ्या सुंदर, झुबकेदार शेपटीबद्दल फार अभिमान वाटतो. तानिया नेहमी माझ्यावर आरोप करते की, मी अगदी भयंकर घमेंडखोर आहे आणि मी ते कबूल करतो. जेव्हा-जेव्हा मी प्रसाधन करणाऱ्याकडून परत येतो... डॅनीने त्याचे केस कापण्याचे यंत्र जरा जास्तच वापरून माझ्या अंगावरचे सुंदर केस हे अगदी बारीक कापलेले असतात आणि मी माझी केसविरहित आणि डुकराच्या शेपटीसारखी

वर वळलेली शेपूट पाहतो, तेव्हा माझे हृदय अक्षरश: तुटते. मला अगदी हीन आणि कुरूप वाटते. माझे केस वाढून, जरासा भरल्यागत होऊन लोकांना मी जरा दाखवण्याजोगा होईपर्यंत मी लोकांच्या नजरेस पडण्याचे टाळतो. मला वाटते की, आम्ही कुत्री बऱ्याच बाबतीत माणसांसारखी आहोत. जेव्हा आम्ही छान दिसतो, तेव्हा आम्हाला छान वाटते! या गोष्टीला 'आत्मविश्वास' असे म्हणतात!

जेव्हा मी बाहेर जातो आणि लोक जेनिफरला तिच्याकडे 'किती छान कुत्रा आहे' हे सांगतात, तेव्हा माझे हृदय अभिमानाने फुलते. जरी मी काही न झाल्यागत 'फारशी पर्वा करत नाही'असे दाखवतो, तरीही आतून मी फार सुखावतो आणि माझ्या रूपाबद्दल माझी खातरी पटते. काही दिवसांपूर्वी आम्ही मोठ्या उत्साहाने पाळीव प्राण्यांवरचा टी.व्ही. कार्यक्रम पाहात होतो, त्यातील त्या कार्यक्रमाचा सूत्रधार म्हणाला की, छोटी कुत्री सावकाश म्हातारी होतात आणि जास्त जगतात. देव त्याचे भले करो! त्यांनी त्या कार्यक्रमात अनेक छोट्या जातीची कुत्री आणली होती, त्यापैकी एक सिल्की टेरिअर आणि एक पॉमिरॅनियन होता. तो बारा वर्षांचा होता असे म्हणतात, परंतु तो अजूनही तरुण आणि सुंदर दिसत होता आणि तसा वागत होता.

मला पॉमेरॅनियन असल्याबद्दल फार अभिमान वाटला आणि उत्तेजित होऊन मी जेनिफरच्या दंडावर पंज्याने ढोसले, त्यामुळे तिच्या दंडावर ओरखडे आले; परंतु ते तिने मनाला लावून घेतले नाही, कारण तिला माहीत होते की, मी तिला सांगण्याचा प्रयत्न करत होतो की, मला हे असे तरुण दिसत म्हातारे व्हायचंय!

माझ्या वैयक्तिक स्वच्छतेबद्दल मी किती चोखंदळ आहे, हे तिला माहीत आहे आणि त्या दृष्टीने म्हणाल, तर मी कुत्र्यापेक्षा मांजरासारखा जास्त आहे. प्रत्येक सकाळी ज्या मिनिटाला मी जागा होतो, मी माझ्या दिवसाची सुरुवात अगदी काटेकोरपणे नीटनेटके होण्यासाठी करतो. माझे तोंड मांजरासारखे, माझ्या पंज्याने पुसतो. माझे डोळे विशेषत: त्यात येणाऱ्या घाणीचा प्रत्येक कण स्वच्छ झालाय याची आणि माझे पंजे त्यावर धुळीचा कण न राहता चाटून साफ झाल्याची खातरी करून घेतो. प्रत्येक वेळी जेव्हा मी 'टॉयलेट'मध्ये विधी उरकतो, तेव्हा मी जेनिफरकडे किंवा जो कुणी घरात असेल, त्याकडे धावत जातो आणि

ते घाणेरडे झालेले वर्तमानपत्र ताबडतोब बदलण्याची मागणी करतो. मला प्रत्येक वेळी ताजे वर्तमानपत्र लागते आणि ते जर ठेवले नाही, तर मी टॉयलेटमध्ये ठेवलेल्या पायपुसण्यावर विधी करून या 'दुर्लक्षा'बद्दल निषेध नोंदवतो.

जेनिफरला वाटते की, मी मागच्या जन्मी मांजर असणार, परंतु सत्य हे आहे की, मी शेतावर जन्मलो आणि माझ्या जीवनाचे पहिले महत्त्वाचे आठवडे मी शेतावरच्या मांजराबरोबर आणि त्याच्या पिल्लांबरोबर राहिलो. तेव्हा मी कुत्री-मांजरे यातील फरक सांगू शकत नव्हतो, त्यामुळे जेव्हा मी त्यांना स्वत:ला स्वच्छ करताना आणि चाटून साफ करताना पाहिले, तेव्हा मी त्यांचे अनुकरण करू लागलो आणि लवकरच ती माझी सवय झाली. माझी मॉम – ट्रेसी, ही स्वत: अर्ध्यावर निवृत्त झालेली स्पर्धक कुत्री असल्यामुळे वैयक्तिक सन्मानाच्या या सवयीला तिने प्रोत्साहन दिले आणि ती आमच्यात रुजवली आणि मी ती कधीच दृष्टिआड केली नाही.

मला अशी कित्येकदा इच्छा झाली की, याबाबत आणि इतर गोष्टी ज्या माझ्या पहिल्या दोन महिन्यांच्या आयुष्यात घडल्या, त्याबाबत मी जेनिफरला सांगावे, मी जो असा झालोय तो त्याच गोष्टीमुळे. त्यामुळे ती मला आणि माझ्या काही तऱ्हेवाईक गोष्टींना जास्त चांगल्या रीतीने समजू शकेल, परंतु ज्याला मी खोलवरच्या गोष्टी म्हणतो, करतो आणि विचार करतो, त्याबद्दल तिला परिणामकारक रीतीने सांगणे हे जवळजवळ अशक्य आहे. दुर्दैवाने आमच्यात एक सर्वसाधारण भाषा नाही, त्यामुळे तिथे आमच्या संबंधात अनेक रिकाम्या जागा असतात, परंतु आम्ही त्या चालवून घेतो आणि काही वेळाने त्या रिकाम्या जागा या महत्त्वाच्या वाटेनाश्या होतात.

एक दिवस मी जागा झालो, ते माझ्या मागच्या डाव्या पायात येणाऱ्या भयंकर वेदनांमुळे! आदल्या रात्री एका खुर्चीवरून मी उडी मारल्याचे मला आठवायला बराच वेळ लागला. त्या खुर्चीचा उपयोग मी एक खाद्यपदार्थाचे पाकीट मिळवण्यासाठी केला होता. आमचे कुटुंब मला न घेताच एका समारंभाला गेले होते. तेथे कुत्र्यांना नेण्याची परवानगी नव्हती आणि जरी मला माहीत होते की, मी समजून घ्यावे तरी मी चिडलोच! मी काही फारसा सबुरीने घेणारा किंवा सहनशील

कुत्रा नाही, हा पॉमेरॅनियन्सच्या स्वभावातीलच दोष आहे आणि मला त्याची अनेकदा आठवण करून दिली जाते, त्यामुळे मला त्या शनिवारी रात्री त्यांची परत येण्याची वाट पाहण्याशिवाय जास्त काही करण्यासारखे नव्हते. मी स्वत:ची करमणूक करण्यासाठी म्हणून जिथे जेनिफर खाद्यपदार्थ ठेवते, त्या शेल्फजवळ कसे पोहोचायचे याचा विचार करत होतो.

ते फारशा उंचीवर नव्हते, त्यामुळे मी विचार केला की, मी एखाद्या बैठ्या खुर्चीवर चढलो, तर मी खाद्यपदार्थाचे पाकीट खाली खेचू शकेन. मनाला भुरळ पडावी इतक्या व्यवस्थित रचलेल्या पिशव्यांपर्यंत मी पोहोचू शकत नव्हतो. त्या हट्टीपणे माझ्या आवाक्याबाहेर राहात होत्या. त्यामुळे रागाच्या भरात मी त्या खुर्चीवरून नेहमीप्रमाणे हळूवारपणे उडी मारण्याची काळजी न घेता खाली उडी मारली आणि माझ्या चार पायांवर जोरात आदळलो.

मला मागच्या डाव्या पायाला जरा वेदना जाणवली, परंतु थोड्या वेळाने ती बरीचशी नाहीशी झाली. त्या जराशा रेंगाळणाऱ्या वेदनेकडे निश्चयाने मी दुर्लक्ष केले आणि कुटुंब परत येण्याची वाट पाहात पुढच्या दरवाज्याजवळ ठिय्या मांडला. ते अगदी उशिरा परत आले. मला घरी ठेवल्याबद्दल वाईट वाटत असल्यामुळे त्यांनी माझे जरा जास्तच लाड केले. ही संधी साधून मी त्यांना कारमधून फिरायला न्यायला लावले, कारण मी ती सर्व दुपार आणि रात्र त्या घरात उबल्यागत काढल्यामुळे पार कंटाळलो होतो.

आमच्या नेहमीच्या कॉफीच्या दुकानांपैकी एका दुकानात रात्रीच्या जेवणासाठी कारने घेऊन गेल्यावर मी त्यांना माफ केले. घरी परतताना मला पुन्हा एकदा माझ्या मागच्या पायात खेचल्यासारखे वाटले, परंतु त्याने मला काही फारसा त्रास झाला नाही, त्यामुळे मी त्याकडे दुर्लक्ष केले. माझ्याकडून जरा आरडाओरडा झाला तर मला माहीत होते की, जेनिफर मला पाळीव प्राण्याच्या डॉक्टरकडे घेऊन जाईल आणि त्या जागी रात्र काढण्याची आणि मला पिंजऱ्यात टाकून त्यांनी माझे 'निरीक्षण' करावे, यासाठी माझी नक्कीच तयारी नव्हती!

परंतु सकाळच्या सुमाराला त्या वेदना एवढ्या वाढल्या की, मी त्या जेनिफरपासून लपवू शकलो नाही. मी अक्षरश: तीन पायांवर लंगडत चाललो होतो आणि चौथा पाय ओढत होतो. अर्थातच तिने माझे

बोचके कारमध्ये टाकले आणि ताबडतोब मला पाळीव प्राण्यांच्या डॉक्टरकडे नेले.

"फक्त घोटा मुरगळलाय, जास्त काही नाही! मला काही पाळीव प्राण्यांच्या डॉक्टरकडे जाण्याची जरुरी नाही," मी हळूच तक्रार केली, परंतु जेनिफर ते ऐकेना. ती जेव्हा तणावाखाली आणि काळजीत असते, तेव्हा तिचे कार चालवणे अंगावर काटा आणणारे असते, त्यामुळे जेव्हा आम्ही डॉक्टरकडे पोहोचलो, तेव्हा मी अगदी ओकारी करण्याच्या बेतात होतो. मला कळत नव्हते; कोणती गोष्ट वाईट होती ती, माझ्या पायातील वेदना की, माझ्या मॉमचे कार चालवणे!

प्राण्यांच्या त्या नव्या डॉक्टरने, डॉ. ताकागीने ज्या मिनिटाला माझ्या पायाकडे पाहिले आणि 'एक्स रे' काढला तेव्हा मला कळले की, सारे संपले होते.

"पाय केवळ मुरगळलेला नाहीय," तो माझी भीती खरी ठरवत म्हणाला. "बहुधा उडी मारल्यामुळे एरिकच्या गुडघ्याची वाटी वाईट तऱ्हेने सरकली आहे, आणि ती मागे ढकलून जागेवर धरण्यासाठी धातूची प्लेट बसवण्यासाठी त्याला शस्त्रक्रियेची जरुरी आहे."

सर्व केसांच्या खाली माझा चेहरा पांढराफट्ट पडला होता. माझ्याबाबत करण्यासाठी जी लांबलचक यादी डॉ. ताकागीने योजली होती, ती ऐकणे मला काही चांगले वाटत नव्हते. पळून जाण्याचा आजूबाजूला मार्ग आहे का, हे मी नकळत शोधू लागलो, परंतु तिथे मार्ग नव्हता आणि काही झाले तरी कोणाला मी फसवत होतो? होणाऱ्या वेदना या लवकरात लवकर थांबवायला हव्याच होत्या.

जेनिफर पार वैतागली होती, त्यामुळे तिच्या मनात आलेला पहिला विचार धरून ती म्हणाली, "एरिक, उड्या मारायच्या नाहीत, हे मी तुला किती वेळा सांगितलंय? या पॉमेरॅनियन्सच्या बाबतीत एक गोष्ट आहे, ती म्हणजे ते आहेत त्यापेक्षा त्यांना ते पाचपट मोठे असल्यागत वाटते!"

मी तिच्याकडे पाहून खेदाने हसलो, पण आतून मी रागाने खदखदत होतो. 'खरोखरच वेदना होत होत्या आणि काही झाले, तरी ते सर्व आता काढण्यात काय अर्थ होता? यातना होतायत त्या मला, ज्याला या सर्व शस्त्रक्रियेतून आणि धातूच्या पिना यातून जावे लागणार होते

तो मी होतो; तर मग इथे थोडी सहानुभूती दाखवलीस, तर काही बिघडेल? मला त्याची खरंच गरज आहे,' मी रागाने गुरगुरलो.

ठीक आहे, ठीक आहे, माझ्या छोट्या पॉमेरॅनियन पायांवर मी इतक्या उंचीवरून उडी मारायला नको होती, परंतु काही वेळा तुला माहीतच आहे, या अशा छोट्या देहाच्या मर्यादांमध्ये अडकून पडणे आणि शारीरिकदृष्टया अगदी थोडेच करू शकतो, ही भावना तिटकारा आणणारी आहे आणि तेही जेव्हा तुमचे हृदय आणि चैतन्य हे सेंट बर्नार्ड इतके मोठे असताना! होय, अशा काही वेळा येतात, जेव्हा मी खेळण्यातील कुत्र्याच्या जातीचा असल्यामुळे मला तिटकारा वाटतो, मला उड्या माराव्याशा वाटतात, मला लांब उडी घ्यावीशी वाटते आणि मोठ्या मुलांसारखे उडावेसे वाटते! मला भीती वाटते की, माझ्या छातीतील हे ठोके देणारे छोटे हृदय हे इतके मोठे होईल की, ते लांब उडी मारून सरळ सहज बाहेर येईल!

माझ्या मनात भ्रमिष्टासारखे कसले विचार येत होते? डॉ. ताकागीने दिलेल्या इंजेक्शनमुळे मला डोके हलके झाल्यागत वाटत असणार.

मी कोणत्या क्षणी बेशुद्ध झालो ते मला माहीत नाही, परंतु पुन्हा मला शुद्ध आली तेव्हा मी पिंजऱ्यात होतो आणि ती खोली एक तऱ्हेच्या पिवळ्या धातूने आणि स्टेनलेस स्टीलने भरली होती. माझी जीभ फार मोठी झाल्यागत वाटत होती आणि मला पाण्याची फार जरुरी होती, परंतु जेव्हा मी उठण्याचा प्रयत्न केला तेव्हा माझ्या लक्षात आले की, माझा मागचा डावा पाय हा प्लॅस्टरमध्ये होता आणि मी तो वाकवू शकत नव्हतो.

डॉ. ताकागी या शस्त्रक्रियेबद्दल आणि माझ्या गुडघ्याच्या वाटीतील धातूच्या पिनांबद्दल काही म्हणाले होते ते मला आठवले, अरे देवा, त्यांनी ते करूनही टाकले होते. आता उर्वरित आयुष्यात माझ्या शरीरात आणखी धातूचे तुकडे राहणार होते! या बाहेरील वस्तू माझ्या शरीरात होत्या या विचाराने क्षणभर माझी गाळण उडाली. जर तो धातू जुना झाला आणि गंजला तर काय? आणि त्या पिना आतच सुटल्या तर? निसटलेल्या धातूच्या पिना माझ्या शरीरात फिरतायत आणि त्या माझ्या इंद्रियांना एका मागोमाग एक भोके पाडतायेत, अशी कल्पना मी करू लागलो!

ती जागा अगदी फार शांत होती. फक्त वातानुकूलित यंत्राची सौम्य कुजबुज येत होती तेवढीच! माझी पुन्हा भीतीने गाळण उडाली. सर्व जण कुठे होते? त्यांनी मला अपंग करून, सर्व तऱ्हेतऱ्हेचे धातू माझ्या शरीरात टाकून, या पिंजऱ्यात मला बंद करून मरणासाठी सोडून दिले होते का? हे विचार माझ्या मनात येत असताना मी स्वत:चीच खरडपट्टी काढली. खरंच मी अशा गोष्टींचा विचार कसा करू शकतो? जेनिफर माझ्याशी असे कधीच करणार नाही, परंतु हा त्रासदायक विचार मनात होता, 'प्रत्येक जण कुठे आहे?'

जणू काही माझे विचार बाहेरच्या जगापर्यंत वाहात गेले असावेत, कारण तो दुधी काचेचा दरवाजा आवाज करत उघडला. एक हिरवा गाउन घातलेली मुलगी आत आली आणि तिने माझ्या पिंजऱ्यात वाकून पाहिले. मी इलाईनला ओळखले, ती डॉ. ताकागींची प्रशिक्षणार्थी मदतनीस होती.

"अरे एरिक, तू उठलास तर!" ती म्हणाली. 'जे उघड आहे, तेच ती सांगतेय,' चिडून मी मनाशी म्हटले. जणू काही मला काय हवंय, हे तिला माहीत असल्यागत इलाईनने एका छोट्या बाटलीत पाणी भरले आणि ती हळूच माझ्या तोंडात घातली. त्या ताज्या, थंड पाण्याच्या ओलाव्याने टाळूला चिकटून बसलेली माझी कोरडी जीभ मोकळी झाली आणि सुटली. मी अधाशीपणे पाणी प्यायलो. इलाईन मला 'हळूहळू पी' असे सांगत होती त्याकडे मी दुर्लक्ष केले, तेव्हा ती ते खेचून माझ्यापासून दूर करण्याचा प्रयत्न करू लागली. मी आताच भुलीतून बाहेर आलो होतो, तरी मी माझ्या विलक्षण ताकदीने दात रोवून ती बाटली घट्ट धरून ठेवली आणि ती सबंध बाटली रिकामी करीपर्यंत सोडायचे नाकारले.

"एरिक, तू नक्की मला संकटात टाकणार, तू हळूहळू प्यायला हवे होतेस, एकावेळी थोडेच घोट." इलाईन ती रिकामी बाटली माझ्याकडून घेत कुजबुजली.

मी तिच्याकडे पुन्हा दुर्लक्ष केले, कारण जेव्हा मला काही हवे असते, तेव्हा मी लोक काय विचार करतील किंवा माझ्याबद्दल काय म्हणतील, याची क्वचितच पर्वा करतो, परंतु शस्त्रक्रिया झाल्यावर मला इतक्या पटकन पाणी प्यायला दिले आणि मला गुदमरण्याचा धोका

पत्करल्याबद्दल डॉ. ताकागी तिच्यावर चिडले, हे ऐकल्यावर मला जरा अपराधी वाटले.

काही मिनिटांनंतर ताकागी मला बघायला आणि तपासायला आले. ते एक पेन्सिल माझ्या डोळ्यासमोर बेपर्वाईने गोल फिरवत होते. मी रागावलेला बघितल्यावर ते हसले. जरी मी थोडासा भुलीच्या अमलाखाली असलो, तरी संपूर्ण भुलीतून मी पूर्ण बाहेर आलो होतो. माझ्या प्रतिक्रिया, विशेषत: रागावण्याच्या अगदी जशाच्या तशा होत्या. हॉस्पिटल सोडायला मी अगदी ठीक होतो, असे सांगितले.

एक तासानंतर जेनिफर मला घरी घेऊन जायला आली. माझी औषधे वेगवेगळी करून घेण्यात आणि माझी काळजी कशी घ्यायची, या सूचना पाहात असताना त्या गडबडीत ती मला कारमध्ये ठेवण्याआधी लघवीला घेऊन जायला विसरली. बापरे, माझे मूत्राशय इतके भरले होते की, ते अगदी फुटण्याच्या बेतात होते, परंतु कारमध्ये शू करणे, हे मी कधीच करू शकलो नसतो. इतक्या निर्बुद्धपणे वागणे हे अगदी अपमानास्पद आणि घाणेरडे होते, तेव्हा मी नेटाने धरून राहिलो. आम्ही घराच्या पार्किंगपाशी आलो, तेव्हा मी माझी लघवी धरून ठेवण्याच्या प्रयत्नात धडपडत होतो, डुरकत होतो. जेनिफरच्या लक्षात आले की, मला अगदी जोराची लघवी लागलेली आहे. तिने मग मला हळूच पार्किंगमधील एका खांबाजवळ ठेवले, परंतु ती माझी जागा नसल्याने मी तिथे लघवी करण्याचे नाकारले.

गाडीतळावर माझ्या तीन किंवा चार आवडत्या 'जागा'आहेत – तिथे मी सवयीने पाय वर करतो. पार्किंगच्या पलीकडे असलेल्या जागेवर मला जायचे होते. तिथे जाण्यासाठी आणि माझ्या लघवीचा त्रासदायक ताण कमी करण्यासाठी मी इतका घायकुतीला आलो होतो की, मी माझा एक पाय जायबंदी आहे, हे विसरलोच. विलक्षण हुशारीने मी वर चढलो आणि तीन पायांवर आणि माझा चौथा पाय पांढऱ्या काटकीसारखा बाहेर येत असताना मी लंगडत ते पार्किंग ओलांडले! जरी ती परिस्थिती दु:खद होती, तरी मी इतका विनोदी दिसत होतो की, जेनिफरला हसल्याशिवाय राहवेना आणि त्यामुळे थोडासा तणाव कमी झाला.

मला माझा मागचा पाय उचलावाही लागला नाही. तो प्लास्टरमधून

बाहेर आला होता, परंतु मला बरोबर नेम धरता आला नाही. मी स्वत:लाच अगदी घाण करून घेतले आणि जेनिफरला मला स्वच्छ करावे लागले. मी माझे हे अगदी वैयक्तिक काम मॉमच्या मदतीशिवाय करू शकत नव्हतो, म्हणून मला इतके शरमिंदे आणि लाजिरवाणे वाटले की, शक्य तो लवकर मला तीन पायांची सवय झाल्यावर मी माझे स्वातंत्र्य परत मिळवण्याचा निश्चय केला.

अपेक्षेप्रमाणे मी करू शकलो आणि मी तीन पायांवर व्यवस्थित फिरू शकत होतो. हे समजल्यावर मला बरे वाटले. खरं तर काही दिवसांतच मी तीन पायांवर आजूबाजूला नुसता फिरतच होतो, असे नव्हेतर तीन पायांवर माझा नाच-गाण्याचा कार्यक्रम करण्याची माझी कलाही मी अवगत केली होती! अर्थात लोकांचे लक्ष वेधून घेण्याचा 'असाध्य रोग' जडलेला मी, जिथे आम्ही जायचो तिथे बघणाऱ्या जमावाचे लक्ष दया येऊन आमच्याकडे जायचे. मला तसा जमाव आवडायचा. त्या काळात मी त्या इमारतीत करुणरसाच्या शोकांतिकेचा जणू एक नायक झालो आणि त्यातील प्रत्येक मिनिटाचा मी आनंद घेतला!

तानियाने आपली मित्रमंडळी माझ्या प्लॅस्टरचे कौतुक करण्यासाठी बोलावली आणि त्यांनी त्यावर अनेक तऱ्हेची चित्रं काढली आणि उत्तेजनार्थ संदेशही लिहिले!

एक आठवड्यानंतर माझे छान सजवलेले टणक प्लॅस्टर काढले गेले. डॉक्टरने माझ्या पायावर मऊ प्लॅस्टर घातले; ते घट्ट होते आणि जराही आरामदायी नव्हते आणि मी ते फाडून काढण्यात जराही वेळ घालवला नाही. जेनिफर माझ्यावर चिडली, कारण ती जखम अजून भरलेली नव्हती आणि आम्हाला दुसरे प्लॅस्टर घालण्यासाठी पुन्हा डॉक्टरकडे धावावे लागले. मी माझ्या पायांवर घातलेले प्रत्येक प्लॅस्टर पद्धतशीरपणे तुकडे-तुकडे करून फाडून काढले आणि तिसऱ्यांदा पुन्हा प्लॅस्टर घालण्यासाठी डॉक्टरकडे गेल्यावर डॉ. तकागीसह त्या सर्वांनी मला कैचीत पकडले.

त्यांनी मला कडक एलिझाबेदन कॉलर घातली, ज्यामुळे मी ते मऊ प्लॅस्टर फाडून काढायला पायाजवळ पोहोचू शकणार नव्हतो. मी रागावलो. माझे डोके हे त्या कडक प्लॅस्टिक लॅम्पशेडसारख्या गोष्टीत अडकवणे हा कुत्र्यांचा छळ आहे, असे मी मानत होतो. ती कडक

लॅम्पशेड मानेभोवती ठेवून कोणत्याही कुत्र्याने खाली पडायचे किंवा झोपायचे कसे? आणि त्यांना हे माहीत नव्हते का की, त्या प्लॅस्टिकची कड इतकी धारदार असते की, ती मांसात घुसते आणि तुम्हाला आतून त्या कडक कॉलरमध्ये गुदमरल्यासारखे वाटते, तुम्ही नीटपणे श्वासोच्छ्वासही घेऊ शकत नाही?

या भयानक कॉलरमध्ये अडकून राहणे, हे मला पसंत नव्हते. ती कॉलर खाली वाकायला लावायची, माझ्या नजरेवर मर्यादा आणायची आणि मी वेड लागल्यागत आणि गुदमरल्यासारखे होऊन हेलकावे घेत राहायचो. 'नाही, जेनिफर, तू हे मला करू शकत नाहीस,' मी किंचाळलो पण ती ऐकेना! त्यामुळे नेहमीप्रमाणे मला जे हवे ते मिळवण्यासाठी मी अगदी मोठ्या प्रमाणात फेफरे आल्यागत केले, गडबडा जमिनीवर लोळलो, ती कॉलर भिंतीवर आपटली आणि ती निघावी, यासाठी सर्व काही केले. फक्त या वेळी हे निव्वळ नाटकच नव्हते, मला खरंच भीतीचा धक्का बसला होता.

शेवटी जेनिफरला कॉलरमध्ये कसाबसा श्वास घेत असलेल्या मला पाहवेना. मी स्वत:ला इजा करून घेईन अशी तिला भीती वाटली, मग माझ्या पायांवर बांधलेल्या पट्ट्यांशी चाळे करायचे नाहीत, अशी कडक सूचना देऊन तिने ती कॉलर काढली. माझ्याबाबत म्हणायचे, तर मी तिचे चांगले आज्ञापालन करण्याचा प्रयत्न केला, परंतु मी काही तीस मिनिटांपेक्षा जास्त काळ तग धरू शकलो नाही.

माझ्या स्वत:च्या कातडीशिवाय आणि त्याचबरोबर ज्यावर माझी 'लायसन्स प्लेट' असते, ती गरजेची कॉलर या शिवाय दुसरे काही मला माझ्या शरीरावर सहन होत नाही. एकदा जेनिफरने फार मोठा आणि महागडा कुत्र्यांचा टी शर्ट माझ्यासाठी आणला, हा मुद्दाम तयार केलेला शर्ट तिच्या क्लबमधील लोक विकत होते आणि त्याची किंमत पुष्कळ होती. माझ्या मॉमला खूश करायचे यासाठी मी तो तिला घालू दिला, परंतु तिची पाठ वळताच तो फाडून काढण्याचा माझा बेत होता आणि त्याप्रमाणे मी केले. त्या त्रास देणाऱ्या टी शर्टची लक्तरे रिबिनीत रूपांतरित करून माझी विनाशकारी कला मी दाखवून दिली!

मी काय केले ते जेव्हा माझ्या मॉमला कळले, तेव्हा तिचे किंचाळणे हे सगळ्या आमच्या वसाहतीत ऐकू गेले. ती इतकी चिडली होती,

कारण तिने भरपूर पैसे त्यासाठी मोजले होते! परंतु मी माझा मुद्दा सिद्ध केला होता. तिने पुन्हा कधीही माझ्या स्वत:च्या कातडीशिवाय आणि कॉलरशिवाय मला दुसरे काही वापरायला लावण्याचा प्रयत्न केला नाही!

माझ्या इच्छेशी आणि अंत:प्रेरणेशी झगडल्यावर त्या दुसऱ्या घटकाने माझा कब्जा घेतला आणि त्या बांधलेल्या पट्ट्या फाडण्यासाठी मी तानियाच्या बिछान्याखाली असलेल्या माझ्या घरट्यात अगदी सावकाश आणि पद्धतशीरपणे रांगत गेलो. जेनिफर नेहमी म्हणते की, मी जेव्हा लपून बसतो आणि अगदी गुपचूप असतो तेव्हा मी सर्वांत जास्त धोकेबाज आणि विनाशकारी असतो आणि तिचे बरोबर आहे!

मला वाटले होते की, ती खूप चिडेल, परंतु ती चिडण्यापेक्षा या सर्वाला तयार होती. त्याला हेही थोडेसे कारण असेल की, माझी जखम छान भरली होती आणि डॉक्टरना फोन केल्यावर हे निश्चित झाले की, ती उघडी ठेवायला काही हरकत नव्हती. देवा, हे सारे संपले म्हणून आणि त्या बांधलेल्या पट्ट्यांशी दंगामस्ती करून त्या फाडून झाल्यामुळे मला मोकळे वाटत होते!

माझा पाय हा त्या प्लास्टर किंवा पट्ट्यांच्या दडपणाखाली नसल्यामुळे मला अगदी इतके छान मोकळे वाटत होते की, मी अजूनही एक आठवडाभर तीन पायांवर लंगडत होतो आणि माझा भार नकळत मागच्या धातूच्या तार लावलेल्या पायावर प्रयत्न करण्यासाठी अधूनमधून टाकत होतो, तरी मी बरा होण्याच्या मार्गावर होतो, हे निश्चित.

धातूच्या पिना लावून पाय जोडला गेलाय हे सुरुवातीला काहीतरीच वाटत होते आणि त्या पिना सुटतील म्हणून तो पाय वापरण्याची मला भीती वाटत होती, परंतु जसे दिवस गेले आणि माझ्या लक्षात आले की, त्या तीन पायांवर काही हालचाली किंवा खोड्या करणे मला शक्य नव्हते, मग मला धाडस करावेच लागले आणि ज्याला मी खाजगीत माझा 'धातूचा' पाय म्हणायचो त्याचा उपयोग करण्याची सुरुवात करण्यास मला भाग पडले.

आज माझा मागचा डावा पाय हा प्रत्येक बाबतीत इतर तीन पायांएवढा चांगला आहे. जेव्हा माझे कुटुंबीय त्या पिनांबद्दल चेष्टा करतात, तेव्हा मला त्या पिनांची आठवण होते. 'मी मेल्यावर, त्यांना

त्या धातूच्या पिना माझ्या राखेत सापडतील, कारण धातू जळून जात नाही.’ असे ते थट्टेने म्हणतात.

ठीक आहे, मी त्याबद्दल एवढेच म्हणतो की, जेव्हा मी मरेन तेव्हा मी नक्कीच कशाचीही पर्वा करणार नाही.

अठरा

मी एक 'खेळण्यातील कुत्रा' आहे, ह्याची मला बरेचदा जाणीव करून दिली जाते आणि माझ्या जातीच्या कुत्र्यांना विचार न करता ठराविक साच्यात बघणे, ह्याचा मला खूप राग येतो. त्यामुळे मला मी देखणा पण अक्कलशून्य असल्यागत वाटते.

मग एक दिवस मी ठरविले की, हे पुष्कळ झाले आणि आता जो कुणी मला 'खेळातला कुत्रा' असे म्हणेल, त्याला मी माझ्या छोट्या पण पिरनाह माश्यासारख्या असलेल्या तीक्ष्ण दातांनी चावा घेतल्यावर कसे वाटते, ते दाखवणार होतो. एखाद्या जिवंत, श्वासोच्छवास घेणाऱ्या, हृदय आणि प्राण असणाऱ्या प्राण्यांचे कुणी असे मुर्खासारखे, अशोभनीय वर्णन केलंय?

'अगंबाई! हा 'खेळण्यातला कुत्रा' चावतो का?' वाचनालयातील मैत्रिणीपैकी जेनिफरची एक दुर्दैवी मैत्रिण त्यादिवशी लाडिकपणे म्हणाली, परंतु जेव्हा तिच्या लक्षात आले की, मी खरंच चावतोय तेव्हा तिच्या ह्या लाडिक स्वराचे रूपांतर झटकन वेदनेने मोठ्याने केकाट्यात झाले.

'माझा खरा चावा कसा आहे, ते मी तुला दाखवतोच. त्यामुळे जेव्हा तुला मी ह्या घरात येऊ देईन तेव्हा आपण परस्परांना चांगल्या तऱ्हेने समजू आणि मी तिच्या मांसल घोट्यात दात रोवत जवळ-जवळ हाडांशी पोहोचलो तेव्हा आनंदाने फुत्कारलो.'

मी आता वयाने वाढत होतो आणि अशा बालिश चेष्टा, दुष्ट आणि मर्मभेदी टोमणे आणि खऱ्याचे खोटे करणे, ह्या सर्वांच्या पलीकडे गेलेला होतो. आणि हो, काहीतरी चांगल्यासाठी माझी आठवण व्हावी,

असे मला वाटत होते. परंतु माझे छोटेसे पंजे आणि असहाय्य बाळासारखे शरीर ह्यामुळे मी जबाबदार आणि बळकट असा कुणी नव्हतो आणि ह्या जाणीवेमुळे मी अगदी अस्वस्थ झालो.

मध्यमवयाच्या निराशावादात तर मी नकळत ओढला जात नव्हतो ना? जेरिफरला असे वाटत होते आणि मानसशास्त्रीय, रोगनिवारण करणाऱ्या कुत्र्यांच्या डॉक्टरकडे पाठविण्यासंबधीची कुटुंबात चाललेली चर्चा दुर्दैवाने माझ्या कानावर आली होती.

मिनिटभर थांबा, वेडे झालेले लोकच अशांना भेट देतात, नाही का?

'नाही, मला अशा डॉक्टरांची गरज नाही. मी इतरांइतकाच शहाणा आहे, मला अशा एखाद्या मानसशास्त्राज्ञांकडे पाठवू नका!' जेनिफरला माझ्या बाजूला वळवावे ह्यासाठी मी जेनिफरच्या मांडीवर पंजे आपटत किंचाळलो.

पण तुम्हाला काय सांगायचे, पुन्हा एकदा माझ्या वागण्याचा चुकीचा अर्थ काढला गेला. माझ्या डोक्यावरच्या केसांच्या पुंजक्यातून हळूवारपणे हात फिरवीत जेनिफर म्हणाली, 'मला हे मान्य नाही, मुर्खांनो! माझ्या बोलण्याचा नेहमीच चुकीचा अर्थ लावला जातो?' मी धापा टाकत वैतागून कॅम्प्युटर टेबलाच्या मागे असलेल्या माझ्या माघार घेणाऱ्या कोपऱ्यात जॉनच्या आधुनिक तंत्रज्ञानाच्या तारांमागे फुरंगटून बसलो.

ह्या अपमानास्पद स्थितीतून मला वाचवा? मी प्रार्थना केली आणि जरी मी चांगला, कायद्याला धरून वागणारा, प्रेमळ कुत्रा कधीही नव्हतो तरीही काही विचित्र करणारच देवाने ह्या वेळी माझ्या प्रार्थनेला 'ओ' द्यायचे ठरविले.

त्या दिवसांची सुरुवात तशी नेहमी सारखीच झाली होती आणि बरोबर दहा वाजता अर्धवेळ काम करणारी मोलकरीण लिली आली आणि माझ्या नेहमीच्या 'घुसखोरांना घालवून लावा' ह्यासाठी चालणाऱ्या नाचाकडे आणि चावण्याच्या कार्यक्रमाकडे तिने खेळकरपणे दुर्लक्ष केले.

माझ्या कुटुंबाला कुणी फसवू नये ह्याबाबत मी नेहमी जागरूक असतो. त्यामुळे तान्याच्या पलंगाखाली माझी सकाळची डुलकी घेण्यापूर्वी

लिली काम करताना सारखी फोनवर बोलत नाही ना, याची मी खात्री केली. आणि मगच तान्याच्या पलंगाखाली नेहमीच्या जागी दडलो.

फारतर वीस मिनिटे झाली असतील, नसतील तेवढ्यात दारावरची घंटी वाजली आणि माझ्या कर्तव्याच्या जाणिवेने मला जाग आली. मी पायांवर उभे राहण्याच्या प्रयत्न केला, कारण दारावरच्या घंटीवर नजर ठेवणे हे माझे काम होते, परंतु ज्या मऊ ब्लॅकेटमध्ये मी घुसलो होतो, ते इतके आरामदायी होते की, मी ह्या कामाकडे जरा दुर्लक्षच केले. बहुधा तो पोस्टमन असावा. परंतु व्याजोक्ती म्हणजे की फक्त ह्याच वेळी मी दारावरच्या घंटीकडे दुर्लक्ष केले होते आणि नेमके मी तेच करायला नको होते.

तरीही जुन्या सवयी किंवा असे म्हणा की, कर्तव्याची जाणीव सहसा जात नाही. त्या लोकरीच्या ब्लँकेटची उब हवीहवीशी वाटत होती. तरीही मी पुन्हा झोपी जाऊ शकत नव्हतो आणि पोस्टमन जाण्याची, दरवाजा धाडकन बंद झाल्याची वाट पाहात होतो. परंतु त्याऐवजी माझ्या कामावर विचित्र आवाज आले. तो लिलीच्या रडण्याचा दबका स्वर होता आणि ताबडतोब काहीतरी कृती करण्याची गरज होती.

मग बंदुकीतून सुटलेल्या गोळीप्रमाणे मी धावत बैठकीची खोली गाठली. ती बरोबर अचूक वेळी! पाहातो तर ,'पोस्टमन' लिलीला खुर्चीला बांधत होता आणि जेव्हा तिने त्याच्या हातून सुटण्यासाठी धडपड केली तेव्हा त्याने सुरा काढून तिच्या मनगटावर वार केला.

घरात शिरलेला हा तिऱ्हाईत कोण होता आणि त्याने माझ्या हद्दीत लिलीवर हल्ला करण्याची कशी काय हिंमत केली होती? माझ्या सुरक्षिततेचा जराही विचार न करता मी त्या हल्लेखोरावर स्वत:ला जोरात झोकून दिले. आणि त्याच्या उघड्या घोट्यावर एवढ्या जोरात चावा घेतला की, माझे दात त्याच्या घोट्याच्या आतल्या हाडावर घासले गेले. मी इतका छोटा आहे की, त्याने मला पाहिले नव्हते आणि माझ्या ह्या अचानक हल्ल्याने तो क्षणभर गडबडला. त्याने अर्धवट बांधलेल्या दोरातून सुटण्यासाठी मात्र हा एवढा वेळ लिलीसाठी पुरेसा होता. तो हल्लेखोर सावरल्याचे आणि लिलीच्या मागून धावल्याचे मी पाहिले आणि मी त्याच्याकडे पुन्हा धाव घेतली. परंतु ह्या वेळी मात्र तो

माझ्या हल्ल्यासाठी तयारीत होता. त्याने मला एवढ्या जोरात लाथ मारली की, मला माझी एक बरगडी तुटल्याचे जाणवले आणि माझ्या शरीरात तीव्र वेदना उठली, परंतु तरीही मी पुन्हा धाव घेतली आणि त्यांच्या पायावार जोरात दात खुपसले. तो चावा इतका खोलवर गेला की जवळजवळ माझे दातच तुटले.

'पुढच्या दरवाजाकडे धाव आणि मदत माग, लिली धाव!', मी मनात प्रार्थना केली. जणू माझी प्रार्थना लिलीने ऐकली होती.

तिच्या मनगटावरच्या जखमेतून रक्त ठिबकत जमिनीवर लाल खुणा उमटवत जात असतानाही तिने पुढचा दरवाजा कसाबसा उघडला आणि ती बाहेर पळाली.

त्या हल्लेखोराने तिच्या मागून जाण्याचा प्रयत्न केला परंतु त्याच्या पायावरच्या माझ्या घट्ट चाव्यामुळे त्याला हालचाल करणे अशक्य झाले होते. त्याने मला दूर सारण्याचा प्रयत्न केला तरीही माझी पकड इतकी घट्ट होती की, त्याला घरातून अक्षरशः लंगडत बाहेर पडावे लागले होते. कारण त्याच्या पायाला मीही चिकटलेला होतो. तेवढ्यात लिलीने सेलफोनवरून संरक्षक शिपायांना सावध केले होते. त्यांनी मग पाठलाग केला आणि त्याला पकडले.

'आता त्याला तू सोडू शकतोस, शाब्बास पोरा!' ज्याला कुत्री प्रिय होती, तो 'शुकोर' नावाचा संरक्षक शिपाई मला म्हणाला. मी आनंदाने माझी पकड सोडली आणि वेदनांनी तळमळत हिरवळीवर पडलो. लिलीही धडपड आली आणि तीही माझ्या बाजूला पडली. तिचा चेहरा पांढराफट्ट पडला होता. तेवढ्यात कुणीतरी ॲम्ब्युलन्सला बोलवले आणि जेनिफरलाही फोन केला होता. कारण ती दोन्हीही एकाच वेळी आली. जेनिफरने माझ्याभोवती गुंडाळलेल्या ब्लँकेटमध्ये मी आनंदाने कोसळलो आणि एकदांचे माघार घेण्यात सुख मानले आणि मानवांना साऱ्या गोष्टींची काळजी घ्याला दिले.

त्या हल्लेखोराने मारलेल्या बेछूट लाथेमुळे माझ्या शरीरातील अनेक हाडे मोडली होती आणि आम्हा पशूंच्या डॉक्टरांच्या दवाखान्यात मी जवळ-जवळ एक आठवडा अक्षरशः गुंगीत पडून होतो. मी स्थानिक वीरपुरुष तर ठरलोच होतो आणि शहरातील प्रत्येक वर्तमानपत्राचे मुख्य आर्कषणही ठरलो होतो.

‘शूर, एकनिष्ठ पॉमेरियन!’ जरी तो आकाराने लहानगा होता, तरीही त्याने कुटुंबातील नोकरीणीचा जीव वाचविण्यासाठी धैर्याने आणि न घाबरता लढा दिला. इतकेच नव्हेतर ज्या चोराने जवळच्या प्रदेशात घरफोड्या करून दहशत निर्माण केली होती, त्याला पकडून देण्यात त्याने पोलिसांनाही मदतच केली होती.

पशूंच्या दवाखान्यात असताना काही पत्रकारांनी माझे बेशुद्ध अवस्थेतील फोटो घेतले होते आणि जेव्हा मी घरी गेलो तेव्हा जेनिफरने ती वर्तमानपत्रं मला दाखवली. माझ्या कुटुंबाला माझा अभिमान वाटत होता आणि मी त्या वलयातच होतो. परंतु सर्वांत महत्त्वाचे म्हणजे मी स्वत:ची समजूत घातली होती आणि सर्व जगाला हे सिद्ध करून दाखवले होते की, अगदी ‘खेळण्यातील कुत्राही’ वीरपुरुष ठरू शकतो.

काही आठवड्यानंतर तान्यादे एक लेखन दाखवले त्यानुसार तेव्हापासून पाळीव प्राण्यांच्या दुकानातून पॉमेरियन कुत्र्यांच्या विक्रीत अचानक बरीच वाढ झाली होती, त्यामुळे मला फारच आनंद झाला. कारण त्यामुळे माझ्या जातीची बाजू मी सिद्ध केली होती. ह्यात आणखी एक फायदा झाला होता, तो म्हणजे घरात तेव्हापासून मध्यम वर्गातील समस्या आणि कुत्र्यांचे मानसशास्त्रज्ञ ह्या संबधीची चर्चा बंद झाली होती.

एकोणीस

आणखी एक वर्ष; आणि आता मी जवळजवळ नऊ वर्षांचा झालो आहे. प्राण्यांचा डॉक्टर म्हणतो की, थोडेसे जास्त वजन आणि माझ्या तोंडाभोवतीचे करडे केस सोडले, तर तसा मी 'चांगला तारुण्य राखून' आहे. माझे दात शाबूत आहेत आणि पांढरेही आहेत. माझी चलाखी आणि वागणूक ही तीन वर्षांच्या कुत्र्यासारखी आहे.

"विलक्षण!" तो जेनिफरला म्हणतो. "तुम्ही त्याची फारच चांगली काळजी घेत असणार! सामान्यपणे पॉमेरॅनियन्सचे दात फार मजबूत नसतात आणि या वयापर्यंत ते अगदी मोडकळीला येण्याच्या अवस्थेला येतात, परंतु एरिकच्या सुळ्यांकडे नजर टाका!"

मी माझ्या मॉमकडे विजयी मुद्रेने पाहतो, "ज्या जपानी खाद्यपदार्थांबद्दल तू कुरकुरत्येस त्यात तऱ्हतऱ्हेची खनिजे आणि प्रथिने ठासून भरलेली असतात आणि जेव्हा मी ते फाडतो आणि चघळतो, तेव्हा ते माझ्या दातांना चमकदारही करतात," मी तिला सांगितले, पण ते खरं असूनही तिने माझ्याकडे दुर्लक्ष केले. ते खाद्यपदार्थ किती महागडे आहेत, अशी तिची तक्रार होती आणि मी ते लवकर संपवितो, यामुळे ती संकटात सापडत असे.

मी दुसऱ्यांना समजावू शकत नाही आणि तिच्याबद्दल तक्रार करू शकत नाही, याबद्दल जेनिफरला किती आनंद होत असेल; हा विचार माझ्या मनात आला की, एक दुष्ट चमक माझ्या डोळ्यांत येते.

परंतु माझे दिसणे आणि वागणे तरुण असले तरी मला वाटते की, एक-दोन वर्षांत मी परिपक्व झालो आहे. असे बघा की, मी काही

इतका अधीरपणे वागत नाही आणि सदैव पुढे जाण्यासाठी धावतही नाही, मी काही क्षण स्वस्थ राहू शकतो आणि त्या बालिश माकडचेष्टा याही कमी झाल्या आहेत, पण याचा अर्थ मी म्हातारा आणि पिकलोय असा मुळीच नव्हे, निदान माझ्या शक्तीच्या बाबत तरी नक्कीच नाही. इतकेच की, जेव्हा गोष्टी माझ्या इच्छेप्रमाणे होत नाहीत, तेव्हाचा माझा उद्धटपणा आणि असहनशीलता यावर मी पूर्वीच्या काही वर्षांपेक्षा जास्त ताबा मिळवला आहे. मी जरा जास्त आत्मसंयमन करू लागलो आहे आणि मी केव्हा त्रागा करायचा याबाबत मी अधिक चोखंदळ झालो आहे.

माझे गाणे आणि नृत्याचे कार्यक्रम हेही पूर्वीसारखे जोरदार आहेत आणि माझा आवाज स्वरपट्टीत काही खाली आलेला नाही. कुणीही आमच्या दारावरची घंटी वाजवली, तर त्याचे स्वागत अजूनही वाईट होते. मला नाही वाटत की, जे लोक आमच्या घरी येतात त्यांना सतावणे मी थांबवू शकेन. त्यांना घाबरवून सोडणारे माझे भुंकणे थांबवण्यासाठी जेनिफरने कितीही विनवण्या केल्या तरी चालेल, कारण माझ्या घराचे आणि कुटुंबाचे संरक्षण करणे, हे माझे काम आहे असे मी मानतो. कुणालाही ते समजत नाही, पण तरीही मी अजूनही ही शिपाईगिरी करतो आणि जे मला करायला हवे, ते जोपर्यंत मला शक्य आहे तोपर्यंत मी करीत राहीन. ज्या दिवशी मी हे करण्याचे थांबवेन त्या दिवशी मी मेलेला असेन किंवा मृत्युशय्येवर तरी असेन!

त्यामुळे जर का कुणाला असे वाटत असेल की, निव्वळ माझे वय वाढल्याने मी उताराला लागलोय, तर त्यांना खरोखरच आश्चर्याला तोंड द्यावे लागेल. मला वाटते की, मी कधीही म्हातारा होणार नाही, निदान मनाने तरी नक्कीच! परंतु असे काही क्षण आहेत जेव्हा मला वाटते, उलट गतीने मागे जाणाऱ्या म्हाताऱ्या देहात अडकलेल्या पण अजूनही उसळू बघणाऱ्या माझ्या आत्म्याचे काय? परंतु शक्य आहे तेवढा काळ लढा द्यायचा माझा बेत आहे, वय मला मरणाकडे नेईल, परंतु हा पॉमेरॅनियन लढतच मरेल!

हे तितकेच खरे आहे की, वळणाचा क्षण माझ्या आयुष्यातही आलेला आहे आणि काही गोष्टी बदलत आहेत. उदाहरणार्थ, आता मी माझ्या हृदयासाठी औषधे घेण्यास जास्त सहकार्य करतो, कारण मी हे

ओळखलंय की, हळूहळू कुजबुजणारे माझे हृदय हे ठीक तेल घातल्यागत आणि 'टिकऽऽ टॉकऽऽ' अवस्थेत ठेवण्यासाठी त्याची गरज आहे, त्यामुळे मी जेव्हा तरुण होतो, तेव्हासारखी मी गोळी थुंकत नाही किंवा तोंड घट्ट बंद करून घेत नाही. त्या वेळी मी ते इतके घट्ट बंद करायचो की, क्वचित प्रसंगी ते उघडण्यासाठी पक्कड आणण्याची जेनिफर मला धमकी द्यायची!

मला रोजचा फोर्टेकोरचा खुराक देणे सोपे झालेय, हे पाहून जेनिफरला आनंद वाटतो. तिला असे वाटते की, मी वयानुसार थोडा सौम्य झालोय, परंतु तिला वाटतेय तसे काही नाहीये. 'देवा, तिला असे तर वाटत नाही ना की मी अगदी गागा झालोय?' मी माझी औषधे आणि व्हिटॅमिन्स आता खुशीने घेतोय, कारण त्यामुळे मी माझे तारुण्य, माझी चेतना आणि आयुष्य वैद्यकीय दृष्टया जितके काळ शक्य आहे तेवढे वाढवीन.

''ए, मॉम जेवढे शक्य होईल तेवढे मी जिवंत राहण्याचा प्रयत्न करीन त्यामुळे औषधे आणि व्हिटॅमिन्स आण,'' मी तिला सांगतो, पण अर्थात तिला ते समजत नाही. मी जे काही म्हणतो, ते तिला कधीच समजत नाही! परंतु तिला हे माहीत असायला हवे की, या पॉमेरॅनियनकडे अजूनही अनेक गमती-जमती आहेत आणि तो 'मृत्यू अगदी जवळ आला तरी हार मानू नका,' या बोधवाक्याला अनुसरून जगतोय!

आम्ही पॉपला, त्या म्हाताऱ्या गोल्डन रिट्रायव्हरला कित्येक दिवस फिरायला गेल्यावरही भेटलो नाही. त्याचे काय झाले असेल, याचे मला आश्चर्य वाटत होते. ऊन, पाऊस किंवा वेदना असल्या तरी तो त्याच्या त्या संध्याकाळच्या फिरण्याचा आग्रह धरायचा. एक तऱ्हेने तो नसल्याने आणि त्याचे उत्साही चैतन्य नसल्याने मला चुकचुकल्यासारखे वाटत होते. त्या उत्साही चैतन्याने पुढे जाणे अशक्य होईपर्यंत त्याचा थकलेला देह पुढे ढकलण्याचा आग्रह धरला होता. शेतावर असलेल्या बिलच्या अत्यंत आवडत्या आणि जुन्या अशा त्या व्हिंटेज कारची तो आठवण करून द्यायचा. ती कार म्हातारी झाली होती आणि हळू चालत होती, तरी अगदी शेवटपर्यंत बिल ती तशीच वापरायचा. एक दिवस त्याने इंजीन सुरू केले, ते फुरफरले आणि तिथे थोडी घरघर करत पुन्हा न हलण्यासाठी बंद पडले.

एक आठवड्यानंतर आम्हाला पॉपची मॉम, युकी भेटली. तिने जेनिफरला अगदी भ्रमिष्ट झाल्यागत सांगितले की, त्याने वय आणि मृत्यूच्या विरुद्धची लढाई शेवटी सोडून दिली होती. अनेक इंद्रिये बंद पडल्यामुळे तो बेशुद्ध अवस्थेत गेला होता. हे सगळे घडले होते, ते निसर्गतः म्हातारपणामुळे. मी अगदी अस्वस्थ झालो, कारण पॉप हा एकच कुत्रा होता, ज्याच्याजवळ वास घेण्याच्या अंतरापर्यंत मी जायचो, तेही आक्रमक न होता! जरी तो एवढा म्हातारा होता, तरीसुद्धा त्याच्याबद्दल तो निष्प्राण आणि गप्प झालाय असा विचार करणे कठीण होते. त्याच्याकडे नेहमीच हालचाल करण्याची फार इच्छा असायची, मग ते कितीही कष्टप्रद का असेना!

दोन दिवस तो असा घोळत पडल्यावर आणि त्याच्या वेदनांचे दुःख बघणे सहन करणे अशक्य झाल्यावर हळूहळू येणाऱ्या वेदनामय आणि अपमानास्पद मृत्यूऐवजी तो शांतपणे आणि तेही सन्मानाने मरावा, यासाठी पॉपच्या कुटुंबाने त्याला प्राण्याच्या डॉक्टरकडे घेऊन जायचे ठरवले.

आम्हाला पॉपच्या त्या दुःखद अंत्यसंस्कारासाठी बोलावले गेले. त्याची राख प्राण्यांच्या हॉस्पिटलच्या लगत असलेल्या खोलीत, जिथे पाळीव प्राण्यांच्या राखेची भांडी ठेवली जातात तिथे ठेवली जाणार होती. मला तिथे बरोबर घेऊन जाण्यास जेनिफर जरा नाखूशच होती, कारण मी काय तऱ्हेचा गोंधळ घालण्याची शक्यता होती, हे तिला माहीत होते. परंतु पॉपच्या आई-वडिलांनी तसा आग्रह केला. काही झाले तरी निदान एक तरी कुत्रा हजर असल्याशिवाय ती कुत्र्याची प्रेतयात्रा कशी होऊ शकेल?

मला जाण्याची फार इच्छा होती. मी चांगला वागेन आणि पॉपसाठी आदर म्हणून काहीही उस्कटणार नाही, असे मी जेनिफरला वचन दिले. ज्याच्या बाजूने मी शांतपणे चालू शकायचो असा पॉप हा एकच कुत्रा होता, परंतु तरीही ती साशंक होती, कारण यापूर्वी प्रत्येक प्रसंगी मी केलेली नासाडी बघण्याची नामुश्की तिने अनेकदा सहन केली होती. मी विनवण्या केल्या, याचना केली; शेवटी तिने माघार घेतली, पण तेही रस्ताभर मी दिलेली वचने पाळण्याची आठवण करून देतच! मग मी कुत्र्याच्या पहिल्या आणि शेवटच्या अंतिमसंस्काराला हजर झालो. मी जरी जरा साशंक होतो, तरी मी अगदी उत्तेजित झालो होतो.

मला तो प्राण्यांचा डॉक्टर, आजार आणि मृत्यूचे वातावरण असलेले हॉस्पिटल आणि तेथील अ‍ॅन्टिसेप्टिकचा वास आवडत नाही, हे माझ्या मॉमला माहीत आहे. अर्थात ती मला उत्तेजित आणि घाबरवून सोडण्यातील धोकाही जाणते, त्यामुळे प्राण्यांच्या राखेचे भांडे ठेवण्याच्या बाजूला असलेल्या त्या छोट्या, शांत आणि थंड असलेल्या चर्चमध्ये आम्ही पॉपची राख येण्याची वाट पाहात थांबलो. तो प्रेतदहनाचा कार्यक्रम प्रत्यक्षपणे काचेच्या खिडकीतून न पाहण्याचे आम्ही ठरवले. माझ्यासारख्या उत्तेजन शोधणाऱ्यालाही अशा प्रकारचा प्रसंग पाहण्याच्या कल्पनेने बेचैनी आली!

तो एक छोटासा सुंदर समारंभ होता आणि मी तिथे एकटाच कुत्रा असल्यामुळे कुणाशी मारामारी किंवा भांडण करणे शक्यच नव्हते. आई-वडिलांची फारशी पर्वा न करणाऱ्या मुलांच्या माघारी पॉपने त्यांच्या आयुष्यात पुष्कळ प्रेम, हास्य आणि प्रकाश आणला होता. त्याच्याबद्दल सुंदर, झपाटून टाकणारी असे प्रशंसात्मक लेखन-वाचनाचे काम त्याच्या कुटुंबाने आळीपाळीने केले.

डोळ्यांत अश्रू आणून, युकी, पॉपची मॉम सांगू लागली की, पॉपने त्यांना प्रेम, आनंद आणि कित्येक वर्षांची साथसंगत आणि स्वास्थ्य दिले होते. ते त्यांना त्यांच्या मुलांकडून मिळाले नव्हते.

युकीचे बोलणे ऐकताना माझ्या मनात संमिश्र भावना उमटल्या. आमच्या मानवी आई-वडिलांच्या आयुष्यात, त्यांच्या मुलांच्या जाण्याने निर्माण झालेल्या पोकळीवर आम्ही कुत्रे इतका सुंदर परिणाम करतो, याचा एक प्रकारचा अभिमान मला वाटला. माणसांची मुलं ही इतकी स्वार्थी असतात की, त्यांच्या आई-वडिलांच्या बिनशर्त प्रेमाची आणि काळजीची ते जराही जाण ठेवत नाहीत, याचा मला रागही आला. त्यांना काय होते, ते मला कळत नाही. मी जेनिफर आणि तिच्या मैत्रिणींना दुःखाने बोलताना ऐकलंय की, त्यांच्या मुलांना फक्त घेता येते आणि त्या बदल्यात थोडेसेही परत करता येत नाही. मी अगदी तिथेच पॉपच्या प्रेतदहनाच्यावेळी मनाने ठरवले की, माझ्या मॉमला कधीही रडवायचे नाही किंवा तिला दुःखी करायचे नाही. माझ्याबद्दल खिन्न करायचे नाही आणि माझा शेवट होईपर्यंत तिच्यासाठी इथेच राहायचे.

तरीही युकीनी केलेली प्रशंसा झपाटून टाकणारी होती – कारण

त्यात बाळपणापासून ते झपाट्याने वाढ झालेला, 'अडनिड्या वयाचा' ते परिपक्व झालेला जबाबदार प्रौढ कुत्रा आणि शेवटी उतरणीला लागलेला, वयामुळे हळूहळू शक्तिपात झालेला कुत्रा, हे पृथ्वीवरचे कुत्र्याचे पंधरा वर्षांचे आयुष्य होते. हे अगदी अपुरे आणि छोटे आहे, असे दाखवले होते.

जेनिफर माझ्याकडे पाहात असल्याचे मी पाहिले आणि ती काय विचार करत आहे, हे मी जाणले. मी कसा का होईना; झपाट्याने वाढ झालेला तरुण-प्रौढ या टप्प्यावर थांबलोय आणि आम्ही दोघं आशा करतोय की, बराच काळ हा टप्पा राहील! आम्ही एकाच वेळी त्या एकाच गोष्टीची आशाळभूतपणे इच्छा करत होतो की, माझ्या म्हातारपणाची गती तिच्याएवढीच राहील आणि त्यामुळे आम्ही दोघे बरोबरच म्हातारे होऊ! परंतु तरीही सत्याला सामोरे जाण्याचे टाळणाऱ्या आणि अविचारी अशा मला हे अशक्य आहे, हे माहीत होते.

पॉप हा जणू साधूसंत होता; असे ते दाखवत होते, परंतु हे मला मान्य नव्हते! कुत्रा हा कुत्रा असतो आणि नक्कीच अशा काही वेळा असतील जेव्हा त्याने त्याच्या वडिलांचे आवडते शूज चावले असतील किंवा कारच्या चाव्या लपवल्या असतील किंवा आपल्या बहिणीचा डबा लांबवण्यासाठी तिची शाळेची बॅग विस्कटली असेल किंवा मॉमच्या किमती गालिच्यावर डाग पाडले असतील! कुत्रा म्हणून लायक होण्यासाठी प्रत्येक कुत्र्याने यांपैकी एखादी किंवा सर्व गोष्टी केलेल्या असणारच!

कुत्रा मेल्यावर त्याने केलेल्या मागच्या सर्व पापांना ताबडतोब क्षमा केली जाते आणि ती विसरली जातात आणि प्रत्येक जण त्याच्या जीवनातील चांगल्याच गोष्टींबद्दल बोलतात, हे मला विचित्र वाटले. माणसांच्या बाबतीतही असेच असावे असे मला वाटते, का तसे नसेल? अर्थात ते विचार गोल फिरून माझ्याकडे आले आणि मग मी मनाशी विचार करू लागलो की, मी मेल्यावर तेवढ्यापुरते तरी माझ्याविषयी लोक चांगल्या गोष्टी बोलतील की नाही? कारण प्रत्येकाला माहीत आहे की माझ्या 'पापांची'– खोड्यांची आणि वाईट कृत्यांची यादी ही इतकी लांबलचक आहे की, माझ्या स्वतःकडे माझ्याविषयी बोलायला गोड असे काही नाही! ठीक आहे, मला खातरी आहे की, माझे कुटुंब माझ्याविषयी चांगले बोलेल, कारण मी जेनिफरला हे म्हणताना ऐकलंय

की, मेलेल्यांविषयी नेहमी चांगले बोलावे.

पॉपची राख त्या स्मशानातून एका छोट्या रूपेरी भांड्यात आली – मला हे अविश्वसनीय वाटले, शेवटी त्याची ही एवढीच खूण उरली होती... एका भांड्यात छोटीशी राखेची रास! एक मोठा कुत्रा जो दोन नंबरच्या आकाराचे शूज वापरण्या एवढा होता, असे युकीने आधीच रडत सांगितले होते. तो आता शाश्वत कालासाठी एका छोट्या भांड्यात बंदिस्त झाला होता! मला माहीत आहे की, माझ्याही बाबतीत कधीतरी हे घडेल, त्यामुळे मला माझे आयुष्य अगदी पूर्णपणे जगायचंय.

ते अंत्यसंस्कार संपल्यावर मला बरे वाटले. जिवंत प्राण्यांच्या जगाकडे आम्ही परत फिरू शकलो. ही मरणाची गोष्ट फारच भयानक आणि मला निराश करणारी होती. स्वभावत: मी जीवनाकडे सकारात्मकपणे बघणारा कुत्रा आहे, ज्याला 'मृत्यू' ही फार दूरची शक्यता वाटते आणि 'वर्तमान' हे जास्त महत्त्वाचे वाटते.

त्यानंतर त्या दहनाची राख आणि मृत्यूनंतरची भाषणे यांपासून मी दूर गेलो आणि हाडामांसाच्या साक्षात जीवनाकडे परतलो म्हणून मला बरे वाटले.

वीस

एक दिवस घरात खरंच गडबड उडाली. नुकत्याच पोस्टाने आलेल्या एका पत्रकामुळे जेनिफर उत्तेजित झालेली होती. त्या गडबडीने उत्तेजित होऊन मी तिच्या गुडघ्यांवर चढलो आणि ते चकचकीत पत्रक तिच्याकडून ओढण्याचा प्रयत्न केला. त्यात काय होते हे जाणण्यासाठी मी थांबू शकलो नाही, कारण त्याच्या कव्हरवर असलेली कुत्र्याची चित्रं पाहून मला समजले की, यात माझा काहीतरी संबंध आहे! डॅनीने मागच्या प्रसाधनाच्या वेळी मूर्खासारखा मागे ठेवलेला माझ्या केसांचा झुबका तिने विस्कटला आणि ती हसली, "किती लुडबुड्या आहेस रे तू, एरिक! तुला सर्व माहिती व्हायला पाहिजे!"

"अर्थात, अर्थात!" मी धापा टाकत म्हणालो. "त्या पत्रकावर पुष्कळ कुत्रे आहेत, तेव्हा माझ्यासाठी तू काय बेत आखत्येस ते मला कळायला हवं!"

तिने मला खेळकरपणे चापट मारली आणि जॉन आणि तानियाला बोलावले आणि आम्ही सर्वांनी एकत्र ते पत्रक चाळले. "बघ," ती म्हणाली, "कुत्र्यांसाठी किती सेवा आहेत त्या, ताण कमी करणाऱ्या, मॉलिशपासून रोगनिवारक गरम पाण्याचे झरे – तेही पाण्याचे झोत सोडून अंगमर्दन करणाऱ्या फवाऱ्यांनी युक्त असे! 'डे-केअर सेंटर'पासून पाळीव प्राण्यांच्या पंचतारांकित हॉटेल्सपर्यंत वेब कॅम्सनी जोडलेल्या सोयी – अविश्वसनीय नाही का? जेव्हा मी लहान होते, तेव्हा कुत्री उरलेले अन्न खायची आणि जुन्या ब्लँकेट्सवर स्वयंपाकघरात झोपायची. त्यानंतर मात्र कुत्र्यांच्या बाबतीत बरीच प्रगती झाली!"

"खरंच! जग हे नक्कीच कुत्र्यांसाठी विचार करू लागलंय," जॉनने टिप्पणी केली.

आणि अचानक कुत्र्यांच्या मालकांमध्ये आणि कुत्री आवडणाऱ्या लोकांमध्ये एक नवीन लाट उसळली, ती म्हणजे 'ताणतणावाखाली असलेल्या' कुत्र्यांचे लाड करून त्यांना आरामदायी करण्याची सेवा! मला आश्चर्य वाटले ते याचे की, कुत्र्यांच्या मालकांना त्यांचे कुत्रे ताणतणावाखाली आहेत हे कसे कळते? खरं सांगायचे तर मला वाटते की, हा ताणतणाव ज्या नव्या त्रासदायक कल्पनांची अचानक पाळीव प्राण्यांच्या धंद्यात लाट पसरलीय, या सर्व कल्पनांशी जुळवून घेण्यामुळे येतो! जेनिफरला पण या कल्पनेने पछाडले होते! आणि हो मित्रांनो, सुरुवातीला मला जरी त्रास झाला, तरी त्यानंतर त्या रोगनिवारक चैनीत मी मस्त जगलो!

मी 'ताणतणावाखाली' आहे आणि मला त्या 'रोगनिवारक' गोष्टीची गरज आहे, हे तिच्या मित्रमैत्रिणींच्या एका गटाने तिला पटवून दिले. मला वाटते, शक्यता अशी होती की, ते ताणतणावाखाली होते आणि त्यांना काहीतरी सबब करमणुकीसाठी हवी होती, कारण त्यांची मुलं – त्यात तानियाचाही समावेश होता – वाढत होती आणि त्यांना आवरणे किंवा त्यांच्या जीवनाच्या मार्गात त्यांना सामील करणे यापुढे शक्य नव्हते. अशावेळी ज्यांना तक्रार करण्याचे आणि झगडण्याचे सामर्थ्य नव्हते आणि जे कधीही घराबाहेर जाणार नव्हते, अशा आमच्यावर – त्यांच्या आवडत्या पाळीव कुत्र्यांवर – लक्ष केंद्रित करण्याशिवाय त्यांना दुसरा कोणता चांगला मनोरंजनाचा मार्ग होता? मला खरं तर त्यांच्याबद्दल वाईट वाटते, कारण त्या सर्वांना त्या बदलणाऱ्या जीवनशैलीशी सामावून घ्यायला लागत होते आणि त्यांच्या 'हरवलेल्या' मुलांच्यामुळे निर्माण झालेल्या पोकळीत जगायला शिकावे लागत होते.

मला वाटते की, मी काही फार गोंधळ घातला नाही, कारण माझे मॉमवर प्रेम होते. मला 'कुत्र्यांच्या औषधी पाण्याच्या स्पा'मध्ये पाठवल्यामुळे ती सुखी होणार असली, तर मला तिला बरे वाटेल असे करू दे! त्याशिवाय, ती नेहमी माझ्यासाठी काय चांगले आहे, हे ठरवते आणि बऱ्याच कुत्र्यांप्रमाणे मला या योजनेत काही मत नसते, त्यामुळे शेवटी तिच्या मताप्रमाणे वागणे, हे जास्त सोपे असते. ठीक आहे, मला हे

कबूल करणे आवडत नाही. पण पाळीव प्राण्यांच्या जमातीत जी लहर वणव्यासारखी पेटली होती, त्या या लहरीबाबत मलाही औत्सुक्य वाटू लागले. कुत्र्यांच्या त्या चकचकीत लहान पुस्तिकेत फुलांनी आणि छोट्या मेणबत्त्यांनी वेढलेले कुत्रे बुडबुडे येणाऱ्या पाण्यात विसावलेले असल्याचे चित्र पाहून मला खूपच गंमत वाटली. देवा, ती सर्व माणसे काय विचार करत होती?

मग काही काळ या गोष्टींवर विचार केल्यावर, कुत्र्यांच्या बाबतीत अशी काळजी घेण्यास उत्सुक नसलेल्या जेनिफरने अखेर माझ्यासाठी एका 'कुत्र्यांच्या स्पा'ची वेळ ठरवली. ती जागा कुत्र्यांसाठी निवांत व आरामदायी असल्याचा त्यांचा दावा होता. 'शाही कुत्र्यांसाठी योग्य सेवा' आणि 'समाधान पावलेल्या कुत्र्यांचे दाखले' वगैरे दाव्यांतून कोणते एक निवडायचे, हे तसे कठीण होते. त्या जाहिरातीही अगदी हास्यास्पद होत्या आणि भडकही!

माझ्या मॉमला माहीत होते की, ती इथे धोका पत्करत आहे. कारण मी कुत्र्यांचे आश्रयस्थानही युद्धभूमीत बदलण्यासाठी काय करेन, हे ती काही सांगू शकत नव्हती, परंतु मागच्या सार्वजनिक संमेलनानंतर मी थोडा अधिक प्रौढ झालेला होतो आणि कुत्र्यांच्या संवेदना शांत करणारा तो प्रकार मी परिपक्वपणे हाताळेन, असे तिला वाटत होते. जॉन आणि तानिया मात्र जिथे जास्त धोका आहे, असा कार्यक्रम हाताळण्याबद्दल आणि माझ्या 'परिपक्व'ते बद्दल जास्त संशयी आणि सावध होते. त्यांनी सर्व तऱ्हेच्या अपघातांची यादीच केली होती – मसाज करणाऱ्यांना मी चावे घेणे शक्य होते, त्या आरोग्य केंद्रावर मी मोडतोड करीन अशा अनेक वस्तू तेथे होत्या असे त्यांना वाटत होते. जेनिफर मात्र माझ्यासारखीच उत्सुक झाली होती आणि तिने हे करायचे ठरवले.

पॉपच्या अंत्यसंस्काराच्या गंभीर अनुभवानंतर काही असो, मी एक 'चांगला मुलगा' या अवस्थेतून जात होतो. त्यामुळे निदान सुरुवातीला तरी जुळवून घेत मी तिला एका छान तऱ्हेने आश्चर्यचकित करण्याचा निश्चय केला, ही अवस्था टिकेपर्यंत! माझी 'चांगला मुलगा' ही अवस्था सहसा फार काळ टिकत नाही. त्यानंतर मी नेहमी अधिक करून 'वाईट मुलगा' म्हणून वागतो, आणि जेनिफरची अगदी फार पंचाईत करतो!

'तू मोठा तरी कधी होणार?' ती कुरकुरते. ती हे विसरते की, मी केवळ वयानेच वाढलोय असे नव्हे; तर हळूहळू कुत्र्यांच्या मध्यम वयाकडे जात चाललोय! ती स्वत:चे नेहमी समाधान करून घेते. कदाचित ही माझी जादू असेल की, मी कधी वयाने वाढलेला दिसत नाही आणि त्यामुळे नेहमीच तिचा लहान मुलगा म्हणून राहतो!

ती 'स्पा'ची जागा प्रवेशद्वारापासून अगदी राजेशाही होती. रंगीत काचा आणि थंड छाया देणारी झाडे, असे निवांत वातावरण होते. बदामाच्या आकाराच्या त्या सुंदर स्वागतकक्षात त्या स्वागतिकेने अगदी मोठ्या ताठ्याने आम्हाला सर्व स्पष्ट केले. मी येणारे हसू दाबले, कारण तिने हे अशा स्वरात सांगितले की, जणू काही त्यांचे सर्व गिऱ्हाईक कुत्रे हे खरोखर 'झेन' आणि 'झेन नसलेले' यातील फरक सांगू शकत होते.

कुत्र्यांच्या आरामासाठी सुरू केलेल्या त्या केंद्राचा थाट बघून माझी मॉम भारावून गेली होती. कुत्र्यांचा – ज्यांना नेहमी दुसऱ्या किंवा तिसऱ्या दर्जाचे नागरिक मानले जाते, अशा प्राण्यांसाठी तयार केलेल्या जागेतील श्रीमंती पाहून अगदी मीसुद्धा थक्क झालो होतो. परंतु हे मी त्या नीटनेटक्या, काहीशा तटस्थ स्वागत करणाऱ्या स्त्रीला दाखवणार नव्हतो.

'देवा काय मूर्खपणा!' मी मनाशी म्हणालो आणि जेनिफरच्या खांद्यावर पंजे मारले.

'ए मॉम, असे गावंढळासारखे बघू नकोस, आपल्याला आत्ता असे वागायला हवं, जणू काही 'पंचतारांकित स्पा'ला आपण नेहमीच येतो!'

मला शिष्टपणे वागायचे होते आणि अगदी अस्सल जातकुळीचा असल्याचे मला दाखवायचे होते. त्यामुळे मी माझे मस्तक ताठ करून त्या स्वागतिकेकडे रोखून बघितले. 'अरे देवा, ती एवढा शिष्टपणा तेव्हा कशासाठी करीत होती? आम्ही तिचे गिऱ्हाईक होतो आणि पैसे तर आम्हीच देणार होतो ना!' त्यामुळे ती थोडी नरम झाली आणि मला वाटते आमच्याकडे नव्या आदराने पाहू लागली. मी तिरक्या नजरेने मॉमकडे पाहिले आणि हळूच माझा डावा डोळा सावकाश मिचकावला. मी त्या शिष्ट बाईला तिची जागा दाखवली होती आणि त्याबद्दल स्वत:वरच खूश होतो.

तिच्या ओठांचे कोपरे ज्या तऱ्हेने ती दुमडत होती, ते पाहून माझ्या लक्षात आले की, जेनिफरलाही गंमत वाटली होती, परंतु तिने हळूच

शहारल्यासारखे दाखवले आणि माझा छोटासा विजय माझ्या डोक्यात तर गेला नसेल ना, म्हणून मी एखाद्या सभ्य गृहस्थासारखे वागण्याबद्दल दिलेल्या वचनांची तिने मला आठवण करून दिली.

जेनिफरने एक पत्रक भरले. त्यात माझा वैयक्तिक तपशील होता. मला होणाऱ्या ॲलर्जी आणि माझ्या आवडीनिवडीही! त्यानंतर मग दुसरा धक्का देण्यासाठी आम्हाला आत नेण्यात आले. गुळगुळीत असे दगडी चालण्याचे रस्ते, कृत्रिम धबधबे आणि जपानी दगडी दिवे आणि पाने असलेले – घरात लावण्याच्या झाडांनी आमचे स्वागत केले. ते बघून मला वाटले, मी या जगाचा निरोप घेऊन ते अस्ताव्यस्त जग सोडलंय आणि अशा एका जागेत गेलोय, तिथे शांतता आणि ते नक्कीच 'झेन' वातावरण होते, ज्याबद्दल त्या स्वागतकक्षातील गर्विष्ट स्वागतिकेने सांगितले होते! ती अगदी स्वर्गीय जागा होती!

जेनिफर ज्यांना सदैव भुंकण्यासाठी तयार असलेल्या माझ्या घशाच्या तारा म्हणते, त्या निदान एकदा तरी, गप्प झाल्या होत्या. एक छोटे रिबीन बांधलेले कुत्रे मुरडत माझ्या बाजूने गेले, त्याच्या शेपटीवर केसांचे निवडक झुपके होते आणि त्याचा चेहरा गुलाबी रंगवलेला होता, तेव्हा मी माझी खोचकपणे राग येईल, अशी टिकाटिप्पणी करण्याचे सोडून पार भारावून गेलो होतो! मी हळूच जेनिफरकडे पाहिले. ती फार आश्चर्यचकित झाली होती!

दुसरी एक 'शिह झु' तेथून गेली. तिच्या तोंडावरून केस मागे वळवलेले होते आणि कौशल्याने त्या बटांची रचना केली होती. त्या एका पिनेने एकत्र अडकवलेल्या होत्या. त्या पिनेवर रंगीत दगड आणि काचेचे तुकडे अक्षरश:ओघळत होते. त्या मूर्ख कुत्रीच्या डोक्यावर ते बोजड दिसत होते! मी त्या सर्व कुत्र्यांचा उल्लेख त्या 'बाया' आहेत असा करतो, त्याचे सोपे कारण म्हणजे कोणीही स्वाभिमानी कुत्रा अशा तऱ्हेने स्वत:ला सजवू देईल, ही कल्पनाच मी करू शकत नाही! ती माणसे मूर्ख होती की काय! या वेळी मीही आश्चर्यचकित झालो होतो आणि त्यामुळे मी गप्प झालो; ते जेनिफरच्या फायद्याचेच होते! 'कुत्र्यांच्या सर्व सेवा'साठीच्या या केंद्रातील कार्यक्रमासाठी आम्ही आधीच पैसे भरले होते आणि या सर्वांचा संपूर्ण उपयोग करायचा आमचा बेत होता.

जर का मी रोजनिशी ठेवू शकलो असतो किंवा कॉम्प्युटरवरील ब्लॉगवर जर प्रवेश मिळाला असता, तर मी 'एरिकचा स्पा मधील अविस्मरणीय दिवस' नक्कीच सगळ्यांसाठी लिहिला असता.

माझे सर्वांत लक्षणीय रूपांतर झाले, ते त्या जागेतील वातावरणामुळे! माझ्या नेहमीच्या तापट व्यवस्थेत एक तऱ्हेच्या शांततेच्या भावनांनी प्रवेश केला आणि त्याने हळूच माझ्यातील आक्रमकता आणि शत्रुत्व यांच्या छटा नाहीशा केल्या आणि जीवनात पहिल्यांदा मी इतर कुत्र्यांबरोबर त्यांना आव्हान देण्याचा किंवा चिडवण्याचा प्रयत्न न करता राहिलो!

काही असो, मी, 'एरिक नावाचा गुंड' गोंधळ करण्यासाठी राजी होत नव्हतो. तेथील वातावरणातील शांतता, पावित्र्य आणि तणावमुक्त करणारे वातावरण याचा नाश करू शकत नव्हतो!

जेनिफरलाही आश्चर्य वाटले, कारण मी कधीही दुसऱ्या कुत्र्याला माझ्याजवळून जाताना आव्हान दिल्याशिवाय राहात नव्हतो आणि त्यामुळेच आम्हा एकट्यांसाठी तिने एक खोली घेतली होती.

आमची सुरुवात मसाजने झाली. हा व्यायामप्रकार स्वर्गात तयार झाला असावा! फुलांचा आणि सुगंधित तेलांचा घमघमाट येणारी एक तरुण मुलगी हळूच खोलीत आली. तिने मला एका मऊ केसाळ पांढऱ्या टॉवेलवर ठेवले आणि आपल्या जादूमय बोटांनी माझ्या शरीरावर काम करण्यास सुरुवात केली, डोक्यावरून पाठीवर आणि तेथून शेपटीकडे.

ते ताठरलेले स्नायू सैल होताना जाणवलेच, पण मी जास्त धावल्यावर मधून-मधून ज्या वेदना हल्ली मला जाणवायच्या त्या जणू वितळत होत्या! या अशा हलक्या उद्योगात ज्यांना आनंद वाटतो, ते समलिंगी असणार असे मी कधीतरी काढलेले घृणास्पद उद्‌गार मी मागे घेतले. आणि ज्यांनी कुत्र्यांसाठी अशा 'स्पा' शोधून काढल्या त्यांना मी सलाम केला!

सामान्यपणे मी अंघोळ करताना नेहमीच गोंधळ करतो आणि आमच्या आठवड्याच्या त्या सत्राचा शेवट नेहमी जेनिफर आणि माझ्यातील टबमधील ओल्या कुस्तीत होतो. अगदी काहीही; धमक्या किंवा लाच दिली तरी माझ्या दहा मिनिटांच्या पाण्याखालच्या डुबकीला

मी शांतपणे तयार नसतो. त्यामुळे मी मॉमला नेहमीच भयानक पिडतो. मी अंघोळीच्या टबमधून धडपडत बाहेर पडताच तिच्या बिछान्यावर उडी मारतो आणि तिथे माझ्या शरीरावरील उरलेले सर्व पाणी झाडून काढतो आणि त्यानंतर मी माझे ओले अंग पूर्णपणे वाळावे यासाठी तिच्या सर्व चादरींवर आणि उशांवर घासू लागतो. माझ्या इच्छेविरुद्ध मला अंघोळ करायला लावल्याबद्दल जेनिफरला शिक्षा करण्याची ही माझी पद्धत आहे. यामुळे ती भयंकर संतापते पण ती काहीच करू शकत नाही, कारण मी नेहमीच तिच्याहून जास्त चपळ ठरतो!

परंतु इथे जणू या कुत्र्यांच्या स्वर्गात, हे बुडबुडे येणारे पाणी आणि त्यात भोवती तरंगत असलेल्या फुलांच्या सुगंधित पाकळ्या... त्यामुळे कोणाही कुत्र्याला त्यात उडी मारावीशी वाटते आणि मी तेच केले. माझी ही पहिली मोठी अंघोळीची जागा जिथे बुडबुडे येणारे औषधी पाणी हळुवारपणे शरीराचे मालीश करत होते, ते चेपत होते. त्या उबदार सुगंधी पाण्यात डुंबण्याच्या प्रत्येक क्षणाचा मी आनंद घेतला! अर्थात माझ्या आजूबाजूला तरंगणारी ती फुले फाडून त्यांचे तुकडे करण्याविषयी आणि नंतर महाराणी असल्यागत वावरणाऱ्या त्या शिष्ट 'शिह झु'ला खाली पाडण्यासाठी मी पंजा पुढे करण्यापासून स्वतःला आवरू शकलो नाही. कुत्र्यांच्या स्पामधील माझ्या दिवसातील तो तेवढा एकच अपघात होता. माझा नेहमीचा पूर्वेतिहास लक्षात घेता, ही फार चांगली गोष्ट होती.

मी त्या संध्याकाळी घरी आलो ते जणू नवा कुत्रा बनून! ती माझ्या मनाचा मूळचा कल दडपून आणि बरोबर तीन दिवस आदर्श कुत्रा बनून! मी माझ्या अनुभवांची गुणग्राहकता जेनिफरला दाखवली. जर मी असा छान वागणार असेल, तर दर तीन दिवसांनी मला त्या कुत्र्यांच्या स्पामध्ये पाठवणे परवडू शकेल, अशी माझ्या मॉमची अधिकृत भूमिका होती, पण मनात आतून मी जाणत होतो की, तिला तिचा 'गुंड एरिक' परत मिळाला, तर आनंद वाटेल. जरी मी पुष्कळ 'नुकसान' करत असलो, तरी तानियाच्या मताप्रमाणे मी चांगल्या मुलापेक्षा वाईट मुलगा म्हणून जास्त मनोरंजक होतो, हे नक्कीच.

जेनिफरला माहीत होते की, मी त्या दिवशी खरोखरच मजा केली होती आणि काही माझ्या वाढदिवसासारख्या खास प्रसंगी कुत्र्यांच्या

स्पामध्ये मला पाठवण्याचे तिने वचन दिले, फक्त श्रीमंत विधवा आणि पॅरीस हिल्टनसारख्या व्यक्तींचे वारसदारच त्यांची कुत्री तिथे वारंवार पाठवू शकतात, परंतु तुम्हाला हे माहीत आहे की जेनिफर आणि माझ्या उर्वरित कुटुंबाचा त्या कुत्र्यांच्या स्पासाठी त्या श्रीमंत विधवा किंवा वारसदार यांच्याशी मी सौदा करणार नाही!

मला आवडणारी दुसरी गोष्ट म्हणजे ख्रिसमसचा काळ. ख्रिसमसच्या खरेदीची घाईगर्दी, त्या भेटवस्तू आणि ख्रिसमसच्या रात्रीच्या जेवणासाठी ख्रिसमस टर्की बनवण्यासाठी मॉमचे अनंत पुस्तके चाळणे, हे सगळे मोठे मजेचे असते. मी ख्रिसमसच्या खरेदीच्या धमालीत जेनिफरबरोबर जाऊ शकत नाही, कारण ते मॉल कुत्र्यांना आत यायला परवानगी देत नाहीत, तरीसुद्धा तिला आणि बाकीच्या कुटुंबीयांना थैल्याच्या थैल्या भरून 'ख्रिसमसचा आनंद' घेऊन परत येताना पाहणे, हे अजूनही उत्साहवर्धक आहे.

अर्थात भेटवस्तू आकर्षक कागदात गुंडाळण्याच्या कार्यक्रमात माझा सहभाग असावा, असे मला नेहमी वाटते. सेलोफिन टेप, कात्री आणि टाकून दिलेले गुंडाळायचे कागद पळवून ख्रिसमसचा 'उत्साह' वाढवण्याशिवाय अधिक काही मी करू शकत नाही! माझ्यासाठीही भेटवस्तू असतेच आणि मी 'मागोवा' घेण्याचे सर्वोत्तम कसब सर्व घरभर वापरले तरी ख्रिसमसच्या आदल्या रात्रीपर्यंत मला ती सापडत नाही. या वर्षी मी कारमध्येही शोधणार आहे, कारण आता माझी खातरी झालेली आहे की, जर ती घरात कुठेही नसेल, तर मग जेनिफर ती कारमध्ये लपवत असणार!

जेनिफर दरवर्षी शपथेवर एक गोष्ट सांगते आणि ती म्हणजे या वर्षी गोष्टी वेगळ्या असतील, नेहमीच्या टर्की आणि सर्व सामान्य ख्रिसमस उत्सव यापेक्षा काहीतरी वेगळे करण्याची योजना ती आखते आहे, असे ऐकणे ही मोठी गंमत असते आणि तुम्हाला हे माहीत आहे? प्रत्यक्षात हे कधीच घडत नाही, त्यामुळे मला फार बरे वाटते, कारण मला टर्की खूप आवडते. काही आठवडे ख्रिसमस खाद्यपदार्थ विकणाऱ्या दुकानात भटकल्यावर आणि नंतर अनेक चकचकीत पुस्तिकांची चवड पाहिल्यावर जेनिफर न चुकता ख्रिसमसच्या आदल्या दिवशीच्या दुपारी सात किलोची भली मोठी टर्की लोंबकळत घेऊन येते!

मला हे कळत नाही की माझी मॉम अशी 'असामान्य' जेवणाची वचने उगाचच का देते? परंतु हे प्रत्येक वर्षी, नियमित चालणाऱ्या घड्याळाप्रमाणे न चुकता घडते!

कुटुंबातील तीन लोक आणि एक सात किलो वजनाचा कुत्रा अशा कुटुंबासाठी सात किलो टर्कीची गरज काय, याचा खुलासा मजेने केला जातो – तो असा की, ख्रिसमसचा काळ हा अतिरेकांसाठीच असतो आणि जरी त्या मोठ्या टर्कीचा अर्धा भाग फ्रिझरमध्ये उरलेल्या सबंध वर्षभर राहात असला, तरी जेनिफर याहून कमी टर्की घ्यायला तयार नसते!

ख्रिसमस ट्री ठेवण्याचा कार्यक्रम मोठा धमालीचा असतो आणि मी तर त्यात खूप गोंधळ घालतो. सजावटीची खेळणी आणि ते चमकणारे बर्फासारखे पांढरे देवदूत पळवणे आणि लपवणे आणि जेनिफरची पाठ वळताच दरवाज्यावर लावण्याच्या पताका घेऊन पळणे हा माझा आवडता उद्योग!

पण एक कायदा तोडण्याची मात्र माझीही हिंमत होत नाही. ते झाड उभे करत असतात तोपर्यंत त्या झाडाभोवती गमती करणे हे चालू शकते, तेही मला पाहिजे तेवढे आणि जोपर्यंत मी जेनिफरचे बोलणे सहन करू शकतो तोपर्यंतच! परंतु ज्या मिनिटाला ते झाड उभे राहते आणि सर्व सजावट पूर्ण होते, तेव्हा मग त्यातील कशालाही, मृत्युदंड घ्यायची माझी तयारी असली तरच, मी स्पर्श करू शकतो यात काही अंशी तथ्यही असावे, कारण ते या झाडावर विजेचे निरनिराळ्या रंगांचे दिवे लावतात आणि जेनिफर मला नेहमी ताकीद देते की, मी जर झाडाजवळ गेलो, तर मला विजेच्या धक्क्याने मरण येऊ शकेल.

हे खरं होते की, ते झाड माझ्यापासून सुरक्षित ठेवण्यासाठी तिची ही मला घाबरवण्याची युक्ती होती; हे मला नक्की ठाऊक नाही, परंतु मी असे काही धाडस करणार नव्हतो! विजेचा धक्का लागून मरण पावणे, ही काही माझी कुत्र्यांसाठीच्या ख्रिसमस 'आनंदा'ची कल्पना नक्कीच नव्हती.

फक्त एक ख्रिसमसचा त्याला अपवाद ठरला. चकचकीत पट्ट्यांच्या कागदात गुंडाळलेल्या आणि उसाच्या आकाराच्या कँडीचा सबंध बॉक्स त्यावर्षी जेनिफरला मिळाला. ख्रिसमसच्या उत्सवाची वाट पाहात असल्यामुळे

कुणालाही ती मिठाई आधी खायची नव्हती. तानियाने ती झाडावर टांगण्याबाबत सुचवले आणि विजेच्या दिव्यांच्या उष्णतेने त्या कँडीच्या काड्या विरघळायला नकोत म्हणून त्या वर्षी जेनिफरने झाडांवर दिवे लावले नाहीत.

मला मिठाई आवडते; त्यामुळे पुढे काय घडले असेल, हे तुम्ही ओळखले असेलच! मिठाईचा एक तुकडा मला झाडावरून खुणवत होता, त्या मोठ्या तुकड्यापर्यंत मी पोहोचू शकत होतो आणि विजेचा धक्का लागून मरणाची धास्ती उरली नसल्यामुळे मनाला पडलेला मोह हा इतका मोठा होता की, मी स्वत:ला फक्त एक दिवस आवरू शकलो.

त्या झाडावरून लोंबकळणाऱ्या अनेक कँडींचा मधुर वास हा दुसऱ्या दिवशी न आवरता येण्यासारखा झाला. मला काही कळायच्या आधीच मी उठलो आणि त्यातील काही कांड्या खाली ओढल्या. माझ्या त्या ओढण्याच्या ताणामुळे जेनिफरने पसंत केलेले ते छोटे कृत्रिम झाड त्याच्या सजावटीसकट खाली आले आणि ती ख्रिसमसची कलाबतू, कृत्रिम खेळणी आणि कँडीच्या कांड्या खाली घरंगळत येऊन इकडेतिकडे सर्व दिशांना पसरल्या. मी घाबरून पाहात राहिलो.

जेव्हा जेनिफर परत आली, तेव्हा माझ्या या पराक्रमाची चांगलीच परतफेड झाली. तिने मला थप्पड मारली नाही, तरी तिची माझ्यावर रागवण्याची जी खास पद्धत होती, त्यामुळे मला अगदी आकसून लहान झाल्यासारखे आणि ज्याच्यात शेंगदाण्या एवढा मेंदू आहे, असा छोट्यात छोटा पॉमेरॅनियनचा गोळा झाल्यागत वाटावे!

तिच्या त्या मेंदू खाजवणाऱ्या तीस मिनिटांच्या त्या शाब्दिक भडिमारापुढे मी शांत बसून राहिलो. तत्पूर्वी तिने मला खुर्चीवर एखाद्या रखवालदारासारखे ठेवले आणि ते झाड पुन्हा व्यवस्थित उभे करण्याचे सोपस्कार जराही आवाज न करता किंवा हालचालही न करता मला बघायला लावले.

मग त्या सबंध ख्रिसमसभर मी त्या झाडाजवळ जाण्याची हिंमत केली नाही, कारण माझा माझ्यावरचा विश्वास उडाला होता. मला शिक्षा म्हणून आत्मसंयमनाचा धडा शिकवण्यासाठी जेनिफरने सर्व कँडीच्या कांड्या पुन्हा लोंबत ठेवल्या.

यामुळे हे सांगायलाच नको की, तो माझा सर्वोत्तम ख्रिसमस

नक्कीच नव्हता, परंतु हेही नक्की की, माझ्या मॉमला माझ्याशी अशा क्षुद्रपणे वागण्याचे वाईट वाटले होते. कारण त्या वर्षी मला ख्रिसमसची सर्वोत्तम भेटवस्तू मिळाली, ती म्हणजे; खेळायला आणि तुकडे करून फाडायला खेळणी, फराळ आणि एक कुत्रा ज्या गोष्टींची इच्छा करील, ती प्रत्येक गोष्ट!

त्या शिवाय मला दोनदा टर्की वाढली गेली आणि ओंडक्याच्या आकाराच्या ख्रिसमस केकचा मोठा तुकडाही मिळाला, त्याशिवाय एक पट्टेरी कँडीची काडी माझ्या ताटलीची शोभा वाढवत होती! आश्चर्याने तुमचा श्वास रोखला गेलाय ना? जेनिफरने मला शॅम्पेनचे काही घोटही दिले, त्यामुळे मला विलक्षण खदखदायला होत होते आणि मेंदू हलका झाल्यासारखे वाटत होते!

मी तिला क्षमा केली. ...आणि अर्थात त्या वर्षी ख्रिसमस खूप आनंदात आणि उत्साहात संपला!

आणि ख्रिसमसच्या संध्याकाळच्या शॅम्पेनचा परिणाम टेबलाभोवतीच्या जेवणातील संभाषणावर जाणवत होता. त्या दिवशी जेनिफरने कुत्र्यांच्या नको त्या वेळी नको ते उद्योग करण्याच्या सवयीवर टीका केली म्हणजे ऐन ख्रिसमसच्या वेळी ख्रिसमस ट्री खाली पाडणे, त्याबद्दल मम्मीला दुःख करायला लावणे आणि त्यानंतर कुत्र्याला शिक्षा दिल्याबद्दल पुन्हा अपराधी वाटायला लावणे.

मी त्या रात्री पलंगावर दारू प्यायलेल्या कुत्र्यासारखा पडलो, कारण मी माझ्या 'अपराधी वाटणाऱ्या' मॉमला तिने देऊ केलेली शॅम्पेनची भेट ही तिने ठरवलेल्या घोटांपेक्षा जास्त देण्यासाठी तिचे मन वळवले होते.

नेहमी आमच्या कुटुंबात शेवटी कुत्र्याचाच विजय होतो!

एकवीस

त्या कुटुंबातील पहिल्या एरिकचे फोटो मला एवढ्यातच सापडले आणि ज्याच्यासाठी मला निवडले होते आणि ज्याची आठवण जिवंत ठेवण्यासाठी त्याचे नाव मला दिले होते. मी त्या प्राण्याविषयी जरा जास्तच विचार करू लागलो.

जेनिफर त्याचे फोटो दोन अल्बम्समध्ये बाजूच्या कपाटात ठेवते. एका कंटाळवाण्या दुपारी मी त्यातील एक अल्बम बाहेर ओढून त्याची पाने माझ्या दातांनी उलटवू शकलो. छान काम! मला स्वत:विषयी खूप अभिमान वाटला!

माझी मॉम एरिक-एकबद्दलची कथा सांगताना कधी कंटाळत नाही. त्या कुटुंबाने त्यापूर्वी कधी कुत्रा ठेवलेला नव्हता, त्यामुळे जेव्हा एका जवळच्या मित्राने एक दुर्लक्षित पॉमेरॅनियन दत्तक घेण्याविषयी त्यांची विनवणी केली, तेव्हा ते जरा नाखूशच होते. एखाद्या पाळीव प्राण्याची काळजी घेण्याची जबाबदारी घेतल्यामुळे मनात येईल तेव्हा केल्या जाणाऱ्या त्यांच्या प्रवासात अडथळा येणार होता, परंतु त्या पॉमेरॅनियनला अगदी तात्पुरत्या का होईना; आश्रयाची अत्यंत जरुरी होती. त्यामुळे त्यासाठी 'दुसरे घर शोधेपर्यंत तरी जेनिफर त्याला काही दिवसांसाठी घेऊ शकेल का' अशी विनवणी तिच्या मित्राने केली. तो स्वत: त्या पॉमेरॅनियनला घेऊ शकत नव्हता, कारण त्याच्याकडे असलेल्या स्पिझ कुत्र्यांच्या जोडीने याला त्यासाठी कधीच परवानगी दिली नसती.

शेवटी जेनिफर कबूल झाली आणि एका संध्याकाळी अगदी सामान्य अशा जुन्या करड्या रंगाच्या पुठ्ठ्याच्या खोक्यातून एरिक घरी

आला. वय वाढलेल्या कुत्र्याच्या मानाने तो अगदीच छोटा होता, अगदी पुस्तकाएवढा. जेव्हा त्या कुटुंबाने उत्तेजित होऊन त्या खोक्यात पाहिले, तेव्हा तो घाबरून जोरजोरात थरथरू लागला. प्रत्येक गोष्टीला, अगदी तिच्या आवाजालाही घाबरणाऱ्या त्या भित्र्या छोट्या कुत्र्याची जेनिफरला दया आली.

सर्व तऱ्हेचे मोठे आवाज – विशेषत: विजेचा गडगडाट आणि वीज चमकणे – त्याला घाबरवून सोडत असे आणि कोणत्याही तऱ्हेच्या बळाचा संकेत मिळताच तो जेनिफरकडे धावत जाऊन तिच्या हातात बसायचा. तो ज्याअर्थी जोर जबरदस्ती आणि जोराच्या आवाजाने पार घाबरून जायचा त्याअर्थी निदान काही वेळा तरी त्याच्या पूर्वीच्या मालकाने त्याला बहुतेक जोराने ठोकून काढले असावे, त्याला खूप चोप दिला असावा, असा अंदाज त्यांनी बांधला.

माझ्या कुटुंबाने माझ्या आधीच्या कुत्र्यापेक्षा मी किती वेगळा आहे, हे सांगणे कधीच थांबवले नाही. मला विजेच्या गडगडाटाची आणि मोठ्या आवाजांची भीती वाटत नाही, उलट त्याऐवजी मी उत्तेजित होतो! वर्षातून एकदा आमच्या शेजारच्या रस्त्यावर उत्सव असतो आणि दारूचे काम आणि फटाके सकाळ उजाडेपर्यंत उडवले जातात आणि माझ्या कुटुंबाला आश्चर्य याचे वाटते की, त्या कडकडाटाच्या तीव्र आवाजाने आणि उडणाऱ्या ठिणग्यांनी दबून न जाता मी उत्तेजित होतो, मला त्याबद्दल कुतूहल वाटते आणि मग जेनिफर किंवा कुटुंबातील कोणीतरी ते मनाला भुरळ पाडणारे दारूकाम बघण्यासाठी मला रस्त्यावर आणि मधल्या चौकात न्यावे म्हणून मी सतावतो. जितक्या मोठ्याने फटाके वाजतात, जेवढ्या उंचीवर ठिणग्या जातात तेवढा मी जास्त उत्तेजित होतो!

जेनिफर फक्त आपली मान हलवते. जेव्हा इतर मोठे आणि मजबूत कुत्रे रडत घरात लपून बसतात तेव्हा माझ्यासारखा सात किलो वजनाचा आणि दोन फूट लांब असलेला कुत्रा असा उत्तेजना शोधणारा कसा काय होऊ शकतो, याचे आश्चर्य करत जेनिफर फक्त मान हलवत राहते!

माझ्यात आणि त्या एरिक-एकमध्ये फक्त एकाच गोष्टीचे साम्य आहे आणि ते म्हणजे आमची पॉमेरॅनियन वंशावळ. काही असो,

एरिक-एक हा फार छान कुत्रा होता, खूश करण्यास उत्सुक आणि इतका आज्ञाधारक की, जणूकाही तो सेवा करण्यासाठीच जगत होता. त्याला इतके प्रेम कधीच मिळाले नव्हते आणि त्याची काळजी कुणी घेतली नव्हती. जेनिफरने ज्या प्रकारचे निर्व्याज प्रेम केले आणि काळजी घेतली की, तो मरेपर्यंत फक्त तिच्यासाठीच जगत होता. ती दूर गेली की, तो तिच्यासाठी हाय खायचा आणि ती आजूबाजूला असली की, त्याचे डोळे तिचा जिकडे-तिकडे मागोवा घ्यायचे.

आठवड्याच्या शेवटी त्या मित्राने जेनिफरला एरिकसाठी घर सापडल्याचे सांगितले, परंतु या वेळेपर्यंत त्या कुटुंबाला त्याचा इतका लळा लागला होता की, त्याला सोडायची कल्पनाही ते सहन करू शकत नव्हते. त्यांनी त्याला ठेवून घेण्यासाठी सर्व तऱ्हेच्या सबबी सांगितल्या – त्याला पुष्कळ प्रेम आणि काळजीची गरज होती – वैद्यकीय आणि भावनिक – आणि त्याच्या नव्या मालकाकडे हे देण्याएवढी सहनशीलता नसेल, असे त्यांना वाटत होते. त्याशिवाय आता कुठे त्याला स्वत:बद्दल जरा आत्मविश्वास येऊ लागला होता, आणि जर आता या घडीला त्याच्या आसपासचे वातावरण बदलले, तर पुन्हा तो पूर्वपदावर जाऊन त्याच दडपणाखाली जाण्याची शक्यता होती.

त्यामुळे आठवड्याच्या निवासासाठी तात्पुरता त्या कुटुंबात आलेला एरिक-एक मरेपर्यंत दहा वर्षे तिथे राहिला, परंतु आधीच्या दुर्लक्षित आयुष्यामुळे त्याचा बळी घेतला गेला होता. त्याचे हृदय, दात आणि आतली इंद्रियें ही टिकऽऽ टिकऽऽ करणाऱ्या टाइम बॉम्बसारखी होती. आयुष्यभर एरिक-एकला पाच वेगळ्या तऱ्हेची औषधे घ्यावी लागली होती आणि तरीही त्याला ठरावीक मुदतीने हृदय आणि श्वासोच्छ्वासाचा त्रास उद्‌भवायचा. जॉन आणि जेनिफरला रात्रीच्या वेळी कधीही त्याला पशूंच्या हॉस्पिटलमध्ये (व्हेटरिनरी) घेऊन जावे लागायचे.

मी त्या अल्बमवर हल्ला करण्याआधी माझ्या मॉमने मला एरिक-एकचे फोटो दाखवले होते. त्याच्याकडे माझ्यासारखी तीच पॉमेरॅनियनची लक्षणे होती, परंतु ते साम्य तिथेच संपले होते. मी अगदी बैलासारखा मजबूत आहे, माझा तोंडावळा जेनिफर म्हणते, तसा बहिरी ससाण्यासारखा आहे. पैसे देऊन विकत घेता येणाऱ्या पौष्टिक अन्नामुळे माझा बांधा आणि केसाळ कातडी ही सशक्त आहे. एरिक-एकचा तोंडवळा गोड पण निस्तेज

होता आणि शरीर अगदी दुर्बळ. जेनिफरकडे येण्यापूर्वीच्या आयुष्यात मिळालेल्या निकृष्ट अन्नामुळे त्याचे मागचे पाय दुर्बळ झाले होते आणि त्याचे दातही खराब होते आणि त्याला सुदृढ करण्यासाठी कितीही व्हिटॅमिन्स दिली तरी त्याची कातडी सुधारत नव्हती. त्याची शेपूटही माझ्यासारखी पॉमेरॅनियनच्या ठरावीक झुबकेदार गोंड्यासारखी छान वळत नव्हती. एखाद्या गाठी आलेल्या फांदीसारखे त्यावर मधूनमधून कोरडे किडकिडीत असे केस येऊन ती तुकड्या-तुकड्यांची झाली होती. जेनिफर म्हणाली की, व्यवस्थित रक्ताभिसरण होत नसल्यामुळे हे असे झाले होते आणि पुरेसे रक्त तिथे पोहोचत नसल्यामुळे शेपूट सुकत चालली होती.

आम्ही स्वभाव आणि व्यक्तिमत्त्व यामध्ये अगदी दोन टोकांवर होतो. एरिक-एक हा बुजरा, घाबरट आणि स्वत:विषयी आत्मविश्वास नसलेला होता; त्याचा जेनिफरवर आणि इतर कुटुंबीयांवर पूर्णपणे आणि दृढ विश्वास होता, तरी त्याच्या आधीच्या मालकाने त्याच्यावर केलेल्या खोल जखमा या खरोखरच कधी पुसल्या जाऊ शकत नव्हत्या, त्यामुळे तो सहजपणे कोसळायचा.

खरं तर, तानियाने मला सांगितले की, तुम्ही निव्वळ 'बू' असे म्हटले की, तो कापायला लागायचा.

माझेच नाव असलेल्या या प्राण्याच्या गोष्टींबद्दल मला अगदी कुतूहल वाटले होते. जेनिफरने त्याच्या तब्येतीचे चढउतार खूप सहन केले, मात्र एका टप्प्यानंतर ती ते आणखी सहन करू शकत नव्हती. सदैव वेदनांनी तळमळत असलेल्या त्याला पाहून आपल्यासाठी त्याला कोणत्याही परिस्थितीत जिवंत ठेवण्यात आपण किती स्वार्थीपणा करतोय, हे तिच्या लक्षात आले. त्याला भयानक वेदना होतायत आणि त्या औषधांमुळे बऱ्या किंवा कमी होऊ शकत नव्हत्या; त्यातून मुक्त करण्यासाठी त्याला मरण द्यावे असे – ज्यांना दाखवले होते – त्या प्राण्यांच्या प्रत्येक डॉक्टरने तिला सांगितले होते. या वेदना दिवसागणिक वाढतच जाणार होत्या.

मला वेदना आणि त्रास सहन होत नाही, परंतु एरिक-एक हा वेगळा होता, त्याच्याकडे खूपच सहनशीलता होती आणि अगदी भयंकर वेदना होत असतानाही तो शांत राहू शकायचा. मी मात्र असे झाले असते, तर ओरडून घर डोक्यावर घेतले असते.

माझ्या लक्षात आले की, त्याच्याकडे अगदी जोरदार अशी इच्छाशक्ती

होती आणि त्यामुळेच त्याच्या वाईट शारीरिक अवस्थेवर तो मात करू शकत होता. एरिक-एक विमानाने जपानला कसा गेला; त्या वेळची गोष्ट जेनिफरने मला सांगितली. तिथे पाच वर्षांसाठी त्यांची नेमणूक झाली होती आणि त्या काळात शेवटी जरी अगदी त्याचे हृदय खराब होते आणि मागचे पाय आणि पाठ यामुळे तो जरी जवळजवळ अपंग झाला होता, तरी त्याच्या आवडत्या कुटुंबाबरोबर आणखी दोन वर्षे राहण्यासाठी तो सहा तासांचा परतीचा प्रवास आणि एक महिन्याची एकटे राहण्याची शिक्षाही सोसली. परतीच्या विमान प्रवासात तो जिवंत राहील, अशी कोणी अपेक्षा केली नव्हती किंवा एक महिन्याचा एकांतवास त्याला झेपेल, असेही वाटले नव्हते. अगदी तेथील अधिकाऱ्यांनाही! तो जपानहून परत येताच त्या मिनिटाला त्याला मारून टाकावे, असे त्यांनी जेनिफरला सांगितले होते.

परंतु कुटुंबासाठी जगण्याच्या प्रबळ इच्छेमुळे त्याने सर्वांवर मात केली आणि एरिक-एक हा एकांतवासातूनच अपेक्षेपेक्षा फार चांगल्या तऱ्हेने बाहेर पडला, इतकेच नव्हे तर आणखी दोन वर्षे जगला!

परंतु २५ फेब्रुवारी, १९९८रोजी सगळ्यांना जाणवले की, त्याचा अंतकाळ जवळ आला होता आणि तो आणखी जगू शकत नव्हता; जेनिफरच्याही हे लक्षात आले आणि तिने ती लढाई सोडून दिली. ज्या दिवशी ती त्याला पाळीव प्राण्यांच्या डॉक्टरकडे घेऊन जाणार होती. त्या दिवशी जेनिफरने एरिक-एकला हळुवारपणे अंघोळ घातली. फळांमध्ये त्याला सर्वांत आवडणारी पपई; जेवढी पाहिजे तेवढी दिली आणि त्याला टॉयलेटमध्ये आणले. माझ्यासारखेच तिला त्याला उचलावे लागायचे, पण ती त्याची गरज होती, कारण त्यावेळेपर्यंत तो चालू शकत नव्हता.

जेनिफरने त्याला पाळीव प्राण्यांच्या डॉक्टरकडे दिले. तिच्या डोळ्यांतून अश्रू ओघळत होते. ज्याच्यावर तिचे फार प्रेम होते, अशा प्राण्याचा जीव घ्यायला त्या डॉक्टरला सांगणे, ही तिच्यासाठी फार भयानक गोष्ट होती. त्याने शेवटचे तिच्याकडे पाहिले ते ती त्याच्यासाठी योग्य ती गोष्ट करत होती, या एक विश्वासाने. हा एक हृदय पिळवटणारा आणि पछाडणारा क्षण होता, जो विस्मरणात जाणे कधीच शक्य नव्हते.

"पन्नास वर्षांनंतर भेटू या,'' जेनिफर कुजबुजली – ती 'कृती'

आणि त्यानंतरचे दहन बघण्याची हिंमत नसल्यामुळे – जे काही सोपस्कार आणि खर्च होता, तो देण्यासाठी जॉनला तिथे ठेवून ती त्या दवाखान्यातून झटकन बाहेर पडली.

त्या कुटुंबाने मग पुन्हा कोणताही पाळीव प्राणी न ठेवण्याची शपथच घेतली, कारण तो म्हातारा होणे आणि त्याचा मृत्यू बघणे, हे दुःख फारच मोठे होते, परंतु एरिक-एक गेल्यावर काही दिवसांतच त्याच्यामुळे निर्माण झालेली पोकळी आणि पाळीव प्राणी नसल्यामुळे त्या घरात निर्माण झालेले उदास वातावरण हे फारच भयानक होते. त्या आठवड्याच्या शेवटी प्रत्येकाने पराभवाची कबुली दिली आणि एरिकसारख्या दिसणाऱ्याकडून ती पोकळी भरून काढण्यासाठी ते पाळीव प्राण्यांची दुकाने धुंडाळू लागले आणि मग मी त्यांना सापडलो.

एरिक-एकची गोष्ट ऐकल्यावर मी अगदी वाया गेलेला आणि घमेंडखोर आहे असे मला वाटले आणि मी अधिक चांगला कुत्रा होण्याचा निश्चय केला, परंतु माझ्या मागच्या निश्चयांप्रमाणेच हा निश्चय अठ्ठेचाळीस तासांपलीकडे टिकला नाही! मी अगदी गरीब स्वभावाचा आणि एरिक-एकसारखा सहनशील असेन अशी तिची अपेक्षा होती, हे जेनिफरने कबूल केले. मी असा मोठ्याने भुंकणारा, आक्रमक, वाईट स्वभावाचा आणि कोणतेही कायदे न मानणारा, दुसऱ्याचे न ऐकणारा आणि मनमानी करणारा असा निघालो म्हणून तिला चांगलाच धक्का बसला, परंतु तिला जर कुत्र्यांची भाषा समजत असती, तर मी किती तोंडाळ होऊ शकेन, हे पाहून तिला आणखीन धक्का बसला असता.

पॉमेरॅनियन्स हे खरोखरच असे असतात, असे तिला सांगितले गेले. एरिक-एक हा अतिशय सौम्य स्वभावाचा आणि त्याच्या जातीवर न गेलेला होता. त्याचे कारण म्हणजे बहुधा त्याच्या पूर्वीच्या आयुष्यातील वाईट वागणूक आणि दुर्लक्ष यामुळे त्याच्या सर्व हिमतीचा पार चेंदामेंदा झाला होता, परंतु माझ्यासारखा एखादा चैतन्यमय आणि उत्साही कुत्रा किती मजेशीर असतो त्याबद्दल मी त्यांची शेवटी खातरी पटवून दिली. मी दुसऱ्या कोणत्या तऱ्हेने वागावे असे त्यांना वाटत नाही, हे मला माहीत आहे. कारण जेव्हा माझी प्रकृती ठीक नसते आणि मी अविश्वसनीयरीत्या शांत आणि सुस्त होतो, तेव्हा त्यांना काळजी वाटते. माझ्या मॉमला नेहमीच वाटते की, मी नेहमीसारखा चैतन्यमय

आणि उत्साही नसलो म्हणजे, मला नक्कीच काहीतरी होतेय! आणि तिचे अर्थात बरोबर आहे, मला स्वत:ला वाटले तरी मी गप्प-गप्प आणि माझ्या स्वत:च्या जीवनाविषयी चिंतनात्मक विचार करत असताना कोणाला सापडणार नाही!

परंतु माझा उद्धटपणा आणि बाहेर झालेली भांडणे आणि मारामाऱ्या सोडविताना जेनिफर अगदी वैतागते आणि मोठ्याने बडबडते, 'तू त्या जुन्या एरिकसारखा का असू शकत नाहीस? तो अगदीच सभ्य-साधा होता!'

"तो जो होता; तो होता देवदूत, साधूचा अवतार आणि मी जो आहे; तो आहे. आपण काय आहोत हे आपण ठरवू शकत नाही. मी एक बदमाश पॉमेरॅनियन एरिक असल्याबद्दल मला आनंद वाटतो. त्यामुळे जगा आणि जगवू द्या!" मी उत्तर दिले पण तिला ते कळले असेल, असे मला वाटत नाही.

ठीक आहे, 'कुत्र्याचे आयुष्य आहे,' असा उल्लेख विनाकारण केला जात नाही. कारण तो उल्लेख करण्यासाठी, समजण्यासाठी आणि अर्थ लावण्यासाठीही चुकीचा असतो!

बावीस

माझ्या बाबतीत काहीतरी अविश्वसनीय घडतेय – मला वाटते की, मी म्हातारा झालोय, अगदी म्हातारा. माझी मॉम बाहेर निघाल्याची चाहूल मला लागतेय. मला दरवाज्याकडे धावायचंय, माझा नाच-गाण्याचा कार्यक्रम जो मी पूर्वी करायचो तो करायचाय, पण माझे पाय हालतच नाहीयेत.

थोड्या वेळाने मी पुन्हा प्रयत्न करतो आणि या वेळी मी उभा राहू शकतो, परंतु मी हे सर्व हळूहळू करायला हवे, कारण माझे पाय अगदी ताठ झाले आहेत, अगदी काठ्यांसारखे आणि माझ्यावर हे मोठे वजन आहे. त्यामुळे माझे शरीर शिशासारखे जड वाटतेय. हे काही केसांचे वजन नाही, तर आहे एक तऱ्हेची जडशीळ अशी जाणीव, जणू काही कुणीतरी माझे शरीर कापून उघडून त्यात दगड भरलेयत. मी दरवाज्यात जाईपर्यंत जेनिफर निघून गेलेली असते आणि थोड्या वेळानंतर मला पुन्हा विश्रांतीसाठी पडावे लागते. दरवाज्यापर्यंत चालत जाणे, हेही मला जास्त होते.

एवढी वर्षे कुठे गेली आणि मी एवढा केव्हा म्हातारा झालो? मला म्हातारपणाचा आणि मंद होण्याचा तिटकारा वाटतो. माझे शरीर माझ्या मनाबरोबर आणि ज्या गोष्टी मला अजून कराव्याशा वाटतात त्याच्या बरोबरीने जाऊ शकत नाही. माझी दृष्टी अधू झालीय आणि मला वाटते जेनिफर असे म्हणाली की, माझे डोळे मोतीबिंदूमुळे पांढरे पडत चालले आहेत, पण ते मला कळणार नाही, कारण मी यापुढे आरशात बघण्याचे नाकारतो. मी जरी जेनिफरच्या खोलीतील आरशापर्यंत

पोहोचलो, तरी मी स्वत:कडे बघण्याचे धाडस करत नाही.

थोड्या वर्षांपूर्वीच मी त्याच अलंकृत अशा आरशासमोर तोऱ्याने मिरवण्यासाठी आणि एका पायावर उभे राहून बॅले नृत्याची अदाकारी करण्यासाठी जायचो. एक निर्लज्ज, स्वत:च्याच प्रेमात पडलेला, स्वत:च्या परिपूर्ण अशा तोल संभाळून उभ्या असलेल्या शरीराकडे आणि पॉमेरॅनियन्सची संपूर्ण लक्षणे असलेला असा एक तेजस्वी, केशरी, गौरवास्पद कुत्रा होतो! त्या वेळा मला आठवतात आणि माझे डोळे त्या उत्कट इच्छेने पाणावतात.

आणि आता ते सर्व संपलंय... मी असा पांगळा, मळकट आणि पांढऱ्या रंगाचा, करड्या केसांचा आणि जराग्रस्त असा कुत्र्याचा गोळा आहे, यावर मी विश्वास ठेवू शकत नाही!

मला माहीत आहे की, माझे आयुष्य वाढावे म्हणून जेनिफर अगदी आटोकाट प्रयत्न करत आहे, कारण मला गमावणे माझ्या कुटुंबाला सहन होणार नाही. मला व्हिटॅमिन्स देणे, मी जरा खोकलो किंवा मला दम्याचा जोर झाला की, ती मला त्या मिनिटालाच पाळीव प्राण्यांच्या डॉक्टरकडे घेऊन जाते, परंतु खरंच त्याचा फारसा काही उपयोग होणार नाही. शक्ती आणि जीवनरस माझ्या शरीरातून हळूहळू झिरपत कमी होतोय आणि दिवसेन्‌दिवस मी अशक्त होत चाललोय. जगण्याची इच्छाही गमावून बसलोय, हे मला जाणवतेय.

'प्रत्येक कुत्र्याचा स्वत:चा एक दिवस असतो.' या वाक्प्रचारात एक पेच आहे. मला माहीत आहे की, प्रत्येक सूर्यास्त आणि सूर्योदयाबरोबर माझा दिवस जवळ येतोय. मला मरायचे नाही किंवा म्हाताराही व्हायचे नाही. मला कायमचे तरुण आणि चैतन्यमय राहायचंय. पण हे अशक्य आहे, हे मी जाणून आहे. प्रत्येक रात्री मी झोपायला जातो त्या वेळी मला भीती वाटत असते की, दुसऱ्या दिवशी मी उठू शकेन का? आणि कधी-कधी संधिवाताच्या वेदना इतक्या जास्त होतात की, हे सर्व संपावे हेच उत्तम असे मला वाटते, परंतु जेनिफर पराभव पत्करायला नाकारते, वेदना कमी व्हाव्या म्हणून ती सर्व तऱ्हेची मलमे माझ्या पायांवर चोळते आणि त्यामुळे थोडा वेळ बरे वाटते.

मला अजूनही बाहेर जायला आणि तेथील जग बघायला, त्यातील आवाज ऐकायला आवडते. जेनिफर दिवसातून दोन-तीनदा मला

खालच्या बागेत उचलून नेते. मला आता खरोखरच गरजेपोटी तिला उचलावे लागते. अशावेळी भूतकाळात तिने मला उचलावे म्हणून मी केलेल्या युक्त्यांचा मला पश्चात्ताप होतो, कारण त्या वेळी चालण्याचा मला फार आळस यायचा आणि तिच्या उंचीवरून दिसणारे दृष्य हे जमिनीपासून एक फुटाच्या उंचीवरून दिसणाऱ्या दृष्यापेक्षा नक्कीच चांगले होते!

आता तिच्या हातातून उडी मारून स्वत:हून चालणे किंवा धावणे यासाठी मी काहीही करेन. माझ्या हे कधीही लक्षात आले नव्हते की, जेव्हा मी म्हातारा आणि गलितगात्र होईन तेव्हा मला उचलून आजूबाजूला घेऊन जाण्यासाठी पुढे वेळ असेलच. पॉप, जो काही वर्षांपूर्वी वारला त्या म्हाताऱ्या गोल्डन रिट्रायव्हरने मला एकदा काय सांगितले होते, ते मला आठवले. चालता येतेय तोपर्यंत चालावे, कारण नंतर आजूबाजूला उचलून घेऊन जाण्याची वेळ येईलच आणि त्याचे बरोबर होते, अर्थात माझ्या हे आता लक्षात आलेय, पण त्याला फार उशीर झालाय.

तानिया आणि मी लपंडाव खेळताना वेगाने ज्या झुडपांभोवती धावत सुटायचो ती झुडपे मला दिसतात आणि डोलणाऱ्या ताडाच्या झाडाखालची ती लाकडी बाके, जिथे आम्ही धापा टाकत विश्रांती घेत बसायचो. हे किती आश्चर्यजनक आणि अन्यायकारक आहे की त्या बागा, अगदी ती बाकेही तशीच राहिली आहेत, जराही बदललेली नाहीत, परंतु आम्ही अधिक प्रगत जीव मात्र म्हातारे होऊन आजारी आणि अशक्तही झालेले आहोत!

माझ्याकडे पाहा, मी म्हातारा झालोय, पिकलोय आणि अशक्त झालोय आणि पूर्वी एखाद्या डाकिणीच्या किंकाळ्यांसारखा किंवा वाघाच्या डरकाळीसारखा असणारा आवाज आता केविलवाणा झाला आहे. अर्थात तो प्रसंग काय आहे त्यावर ते अवलंबून असायचे. तानिया आता मोठी झालेय आणि कुटुंबातून बाहेर पडलेय आणि तरुणाईच्या बेफिकिरीने आणि हेकटपणाने तिने स्वत:चे आयुष्य जगायला सुरुवात केली आहे. मला वाटते की, ती चुकूनही माझा किंवा जेनिफरचा विचार करत नाही!

मला खातरी आहे, मला जसे वाटते तसेच मॉमला वाटते की, काळ हा झटकन निघून गेलाय, जेव्हा तानिया लहान होती आणि साधी होती.

जीवनातील साधेसुधे आनंद तिला पुरेसे होते. तिला मॉमबद्दल फार वाटायचे, त्या काळाकडे आम्ही पुन्हा का मागे जात नाही? आता त्या दोघी जणी सर्व वेळ भांडतात आणि मग जेनिफर माझ्याकडे येते, ती एवढ्या तीव्र भावनातिशयाने की जेव्हा माझे हे जग सोडण्याची वेळ येईल, तेव्हा तिला सर्व सोडणे हे फार कठीण होईल. तिने माझ्यासाठी एवढे केल्यावर मी तिला कसा सोडून जाईन? जेव्हा मी तरुण आणि शूर होतो आणि ज्याच्याविरुद्ध मी लढायची शपथ घेतली होती, त्याच काळाने माझा पराभव केलाय!

अजूनही आमच्याकडे आनंदाचे क्षण आहेत, ते म्हणजे आम्ही एकत्र टी.व्ही. बघत असतो किंवा पलंगावर असताना एकमेकांच्या मिठीत असतो ते. त्यानंतर ती मला हळूच त्या ब्लँकेट्सच्या घड्यांवर ठेवते ती तिने खास माझ्यासाठी पायगती तयार ठेवलेली असतात, त्यामुळे जेव्हा ती पलंगावर रात्री कूस बदलते तेव्हा चुकूनही ती मला इजा करणार नाही, असा तिचा विचार असतो. आम्ही बागेत जातो आणि इतर कुत्री इकडेतिकडे हिंडताना पाहतो. जेव्हा मी गुंड 'एरिक' होतो, ती वेळ आठवून आम्ही दोघे हसतो. जेव्हा आम्ही कारमधून फिरायला जातो आणि मी अजूनही माझ्या मागच्या पायांवर उभा राहून मागे जाणारे जग बघतो, तेव्हा मला पाहताना तिला आनंद वाटतो.

'कुत्र्यांवर लक्ष ठेव!' इतर कुत्री फिरण्यासाठी निघालेले पाहिल्यावर जेनिफर म्हणायची. मी अजूनही जे पूर्वी करायचो तेच करतो, मी कारच्या खिडकीशी – जे 'माझं अवकाश होतं' – त्या कुत्र्यांना 'पकडायला' उडी मारतो. जरी आता त्या उड्या सावकाश आणि हळुवार आहेत, तरी माझे चैतन्य अगदी पूर्वीइतकेच आहे आणि ते जेनिफरला पुरेसे आहे.

"आज चांगलीच शिकार झाली नाही, एरिक?" ती कुजबुजते आणि मी तिच्याकडे विजयी मुद्रेने 'मी जिंकलो' अशा अर्थी हसत पाहतो. माझ्या तोंडावरच्या या अशा हसण्याची कित्येक लोकांना आणि कुत्र्यांना चीड यायची.

मला हे क्षण कायमचे टिकायला हवे आहेत, मी माझ्या म्हातारपणात खरंच भावनाविवश आणि मूर्ख झालोय. अशी एक वेळ होती, जेव्हा माझ्याकडे या अशा भावनांसाठी कधीही थोडीही सहनशीलता नव्हती!

ठीक, तो काळ संपलाय आणि आता मी उरलोय ती म्हणजे माझ्या जुन्या स्वतःची एक जरग्रस्त सावली! मला पॉप, तो म्हातारा रिट्रायव्हर आठवतो. ज्याच्याशी मी बऱ्यापैकी मैत्रीपूर्ण वागायचो, असा तो फक्त एकच कुत्रा होता. तो माझ्याशी तक्रार करायचा, 'जेव्हा तुम्ही तरुण असता तुमच्या पुढे प्रत्येक दिवशी जागे होताना सर्व आयुष्य आणि भविष्यकाळ असतो, परंतु जेव्हा तुम्ही म्हातारे होता तेव्हा मग प्रत्येक दिवशी उरतात, त्या मागे वळून बघण्यासाठीच्या आठवणी.' त्या वेळी तो काय बोलायचा याची मी फारशी पर्वा करत नव्हतो, कारण कोणत्याही कारणाने माझे धैर्य जराही कमी होत नसे, पण आता ते सर्व माझ्याजवळ येऊन थांबलेय आणि मनात येतेय जाणारा वेळ थांबवण्यासाठी मी काहीही करू शकत नाही....

मी या पुढे स्वतःहोऊन खाऊ शकत नाही. जेनिफरला माझ्यासाठी त्याचे लहान तुकडे करावे लागतात. 'म्हातारपण' हे आणखी किती अपमानास्पद असते ते तरी मला सांगा! काही वेळा मी माझ्या मलाशयावरही नियंत्रण ठेवू शकत नाही आणि अक्षरशः 'माझ्या चड्डी'त घाण करतो. जेनिफर या अशा अपघातांबद्दल मला कधीही रागवत नाही, परंतु ती दुःखी आहे हे मी पाहू शकतो, कारण पूर्वीचा 'एरिक' हा आपल्या वैयक्तिक स्वच्छतेबद्दल इतका चोखंदळ होता की, अशा तऱ्हेची घाण त्याने स्वप्नातही केली नसती. मी माझ्यावरचे नियंत्रण कसे हरवून बसलोय, ते यातून दिसते.

खरं तर अगदी घड्याळाप्रमाणे सकाळच्या मध्याला माझे पोट मी रिकामे करायचो आणि प्रत्येक वेळी ते केल्यावर मी माझे ढुंगण एका वर्तमानपत्र्याच्या तुकड्यावर घासून साफ करायचो, ते अगदी स्वच्छ झाल्याची खातरी पटेपर्यंत. 'स्वतःला स्वच्छ करणारा कुत्रा' म्हणून माझे कुटुंब माझी चेष्टा करायचे. मी माझे डोळे, तोंड आणि कान प्रत्येक दिवशी धुवत असल्याने त्यांचा तो मुद्दा बरोबरच होता! रोज कुत्र्यांची साफ करायला लागणाऱ्या मालकांची मी नेहमी कशी टर उडवायचो!

याचा कसा शेवट होईल ते मला माहीत आहे. एक दिवशी मी जागा होईन आणि माझ्या लक्षात येईल की, मी इतका अशक्त झालोय की, मला उठणे शक्य नाही. मी तिथे मुतात पडलोय आणि मदतीसाठी केकाटतोय. जेनिफर धावत येते आणि मला हळुवारपणे बाथरूममधील सिंकजवळ

स्वच्छ करण्यासाठी नेते, हा सर्व वेळ ती मला थोपटत असते आणि जरी आम्हा दोघांना माहीत असते की, सर्व ठीक नाही आणि कधीही ठीक होणार नाही, तरी ती मला सर्व ठीक असल्याचे सांगत राहिल.

एक सबंध आठवडाभर हे चाललेय आज मी खाऊही शकत नाही, पूर्वीच्या त्या वेदना आणि यातना या माझ्या देहात केंद्रित झालेल्या आहेत आणि त्या त्यातून जीव पिळवटून काढतायत असे दिसतेय. मला माहीत आहे की, ही वेळ सर्व सोडण्याची आणि जे अटळ आहे, त्याला तोंड देण्याची आहे. ती म्हणजे त्या पाळीव प्राण्यांच्या डॉक्टरला देण्याची शेवटची भेट. या पुढे या अशा तऱ्हेच्या अपमानास्पद स्थितीत जीवन जगणे मला शक्य नाही. हे जग आणि माझ्या आवडत्या आई-वडिलांना सोडणे मला कितीही मान्य नसले, तरीही माझ्यासारख्या स्थितीत असलेल्या कुत्र्यांना मरण देणे हे किती दयेचे काम आहे. हे जरी मला समजत असले तरीही मला मरणाची, स्वत:ला जाऊ देण्याची आणि अज्ञातात वाहात जाण्याची भीती वाटतेय. पाळीव प्राण्याच्या डॉक्टरला देण्याच्या भेटीची ती वेळ येत आहे. माझे शरीर मृत झालेय, पण माझे मन अजून जिवंत आहे आणि ते या सांगाड्यात अडकलेले आहे, जो मला मोकळे करायला नाकारतोय.

'मला या तुरुंगातून बाहेर पडलेच पाहिजे, मला कुणीतरी मदत करा, मदत करा!' मी पुन्हा-पुन्हा किंचाळतो. माझ्याभोवती आवाजाचा गोंगाट आहे आणि मी मदतीसाठी मोठ्याने किंचाळतो आहे.

कुणीतरी मला हलवते आहे. मी डोळे उघडतोय तेव्हा जेनिफर माझ्याकडे पाहात असते आणि म्हणत असते, 'तू एरिकला किंचाळताना आणि लाथा झाडताना पाहिलेस का? त्याला बहुधा वाईट स्वप्न पडले असावे!'

होय, मी तंगड्या झाडतोय. अरे देवा, मी हलू शकतो आणि मी झटकन उभा राहू शकतो आणि पूर्वी होतो त्याप्रमाणे मी चपळ आहे!

'मी म्हातारा झालेलो नाही!' माझे हृदय गाते. 'ती म्हातारपणची भयानकता आणि ज्याची प्रत्येक कुत्र्याला भीती वाटते, ती पाळीव प्राण्यांच्या डॉक्टरकडे मारलेली फेरी हे सारे स्वप्न होते तर!'

'मी अजून जिवंत आहे, तरुण आहे आणि मला अगदी काहीही झालेले नाही!' ज्या तऱ्हेने जेनिफर माझ्याकडे पाहात होती त्याची पर्वा न

करता मी जेव्हा माझा नाच-गाण्याचा नेहमीचा कार्यक्रम करण्यासाठी निघालो तेव्हा किंचाळलो. बहुधा तिला वाटले की, मी वेडा झालोय. कारण मी माझा नाच-गाण्याचा कार्यक्रम हा कोणतेही उघड कारण नसताना सुरू केला होता, असे मी पूर्वी कधी केलेले नव्हते. मला त्या मरणाच्या खाईतून तरुण आणि जोशात वागण्याच्या स्थितीत आणायचे होते. त्या म्हातारपणाच्या दुःखदायक धक्क्यातून आणि ती पाळीव प्राण्यांच्या डॉक्टरकडे केलेली शेवटची फेरी ठरावी, त्यातून मी कसा गेलो, हे तिला समजणे शक्य नव्हते.

मी माझे पाय आणि माझे तोंड आरशात तपासतो, प्रत्येक गोष्ट व्यवस्थित आहे आणि चांगल्या अवस्थेत आहे. जेनिफरने मला अजून डॅनीकडे नेलेले नव्हते. माझे केस वाढले होते आणि ते अगदी सुंदर सोन्याचे प्रभामंडळ झाले होते. माझी पॉमेरॅनियन शेपूट माझ्या पाठीवर एका सुंदर कमानीत वळलेली होती. 'देवा, मी किती सुंदर दिसतोय यावर माझा विश्वासच बसत नाही! मला ते कायमचे टिकायला हवेय.'

आता मला वाटते की, जेनिफरने इतक्या लवकर मला माझ्या सोनेरी बटा कापण्यासाठी नेऊ नये. सर्व केस माझ्या अंगावर असल्यामुळे अगदी गरम होते हे मी जाणतो, परंतु मी इतका छान दिसतोय की, त्यासाठी हा उकाडा सहन करण्याची माझी तयारी आहे! मला जितका काळ शक्य आहे, तेवढा वेळ सुंदर दिसायचंय!

जेनिफरला हे माहीत नाही की, मी जास्त दयाळू, कमी तापट आणि जास्त नम्र का झालोय ते. मला गाठणाऱ्या म्हातारपणाबरोबर मी जास्त परिपक्व होत चाललोय, असे कधी-कधी ती मला चिडवतेही!

'ए बाई, म्हातारपणाबद्दल बोलायचे थांबव!' मी तिच्यावर गुरगुरतो.

'अशीच उमेद हवी, मुला! हाच तो माझा एरिक!' ती हसते आणि माझ्या लक्षात येते की, तो पूर्वीचा मारामारी करण्यास उत्सुक असलेला, हिंमतबाज आणि कुणाची पर्वा न करणारा अशा एरिकची गैरहजेरी तिला जाणवते! ही म्हातारपणची सावली जी त्या भयंकर घाबरवणाऱ्या स्वप्नापासून माझ्या मागावर आहे तिला दूर सारण्याचा मी निश्चय केलाय आणि शूद्र एरिकचे ते आयुष्य जितके दिवस शक्य आहे तेवढे मला जगायचंय, व्याजोक्ती म्हणा पण मला माहीत आहे की, माझ्या मॉमचीही माझ्याबद्दल हीच अपेक्षा आहे!

मी हसून प्रत्युत्तर देतो. माझी मान मॉमकडे बघून हलवतो, ही मानवजात....! कोणता कुत्रा त्यांना समजू शकेल? मला आठवतेय त्या दिवसापासून अगदी जेनिफर धरून माझे कुटुंब हे नेहमीच माझ्या बंडखोर आणि उद्धट वागणुकीबद्दल कुरकुरत होते आणि आता मी त्यांच्या इच्छेनुसार 'आदर्श कुत्रा' व्हायचे ठरवलंय, तेव्हा त्यांना पूर्वीचा चक्रम, भांडकुदळ असा मी हवाय आणि पुन्हा माझा खराखुरा, पूर्वीचा असल्यागत होऊन त्यांना उपकृत करताना मला आनंद होतोय!

त्यामुळे ज्याचा मला कंटाळा येऊ लागला होता ते 'चांगल्या मुलाचे' जोखड फेकून पुन्हा परत मी जे काही उत्तम करायचो ते सुरू केले. आवतीभोवती सर्वांना मारामारी करून घाबरवून सोडायचे आणि त्याच्या जोडीला होते, माझे तार स्वरात ओरडणे... जे वयानुसार कमी झाले नव्हते.

तो भविष्यकाळ, म्हातारपण आणि मृत्यू यांनी त्याची काळजी घ्यावी, मी ज्यावर नियंत्रण ठेवू शकत नाही, त्याचा मी जास्त विचार का करावा? कारण आता मला अजूनही बरेच जगायचे आहे!

◆